தூப்புக்காரி

சாகித்திய அகாதமியின் 'யுவ புரஸ்கார்' விருதுபெற்ற நூல்.

மலர்வதி

'காத்திருந்த கருப்பாயி' என்ற புதினத்தின் வழியாக 2008-ல் இலக்கிய உலகில் முகம் காட்டியவர். இவரது துவக்ககால எழுத்துகள் மேடை நாடகங்களாவே வெளிப்பட்டன. தொடர்ந்து இவர் எழுதிய 'தூப்புக்காரி' என்ற புதினம் 2012-ம் ஆண்டிற்கான சாகித்திய அகாதமியின் 'யுவ புரஸ்கார்' விருதைப் பெற்றது. விளிம்பு நிலை, கடைநிலை, அடித்தட்டு மக்கள் என்று உலகம் கண்டுகொள்ள மறந்தவர்களை தனது இலக்கியத்தின் மையமாகக் கொண்டு எழுதுபவர். முழுவதும் இலக்கிய களத்தில் பயணித்துக் கொண்டிருப்பவர். குமுதம் குழுமத்தின் இலக்கிய பணியாளராகவும் செயல்பட்டுக்கொண்டிருக்கிறார்.

தூப்புக்காரி

மலர்வதி

கிழக்கு

தூப்புக்காரி
Thooppukaari

Malarvathi ©

Kizhakku First Edition: November 2022
184 Pages
Printed in India.

ISBN : 978-93-90958-49-8
Kizhakku - 1278

Kizhakku Pathippagam
177/103, First Floor, Ambal's Building, Lloyds Road, Royapettah, Chennai - 600 014. Ph: +91-44-4200-9603
Email : support@nhm.in Website : www.nhm.in

 kizhakkupathippagam kizhakku_nhm

Author's email id: malarvathi26@gmail.com

Kizhakku Pathippagam is an imprint of New Horizon Media Private Limited

The views and opinions expressed in this book are the author's own and the facts are as reported by the author, and the publishers are not in any way liable for the same.

All rights reserved. No part of this publication may be reproduced, stored in a retrieval system, or transmitted, in any form or by any means, electronic, mechanical, photocopying, recording or otherwise, without the prior permission of the publishers.

பூமி மடியை சுத்தப்படுத்தும்
உயர்ந்த மனிதர்களுக்கு...

அதல பாதாளங்களின் கதை....

நம் சமூக வாழ்வின் அகலபாதாளங்களில் பீ வாளியும், அகப்பையுமாக, விளக்குமாறும் பிளிச்சிங் பவுடருமாக, மலிவான நீலச்சேலையில் அலையும் துப்புரவுத் தொழிலாளர்களோடு வாசகரையும் அலையவிடும் தீவிர எழுத்து மலர்வதியின் தூப்புக்காரி' நாவலில் அதன் முடிவு வீரியத்துடனும், வன்மத்துடனும், கொந்தளிப்புடனும் பதிவாகியிருக்கிறது. எல்லோரும் அன்றாடம் பார்க்கிறவர்கள்தான் இந்த தூப்புக் காரிகள். இதுவரை வாசகரின் புலனுக்குப் புலப்படாத துண்டு துண்டான பீயையும், திட்டு திட்டான தூமை ரத்ததையும் அது ஏற்படுத்தும் அருவருப்பையும், அழுகிப்போன அழுக்குகள் அள்ளப்படும் போது குபீரென எழும்பும் குடலைப் புரட்டும் வாடையையும்... இப்படி சமூகக் குண்டியைக் கழுவி, குளிப்பாட்டி, பவுடருக்கு பதிலாக பிளிச்சிங் பவுடர் பூசி, ஒப்பனை பண்ணி வாழும் இந்தத் தாய்மாரை இந்த நன்றிக்கெட்ட சமூகம் நாயிலும் பன்றியிலும் கீழாக நடத்தும் கேவலத்தை, கனகம், ரோஸ்ஸிலி, கனகத்தின் அன்பு மகள் பூவரசி, மாரி என்கிற அழுக்குப் பாத்திரங்களின் ஊடாக மனித மனதை அழவைக்கும் சித்திரங்களாக, அணு அணுவாக வரைந்து காட்டியிருக்கிறார் மலர்வதி.

சாதாரணக் கதைதான். தாய், பிள்ளை பாசம்... எல்லைகளை மீறித் துள்ளிக்குதிக்க விரும்பும் கனவுமயமான இளைமைக் காதல். அந்த காதலை நிறைவேற விடாமல் தடுக்கும் உயர் சாதி மன அழுக்கு, சமூக அழுக்கின் முழு வடிவமாகவே அலையும் மாரியின் மானுட அழகு; சமூக எல்லைகளை ஆதித உணர்ச்சியின் வீரியத்தால் தாண்டி அகப்பட்டுத் திண்டாடும் அப்பாவி மனங்களின் அடிவாரங்களில் ததும்பி மானுடக் கனவில் அழகு என, தமிழ் நாவல் உலகைத் தன்னை நோக்கித் திரும்ப வைத்திருக்கிறார் மலர்வதி என நம்புகிறேன்.

மலர்வதியின் கலை அழகு எங்கிருக்கிறது? அவருடைய மொழியில், வாசகரின் புலன்களை ஊசியால் குத்துகின்ற அவருடைய சித்தரிப்பில், கவிதையா? உரைநடையா? என மயங்க வைக்கும் அவர் சொல்வளத்தில், வட்டார வழக்குகளை லாகவமாகக் கையாளும் நேர்த்தியில், நாவலை இயங்க வைக்கும் உத்தியில், அடித்தளத்தில் நசுங்கி பிதுங்கும் மனிதர்களின் அவலங்களையும், கனவுகளையும் வெளிப்படுத்தும் நேர்த்தியில் சிக்கல் நிறைந்த வாழ்விலிருந்து, தப்பித்து மேலே செல்ல வழி சொல்லும் நாவல்களின் நாவல்களின் நடுவில், இந்த வாழ்வையே – அழுக்கு வாழ்வையே – அழகுள்ளதாக மாற்ற வேண்டுமென உழைப்பாளிகள் மனதில் ஏற்படும் துடிப்பைப் பதிவு செய்வதில்... மேலென்ன? கீழென்ன, அடித்தளங்களில் எல்லா சாதிகளும் ஒன்றாகத்தான் பரவிக்கிடக்கின்றன எனக்காட்டும் அற வீரியத்தில் இந்த நாவல் தனிப்பாதை வகுத்து, தனித்தன்மையோடு விளங்குகிறது என கருதுகிறேன்.

இது ஒரு காத்திரமான தலித்திய நாவல்; தீவிரமான பெண்ணிய நாவல். மொத்தத்தில் வலிவும் பொலிவும் மிக்க ஒரு எதார்த்த நாவல் என்பது என் கணிப்பு. என்னைப் பொறுத்தவரையில் காதலில் கருவுற்று அந்த சுமையில் தடுமாறும் பூவரசியை தாங்குவதற்காக மாரி முன் வரும் பகுதியோடு நாவல் நிறைவுப் பெற்றுவிடுகிறது. அதன் பிறகு வருபவை திருப்பு முனைகள் நிறைந்த கவர்ச்சி பகுதிகளாகத்தான் எனக்குத் தோன்றுகிறது.

அழுக்குகளோடு அல்லாடும் இந்த அபலைகளை மிதிக்கும்போது படும் துயரம். தகுதிக்கு மீறிய காதலில் அந்தரத்தில் மாட்டிக் கொண்டவர்களின் அடைய முடியாத துயரம். கனவுமயமாக வளர்த்த குழந்தையின் வாழ்வு தன் கண் முன்னே சிதையும்போது கோரத்தைப் பொறுக்க முடியாமல் சிதையும் தாயின் துயரம் என

இப்படி எத்தனையோ துயர உச்சங்கள் இந்த நாவலில் உள்ளன. சமூகம் சார்ந்த சிந்தனைகளைச் சில இடங்களில் சற்று அடக்கி வாசித்திருந்தால், உச்சங்கள் இன்னும் தூக்கலாகத் தெரியுமெனத் தோன்றுகிறது.

'தூப்புக்காரி'க்கு முன் ஒரு நாவல் எழுதியுள்ள மலர்வதி வலுவான ஒரு நாவலாசியராக வளர்ந்து முழுமைப் பெறத்தகு ஆற்றல்கள் அவரிடம் நிறைந்திருக்கின்றன. நவீன இலக்கியத்தில் விரிவான வாசிப்பு, உறுதியான தொடர் உழைப்பு இவையெல்லாம் அவரை அவருக்குரிய இடத்தில் அமர்த்தும்; என் நெஞ்சார்ந்த பாராட்டுகள்.

என்றும் உங்கள்
பொன்னீலன்

(தூப்புக்காரி முதல் பிரதி வெளிவந்தபோது, சாகித்திய அகாதமி விருது பெற்ற எழுத்தாளர் திரு.பொன்னீலன் எழுதிய மதிப்புரை)

தாழக்கிடப்பாரை தாங்கி பிடிப்பதே தர்மம்

சம காலத்தில் இலக்கிய வகையில் மிகவும் மரியாதைக்குரிய வர்த்தக மதிப்புடன் கூடிய நேசிப்புக்குரியதாக இருப்பது நாவல் இலக்கியம். ஒரு பரந்த தளத்தில் நிகழ்ந்த பெரும் நிகழ்வுகளின் தொகுப்புகளை ஒரு சேர வாசித்து உணர வைப்பது நாவல் இலக்கியம்தான். பல வகைப்பட்ட மாந்தர்களின் மன உலகச் சுழற்சிகளையெல்லாம் ஒருங்கிணைத்து, ஒரு மன உலக பிரபஞ்சத்தை தரிசிக்கத் தருகிற நாவல் இலக்கியம் உண்மையிலே தனிச்சிறப்பு மிக்கது.

'தாழக்கிடப்பாரை தாங்கி பிடிப்பதே தர்மம்' என்று தாழ்த்தப்பட்டோருக்கெல்லாம் சமத்துவம் கோரிய போராளியும் ஆன்மிகச் செம்மலுமான வைகுண்டசாமி அவதரித்த குமரிமாவட்டம், கம்பனையும், அவ்வையையும், மகாகவி பாரதியையும், வள்ளுவரையும் சங்கத்தமிழையும் உயர்த்திக்காட்டிய ஜீவானந்தம் அவதரித்த குமரிமாவட்டம். உலக அறிவாளிகளும் உள்ளூர் பாமரனும் கொண்டாடுகிற திரை நகைச்சுவைப் புரட்சியாளர் சார்லி சாப்பிளினுக்கு நிகரான தமிழ் கலைஞரான கலைவாணர் என். எஸ்.

கிருஷ்ணனைத் தந்த குமரி மாவட்டம். 'புளிய மரத்தின் கதை' முதல் 'குழந்தைகள், பெண்கள், ஆண்கள்'வரை பல நவீனத்துவ நாவல்களும், கலாபூர்வ சிறுகதைகளும் தமிழுக்கு தந்து, கலைத்தரமிக்க இலக்கிய படைப்பு வகைகளுக்கெல்லாம் ஆலமரமாகவும் திகழ்ந்த அமரர் சுந்தர ராமசாமி உலவிய குமரிமாவட்டம். கரிசல் முதல் மறுபக்கம் வரை பல இலக்கியப் படைப்புகளை தமிழுக்கு தந்து, முற்போக்கு முகாமின் முகமாகப் புன்னகைக்கிற எழுத்தாளர் பொன்னீலன் உலவுகிற குமரி மாவட்டம் மலர்வதி என்றோர் படைப்பாளியைத் தமிழுக்கு வழங்கியிருக்கிறது.

'காத்திருந்த கருப்பாயி' இவரது முதல் நாவல். 'தூப்புக்காரி' என்ற இந்த நாவல் இரண்டாவது படைப்பு. மக்கள் மொழியில் எழுதப்பட்ட நாவல் என்பதற்கான அடையாளமாகத் தலைப்பே திகழ்கிறது. 'தூப்புக்காரி' என்பது வட்டாரச்சொல். கூட்டிப் பெருக்கி அள்ளுவதைக் குறிக்கிற ஒரு சொல். பொதுத் தமிழில் துடைப்பம் என்று சொல்லப்படும் பொருள், தென் மாவட்டங்களில் விளக்குமாறு என்று உச்சரிக்கப்படும். கூட்டிப்பெருக்குவதையும், குப்பையை அள்ளிக் கொட்டி துப்புரவாக்குவதையும் செய்யும் பணியாளரைக் குறிக்கிற சொல், 'தூப்புக்காரி'.

இந்த நாவலுக்கான மதிப்புரை வேண்டுமென எழுத்தாளர் மலர்வதி தொலைபேசியில் என்னிடம் கேட்டபோது, பொத்தம் பொதுவாக சம்மதித்தேன். புதிதாக எழுத வருகிறவர்களை ஊக்குவிக்கிற எனது சுபாவப்படி ஒப்புக்கொண்டேன். ஆயாசமும், அலுப்பும், அயற்சியும் முற்றுகையிட்ட நிலையில் பெரிய தயக்கத்துடன் வாசிக்கத் துவங்கினேன். முதல் நான்கு பக்கங்கள் வாசிக்கிறவரை, ஒரு கற்றுக்குட்டித்தனமான பிரதியை வாசிப்பது போன்றதொரு மனச்சோர்வு என்னை கவ்வியிருந்தது. மனோபார்வையிலிருந்து விலகி பூவரசி பார்வையில் கதை பயணப்பட்டபோது, என் மனச்சுமை போன மாயம் தெரிய வில்லை. ஒரு வசீகரமான ஈர்ப்புத்தன்மை என்னை இழுத்துக் கொண்டோடியது. என்னை வாரிச்சுருட்டி அள்ளிக்கொண்டது நாவல். கனகத்தின் உணர்வுகளும், மன அலுப்புகளும், மன அவலச்சுமைகளும், பசியின் கவ்வல்களும் நமக்குள் இறங்குகின்றன. பூவரசியின் மன உலகமும் அனுபவ முதிர்வுகளும் இயல்பானவை. மனோவின் மனச்சுபாவமும் மாரியின் உயரமும் தெரிகிறது.

இரண்டு மூன்று மணி நேரத்துக்குள் வாசித்து முடித்துவிட்டேன். வாசித்து முடிக்கிற கணத்தில் படைப்பாளியைக் குறித்தும், படைப்பு குறித்தும் மிகப் பெரும் பிரமிப்புக்கு ஆளானேன். வாசிக்கத் துவங்கும்போது நாவல் மட்டத்தைவிட மிகுந்த உயரத்தில் இருந்தேன். வாசித்து முடிக்கும்போது என் மட்டத்தை விட நாவல் மிகுந்த உயரத்தில் இருந்தது.

துப்புரவுத் தொழிலாளியின் தொழில் சூழலின் தனித்தன்மை மிகுந்த உக்கிரத்துடன் நாவலில் உணர்த்தப்படுகிறது. மருத்துவ மனையின் துப்புரவுத் தொழிலாளர் அனுபவங்களும் மாரியின் கழிப்பறை சுத்தம் செய்கிற அனுபவங்களும் நெஞ்சுக்குள் மிகுந்த உணர்வதிர்வுகளுடன் பரவின. தகழியின் ‘தோட்டியின் மகன்’ நாவலை வாசித்துக்கொண்டிருப்பதாக ஒரு பிரமை தட்டியது.

நாடார் சாதியைச் சேர்ந்த கனகம், துப்புரவுப் பணியில் இறங்குகிற போது ஏற்படுகிற சாதிய இழிவுகளும் சாதியப் புறக்கணிப்புகளும் மிகுந்த வலியோடு உணர்த்தப்படுகின்றன. மனோ பற்றிய மையல் நினைவுகளும், கதிரேசன் பற்றிய விடலை மனமும், மாரி குறித்த அனுபவங்களும் விரியும் நாவலில் புது வகை பெண் எழுத்தாளரை பூவரசி மூலம் உணர முடிகிறது. கதைப்பயணம் செய்கிற களங்களும், மனித மனங்களும், மொழி பிரயோகங்களும், நம்மை வாரிச்சுருட்டி அள்ளிக் கொள்கிற வசீகரமும் நம்பகத்தன்மையும் மிக்கதாக இருக்கின்றன. விளிம்பு நிலை மாந்தர்களின் தொழில் சார்ந்த சரிவுகளும், துயரங்களும் மிகுந்த எதார்த்தமாக சித்திரிக்கப் பட்டிருக்கின்றன. நாவலின் மொழி நடை மிக முக்கியத்துவம் பெறுகிறது. இயல்பானது; சுதந்திரமானது. வாசகனுக்குள் இலகுவாகப் பயணம் செய்து பற்றியிழுத்துச் செல்கிறது.

நாகர்கோவில் ‘நாரோல்’ என்றே பேச்சு வழக்கில் எழுதப் பட்டிருக்கிறது. வட்டார மொழியின் கட்டுறுதி மிக்க மக்கள் மொழி. பொது வாசகருக்கும் புரிகிற இயல்புத்தன்மையுடன் திகழ்கிறது. சில விளக்கக் குறிப்புகள் பொது வாசகரை மதிக்கிற படைப்பாளியின் பண்பை உணர்த்துகிறது. மருத்துவமனையின் நெடிகளும், அழுக்குகளும், ரத்த வாடைகளும், கழிவுகளின் குப்பைகளும் நம் நாசிக்குள் ஏறுகிற மாதிரியான உணர்வை, மொழி நடையின் எதார்த்தம் ஏற்படுத்துகிறது. பெண்மையின் வலிமையை, போர்க்குணத்தை – போராடும் மனபலத்தை வாழ்வோடு மல்லுக்கட்டுகிற மன உறுதியை அற்புதமாகச் சித்திரிக்கிறது. நாவல் சாதிய வேறுபாடுகளையும், வர்க்க

முரண்களையும் ஒரு சேர உணர்த்துகிற அதே நேரத்தில் சுற்றுச்சூழல், விவசாய உற்பத்தி முறை பற்றிய துணைச் செய்திகளும் வருகின்றன.

பிரமிக்க வைக்கிற கலாபூர்வ அழகியலோடு, ஒரு முற்போக்குத் தத்துவ நோக்கில் ஒரு குறிப்பிட்ட பகுதி சமூக எதார்த்தம் நாவலாக, இலக்கியப் படைப்பாக வெளிப்பாடு கொண்டிருக்கிறது. மாரியுடன் பூவரசி வாழ்ந்திருந்தால், மனோவுக்குரிய வாழ்வியல் தண்டனையாக அது அமைந்திருக்கும். மலர்வதியின் கவனமும் மனச்சாய்மானமும் பெண்ணின் மனவலிமையை – சக்தியின் பேராலற்றலை உணர்த்து வதிலேயே குவிந்திருக்கிறது. 'தூப்புக்காரி' வாசக மனசைக் கூட்டிப் பெருக்கிச் சுத்தம் செய்கிறாள். மலர்வதியை எவ்வளவு பாராட்டினாலும் தகும். தமிழ் இந்த நாவலை தனக்கான ஆபரணமாக அணிந்து மகிழும். நெஞ்சார்ந்த வாழ்த்துகள்.

என்றும் உங்கள்
மேலாண்மை பொன்னுசாமி

(இவ்வுலக வாழ்விலிருந்து புலம் பெயர்ந்து பிரபஞ்ச வெளியில் ஐக்கியமாகி, தன் அழியா எழுத்துகளால் இலக்கியத்தில் சாகாவரம் பெற்ற எழுத்தாளர் மேலாண்மை பொன்னுசாமி முதல் பிரதி வெளிவந்தபோது வழங்கிய மதிப்புரை)

மலர்வதியிடமிருந்து...

அன்பு நிறைந்த நட்புகளுக்கு என் இனிய வணக்கம்! 2012 – ஆம் ஆண்டு வெளிவந்த 'தூப்புக்காரி' சென்றடைந்த வாசகர்கள் அனைவரும் அவள் மேல் இன்றளவும் பிரியமாகவே இருக்கிறார்கள். ஆனால், நிஜத்தில் தூப்புக்காரிக்கான இடம் அப்படியே இருக்கிறது.

மனிதமாண்பு – பொருளில், கல்வியில், பணத்தில், சாதியில், சமயத்தில் என பலவேறு அளவீடுகளால் நிர்ணயிக்கப்படுவதை சிறுபருவத்திலே கண்டும், அனுபவித்தும் வந்த சூழலில் எனக்கு நானே சாய்வாக எழுதிக்கொண்ட எழுத்துகள் சமூகத்தில் வெளிப்படும் என்று துளிகூட நினைத்திருக்க வில்லை. தூப்புக்காரி வழியாக இலக்கிய உலகில் நுழைந்த பின், கிடைத்த நுட்பமான அனுபவங்கள் இன்னும் என்னைச் செதுக்கிக்கொண்டே இருக்கின்றன. மனித மாண்பு என்பது தொழிலை வைத்தோ, அதன் நிமித்தம் ஏற்படுத்திய சாதியை வைத்தோ, இல்லை பணம், பதவி என்கிற பகட்டுகளை வைத்தோ நிர்ணயிக்கக் கூடியதே இல்லை. எப்படி பார்த்தாலும் மனிதன் மனிதன்தான். மனித உணர்வுகளிலோ, மனித குருதியின் நிறத்திலோ எவ்வித பாகுபாடும் இல்லா நிலையில் பணத்தாலும் சாதியாலும்

ஏற்படும் பிரிவினைகளும் புறந்தள்ளுதல்களும் இன்னும் ஒழிந்தபாடில்லை.

தூப்புக்காரி ஒரு வகையில் தலித்தியம் பேசினாலும், முழுக்க முழுக்க பெண்ணியப் புதினமேதான். தலித்திய வலிகளின் கூறுகளை அனுபவிக்க, பெண்ணாக, அதிலும் ஏழைப் பெண்ணாகப் பிறந்தாலே போதும். மதம் முதற்கொண்டு பெண்ணை இரண்டாம், மூன்றாம் நிலையிலே போட்டு மிதிக்கும் சூழல், கல்வி வாய்ப்புகள் பெருகியபோதிலும் விட்டுப்போக வில்லை. பெண் என்கிறவள் ஆணின் முதுகுக்குப் பின் வாழ மட்டுமே பிறப்பெடுத்தவள் என்கிற நிலையே தொடர்கிறது.

ஆணின் அன்பு பெண்ணுக்கு அவசியமே. ஆனால் அந்த அன்பு துரோகமாக மாறும்போது அல்லது அதே அன்பு ஏதோ வழியில் பிரிய நேரிடின் அந்த பெண் தனக்கான வாழ்வைத் தானே தேடிக் கொள்வதிலும், தானே தன் வாழ்வை நிலைநிறுத்துவதிலுமே பெண்-ஆற்றல் இருக்கிறது. பெண்ணுக்குக் கொடுக்கும் அன்பு என்பது அவளை ஆற்றல்படுத்தும் சக்தியாகவே வீட்டிலிருந்து, சமூகம் வரைக்கும் தொடர வேண்டும். பெண்ணை மதிக்கக் கூடியவர்கள் செய்யும் ஒரே ஒரு காரியம், அவளுக்கான வாழ்வை அவளிடம் கொடுப்பதாகவே இருக்க முடியும். பெண்ணுக்கும் மூளை உண்டு; அவளுக்கும் சிந்திக்கும் திறன் உண்டு என்பதைப் புரிந்துகொள்ளவேண்டும்.

'இப்புதினத்தில் வரும் மாரி கதாபாத்திரத்தை எழுச்சியோடு எழும்பாமல் நகர்த்தியிருக்கிறீர்கள். இது சரியா? அடி மட்ட நிலையில் வாழக் கூடியவர்கள் அழிவைப் பெறக்கூடிய காரணம் என்ன?' என்கிற விமர்சனம் என்னிடம் வந்ததுண்டு.

நான் வாழும் சூழலில் சாதியின் கட்டமைப்பு இல்லை. ஆனால் ஒரு அடிமட்ட ஏழை அதுவும் ஒரு பெண்ணாக இவ்வுலகம் போட்டு மிதித்த பல ரணங்களை அனுபவிக்கையில் உதித்ததே தூப்புக்காரி எனலாம். மிஞ்சி மிஞ்சிப்போனால் ஒரு சாவைத் தானே இவ்வுலகம் கொடுக்க ஆசைப்படும். அந்த சாவைக் கடந்து போகும் துணிவு பெண்ணுக்கு வேண்டும் என்ற ஒரே ஒரு எண்ணமேயிருந்தது. மாரி கதாபாத்திரம் மூலம் தூப்புக்காரியான பூவரசிக்கு பாசமும், பாதுகாப்பும் தொடர்ந்து கிடைப்பதில் எனக்கு ஒரு குறையும் இல்லை. ஆனால் எல்லாமே இழந்தாலும் பெண் தனக்குரிய மாண்பைத் தன்னிலே கண்டுப்பிடிக்கவே

வேண்டும். பூவரசியின் போராட்டம் அப்படியே நின்றுவிடுவதை விட, அவளின் சுகப்படுதலைவிட, அவளின் போராட்டமே தூப்புக்காரியில் தேவைப்படுவதாலே மாரி கதாபாத்திரம் நகர்த்தப்பட்டது. மற்றபடி அக்கதாபாத்திரம் எழுச்சி இல்லாமல் போகவேண்டும் என்கிற எண்ணம் துளியும் இல்லை.

கோட்டும் – சூட்டும் போட்ட போலி பிரசாரப் போராளிகளை விட, இவ்வுலகில் அடையாளம் இல்லா ஏழைகளின் போராட்டங்களே மனித வளமைக்கு வேராக இருக்கிறது. எந்த மேடையிலும் பிரசங்கிக்காத எளியவன் மட்டுமே வாழ்வால் மனிதம் செய்கிறான். வெற்றுப்பேச்சால் பலரும் புரட்சியாளர் களாகத் தெரியலாம். ஆனால் அடிபட்டவனுக்கு மட்டுமே வாழ்க்கையின் வலி தெரியும். அவனிடமிருந்து வரும் மரணம்கூட சில வேளையில் இன்னொரு புரட்சியாகவே மலரும். மாரியின் வாழ்க்கை பெண்ணியத்தைப் பேசுகிறது. சாக்கடை கழுவ இயந்திரம் கண்டுபிடிக்கப் பேசுகிறது.

நாற்றமில்லா ஆடைகள் போட்டு, நறுமணம் கமழும் வாசனைத் திரவியங்களை ஊத்திக்கொண்டு வாழ்கிறவர்களின் மன அழுக்கு இவ்வுலகுக்கு எளிதில் தெரிந்து விடுவதில்லை. அழுக்கும், அருவெறுப்புமாக பூமியைச் சுத்தப்படுத்தும் மேன் மக்களின் உடல் ஒருவேளை அழுக்காக இருக்கலாம். ஆனால் இம்மக்களின் மனம் அழகானது. அந்த அழகை ரசிக்க அதிக ரசனையாளர்கள் இருப்பதில்லை.

எப்போதுமே மாரி என்கிற கதாபாத்திரம் என் வணக்கத்துக்குரிய கதாபாத்திரமே. மாரி கொடுத்த எழுச்சிதான் பூவரசியை இன்னொரு கோணத்துக்கு அழைத்துச்செல்கிறது. காதல் என்கிறது பெண்களின் உடலையே மையப்படுத்தி பல இடங்களில் முடிந்துபோகிறது. தான் காதலிக்கும் பெண் இன்னொரு ஆணோடு இணைந்துவிட்டால் அவளைக் கீழ் நிலையில் பார்த்து ஒதுக்கிவைக்கும் மக்கள் மத்தியில், தன் காதலியை எந்த சூழலிலும் ஏற்றுக்கொள்ளும் ஒரு வீரமுள்ள காதல் இளைஞனாகவே மாரி இந்தப் புதினத்தில் வருகிறார்.

தூப்புக்காரி என் கன்னி எழுத்து. இதில் பல பிழைகள் இருக்கலாம். தர்க்கங்கள் சரியற்று இருக்கலாம். என்னைப் பொறுத்தவரை இலக்கிய உலகின் எந்த அனுபவமும் இல்லாமல் எழுத்தாக வந்த என் இரண்டாவது மகள் தூப்புக்காரி. இலக்கிய நுட்பங்களோடு

இவளைக் கொடுக்காமல் போயிருக்கலாம். ஆனாலும் தூப்புக் காரியை உங்கள் வீட்டு மகள் போல், தோழி போல், சகோதரி போல், சினேகிதி போல் ஏற்றுக்கொண்டீர்கள். அன்பு செய்தீர்கள்... செய்கிறீர்கள்.

இந்த நாவலைப் பொறுத்தவரை இது என் அனுபவமோ, படைப்பாளி ஒரு துப்புரவுத்தொழிலாளியோ என்கிற அழுத்த மான பதிவைப் பதித்தது. எங்கள் சூழலில் இத்தொழிலுக்கான வாய்ப்பே இல்லை. நாவலுக்குள் குறிப்பிட்டிருப்பது போன்று மருத்துவமனை அழுக்குகளைக் கழுவ, பள்ளி நிறுவனங்களை சுத்தம் செய்ய நாடார் பெண்கள் (ஏழைகள்) போவதுண்டு. பள்ளி நிறுவனமொன்றில் ஆயா வேலை பார்த்து, அதே பள்ளியில் சத்துணவு ஆயாவாக வேலைமாற்றம் பெற்று ஓய்வு பெற்று இன்றளவும் வாழ்கிறார் என் அம்மா. சமூகத்தின் நிஜமான துப்புரவுத் தொழிலாளர்களைப் பார்க்கும் போதுதான் அவர்களின் முக்கியம் தெரிய முடியும். பள்ளி நிறுவனத்தைச் சுத்தப்படுத்தும் ஆயாவாக வாழ்ந்த சூழலில் பள்ளியின் கழிவறைகளை என் அம்மா கழுவுவதை என் சின்ன வயதில் பார்த்திருக்கிறேன். ஒரு பள்ளிக்கழிவறையே என்னுள் பலவித தாக்கங்களைச் சின்ன வயதில் ஏற்படுத்தியதுண்டு. அந்தத் தாக்கத்தை என் மனதில் அப்படியே அடைக்காத்தேன். ஒரு பள்ளிக்கழிவறையே என் உளவியலைக் காயப்படுத்துமளவுக்கு இருந்ததென்றால் ஊரின் ஒட்டு மொத்தக் கழிவுகளை அள்ளும் மனிதர்களின் நிலை எப்படியிருக்கும் என்பதை யோசிக்கையில் என்னுள் பிறந்தவளே தூப்புக்காரி.

சாதியரீதியில் பின்னுக்குத் தள்ளப்பட்ட ஒட்டு மொத்த சாக்கடை அள்ளும் தொழிலாளிகளுக்கும், ஒட்டு மொத்த தூப்புக்காரி களுக்கும் இவ்வுலகம் என்னென்ன சிலுவைகளைக் கொடுக்கும் என்று சிந்தித்து நொந்தேன். தினமும் பீ கூடையைச் சுமந்து அதிலிருந்து வழியும் அசுத்த நீர் வாய் வழியே போக, அதையும் குடித்திருக்கும் சாக்கடை தொழிலாளிகளை மனசுக்குள் கொண்டு வந்து வலியுறுகையில், இவ்வுலகம் குறைந்த பட்சம் இம்மக்களின் தொழில் ரணங்களையேனும் அறிந்து கொள்ளட்டுமே; சிறிதளவேனும் நாற்றம் என்பது என்ன என்பதை உணரட்டுமே என்கிற உத்வேகத்தில் எழுதியதே தூப்புக்காரி.

2011 – ஆம் ஆண்டு டிசம்பர் மாதம் முதல் பதிப்பு வெளிவந்தது. இந்நாவலுக்குப் பின், இலக்கிய அரங்கில் எனக்கென ஒரு

அறிமுகம் கிடைத்தது. எல்லாவற்றிலும் மேலாக யுவ புரஸ்கார் விருதும் இந்நாவலின் வெற்றியாக வந்து சேர்ந்தபோது இலக்கியத்துக்கு நான் மிகவும் புதிது. பல்வேறு பிழைகளோடும், வாக்கிய முழுமையும் இல்லா நிலையில் எழுதி வெளிவந்த நிலையில், அதன் பின் தூப்புக்காரியை நான் வாசித்திருக்கவே இல்லை. பல நூறு விமர்சனக் கடிதங்கள், வாசக நண்பர்கள், இலக்கிய அரங்குகள், கல்லூரித்தளங்களென தூப்புக்காரியின் விரிவாக்கம் கூடி கொண்டே போகிறது இன்றளவிலும். தற்போது மலையாளத்திலும், ஆங்கிலத்திலும் மொழிப்பெயர்ப்பு முடிந்த நிலையில் உள்ளது தூப்புக்காரி.

ஒரு படைப்பு அச்சாகி வாசகர்களோடு போய்ச் சேர்ந்த பிறகு அப்படைப்பை வாசிக்க எனக்குள் ஒருவித தயக்கம் இருக்கவே செய்கிறது. ஒவ்வொரு காட்சிகளிலும், சில பகுதிகளிலும் சில குறைபாடுகள் தென்படும். இதை அப்படிக் கொண்டு போயிருக்கலாமே. முடிவை வேறுவிதமாக முடித்திருக்கலாமே என்கிற குறைபாடுகள் குத்தி மறியும். இதனாலே புத்தகமாகி வந்த பிறகு அது பொதுசனத்தின் பிள்ளையாகி விட்டபடியால் அதை அதன் போக்கில் விட்டுவிடுவேன். இலக்கியரீதியில் தூப்புக்காரி அமையவில்லை என்று பல எழுத்தாளர்கள் விமர்சனம் வைத்தார்கள். அதை நான் மறுக்கவும் இல்லை. முன் பின் எந்தவொரு இலக்கிய நுட்பம் இல்லா நிலையில், எனக்கு நானே என் போக்கில் எவரின் அடையாளமும் பெறும் முன் எழுதியது. புத்தகமாக்க நினைக்கவும் இல்லை.

சமூக பாகுபாடுகளின் வலிகளில் பிணையும் போதெல்லாம் எப்படியேனும் மனித முழுமையைப் பற்றி இவ்வுலகுக்கு சொல்ல வேண்டுமே என்கிற வெப்புராளத்தில் எழுதிய தூப்புக்காரியின் இறகுகள் விரிந்து சாகித்திய அகாதமியின் வாசல் வரை போனதில் எனக்கே மாபெரும் வியப்புதான். இலக்கிய ஞானத்தைப் பொறுத்தவரை நான் அன்று வெறும் ஒரு சிறுமிதான். ஏனைய மொழிகளில் மொழிபெயர்ப்பு முடிந்த நிலையில், நாவலை மறு வாசிப்பு செய்வது என் கடமை என்கிற முறையில் வாசித்தேன் தற்போது. அதன் பின் சில வாக்கிய பிழைகள். காட்சி குழைவுகள்; எழுத்துப்பிழைகளை திருத்தம் செய்திருக்கிறேன்.

இன்றளவும் தூப்புக்காரியின் வாசக விரிவாக்கத்துக்கு ஒத்துழைக்கும் அனைத்து அன்புக்கினிய வாசகர்களுக்கும், விற்பனைக்கு உதவும் பல பதிப்பகத்தார்களுக்கும், கல்லூரித்

தளங்களுக்கும், இலக்கிய அமைப்புகளுக்கும் என் மேலான நன்றியைத் தெரிவித்துக்கொள்கிறேன். இப்பதிப்பின் அச்சாக்கத்துக்கு உதவிய நண்பர்களுக்கும், சிறப்பான ஒத்துழைப்பு வழங்கிய நண்பர்களுக்கும் என் நன்றிகள்.

'உடையும் மேகமே மழையாகிறது
உழப்படும் நிலமே விளைச்சலைக் கொடுக்கிறது
உரசப்படும் கல்லே சிற்பமாகி நிற்கிறது
புதைக்கப்படும் விதையே விருட்சமாக முளைக்கிறது
உருகும் மெழுகிலிருந்தே ஒளி சிரிக்கிறது
ஆக – இழப்பதெல்லாம் இழப்பல்ல
வாழ்வுக்கான ஆதாயங்கள்.'

என்றும் நட்புடன்
மலர்வதி

அத்தியாயம் 1

ஒன்றரை ஆண்டுகளுக்கு பிறகு வடசேரி பேருந்து நிலையத்தில் வந்து நின்றான் மனோ.

மேலை நாட்டுச் சூழலில், பல மாதங்கள் வாழ்ந்தவனுக்குத் தன் நாட்டின் வாசனை பட்டதும் அதிக மகிழ்ச்சியாக இருந்தது. நான் பிறந்து, வளர்ந்து வாழ்ந்த ஊருக்குப் போகிறேன் என்ற நினைவே அவன் இதயத்துக்குக் குளுமையைக் கொடுத்தது. அந்த குளுமைக்குள் நெருடிய பூவரசியின் நினைவுகள் அவனை சங்கடப்படுத்திக் கொண்டேயிருந்தன.

எப்படி இருக்கிறாளோ..?

அவனிடமிருந்து பெருமூச்சு எழுந்தது. பேருந்து நிலையத்தைச் சுற்றிலும் கூட்டம் கூட்டமாக மக்கள் தெரிந்தார்கள். அவரவர் பயணம் செய்யும் பேருந்துகளை விரைந்து தேடிகொண்டிருந் தார்கள். வாட்டி எடுக்கும் வெயிலில் முகம் கருக அலைந்த வர்களில் சிலர் குளிர்பானம் குடிக்கப் போய்கொண்டிருந்தார்கள்.

தான் இங்கிருந்து புறப்பட்ட நிலையை மனோ நினைக்க துவங்கினான்.

சுமார் ஒன்றரை வருடங்களுக்கு முன்பு பெண்டாட்டியைக் கூட்டிக்கொண்டு வெளிநாட்டில் வேலை பார்த்துவிட்டு நேற்றுதான் சென்னை வந்தோம். அப்பா, அண்ணன் என எல்லோருமே குடும்பத்தோடு சென்னையில்

செட்டிலாகியிட்டாங்க. ஊருல இருந்த வீட்டடியைத் தவிர எல்லாமே வித்தாச்சி. அந்த வீட்டடி பாசத்துல மட்டுமா நான் ஊரு தேடிப் போவது?

எனக்கு பூவரசியைப் பார்க்கணும். அதான் பயணக்களைப்பு தீருறதுக்கு முந்தி கெளம்பியிட்டேன்.

நினைத்தவன், களியக்காவிளை பஸ் இந்தப்பக்கம் வராதோ..? கண்களைச் சுழலவிட்டான். மார்த்தாண்டம் பேருந்துகள் தெரிகிறது. எல்.எஸ்.எஸ் வரிசையாக நிற்க இவனோ கூட்டமில்லாத பேருந்து பார்த்து ஏறி அமர்ந்தான்.

மார்த்தாண்டம் பேருந்துகள் நிற்பது தெரிகிறது. அதில் த்ரிபிள் எஸ், எல்.எஸ்.எஸ் என்று வரிசையாக பேருந்துகள் நின்றன. இவனோ கூட்டமில்லா பேருந்து பார்த்து ஏறி அமர்ந்தான்.

வெயிலின் வெக்கை வாட்டி வதைக்க, குளிர் பானம் அருந்தத் தோன்றியது. ஆனாலும் பேருந்து ஏறிய பின் எப்படி இறங்கவென தன்னை அடக்கியபடியே அமர்ந்திருந்தான்.

வடசேரி பேருந்து நிலையம் பெரும் குளமொன்றை நிரப்பியே அமைக்கப்பட்டது. குளம் அழிந்த சாட்சி சுற்றிலும் கிடக்கும் சகதிகளிலிருந்து அறிந்துகொள்ள முடியும். பேருந்து நிலையத்தின் வெளிப் புறப்பகுதிகளில் பாசியும், சகதியும் நிறைந்து காணப்பட அதனருகில் கிடக்கும் சாக்கடை அழுக்கில் பன்றிகள் உருண்டு, புரண்டு கொண்டிருந்தன. அங்கிருந்து எழும்பிய சாக்கடை நாற்றம் அந்தப் பகுதி முழுவதும் வீசிக் கொண்டிருந்தது. காற்றில் கலந்த சாக்கடையின் நெடி தன் மூக்கிலும் வந்து அப்ப, மனோவின் மனதில் மாரி வந்தான். அழுக்கு நிரம்பிக் கிடக்கும் பகுதியில் உற்றுப்பார்த்தான். சாக்கடையின் நிறத்தைப் போன்று கறுப்பாகத் தெரியும் மாரி கண் முன் வந்தான்.

இங்குதானே மாரியும் வருவான். மனோ நினைத்த பொழுதில் அவன் கண்ணில் மாரி தென்பட்டது போல் தெரிய, பேருந்தில் இருந்தவன் வேகமாக எழும்பி பேருந்துக்கும் வெளியே இறங்கினான். சாக்கடை பகுதியில் தெரிந்தவன் மாரியோ என வெப்புராளம் கொண்டவன்போல் அந்த மனித உருவத்தின் பின்னே விரைந்தான்.

'மா....ரி...' மனோ கத்தி அழைக்க, முன்னே சென்ற அந்த மனிதர் திரும்பிகூடப் பார்க்காமல் வடசேரி சந்தைக்குள் நுழைந்தார்.

ஆட்களோடு கலந்துவிட்டவரைத் தேடி தவித்தான் மனோ. எப்போது ஆனாலும் உள்ளே போனவன் இந்த வழியாகத்தானே வருவான். அவன் வாறது வரைக்கும் இதிலே காத்து நிற்கணும்.

நினைத்தப்படியே சுட்டெரிக்கும் வெயிலில் நிற்க துவங்கினான் மனோ.

வடசேரி சந்தையின் வெளிப்பகுதியில், பலவகை வியாபாரங்கள் நடந்துகொண்டிருந்தன. கடுமையாக விழும் கொடிய வெயில் தங்கள் மேல் விழுவதைத் தடுக்க, குடைகளை விரித்துப் பிடித்தபடி அதன் கீழ் வியர்வை வடிய வியாபாரம் செய்பவர்களைப் பார்த்தான் மனோ. கிழங்கு, பழவகைகள் என்று பல வியாபாரிகள் வரிசையாக அமர்ந்தபடி போட்டிபோட்டுக் கொண்டு வாடிக்கையாளர்களை அழைத்துக்கொண்டிருந்தனர். மனோவின் கண்கள் நாலாப்பக்கமும் சுழன்று திரிந்தன. சாக்கடையோரம் அமர்ந்தபடி வளையல், பொட்டு என்று பலர் வியாபாரம் செய்தபோதும் மனோ தனது மனதைக் கவர்ந்த அந்தப் பூ வியாபாரியையே பார்த்துக்கொண்டு நின்றான். அங்கு வியாபாரம் நடத்தும் அனைத்து வியாபாரிகளிலும் அவனைக் கவர்ந்த வியாபாரி முல்லைப் பூ விற்றுக்கொண்டிருக்கும் அந்த பெண்மணிதான். வெள்ளை வெளேரென கொட்டிக் குவித்த முல்லை மொட்டுகளுக்கெல்லாம் தானே எசமானி என்பதைப் போல் நிமிர்ந்து நின்றாள். வெயில் அவளைக் கருக வைத்தது. முகத்திலும் கழுத்திலும் வியர்வை வெள்ளமாய் வழிந்தது. ஆனால் அவளோ தன் முன் குவித்துப் போட்டிருக்கும் முல்லை மொட்டுக்கள் வாடாமல் இருக்க அதன் மேல் தண்ணீர் தெளித்துக் கொண்டிருந்தாள். அவளில் அழகில்லை; எடுப்பில்லை; பார்ப்பவர்களைக் கவரும் தோற்றமுமில்லை. அதனாலே மனோவின் கண்களுக்கு அவள் பேரழகியாகத் தெரிந்தாள்.

'வா'வா நூறு பத்துருவா வா..வா' சளைப்பின்றி முக மலர்ச்சியோடு வியாபாரம் செய்யும் அவளைக் கண்டதும், மனோ அவளையும் அவள் செயலையும் ஆழமாக உள்வாங்கினான். அவனையுமறியாமல் இதயம் கோடு இழுக்கத் துவங்கியது. ஓவியத்துக்கான கோடுகள் அவன் மனதில் நீண்டுபோனதைக் கண்டு, – மீண்டுமா! எனக்கு ஓவியம் வரைய வருதே! – அதிசயித்தான்.

படைப்பாளியின் பார்வை எதையுமே வீண் எனப் பார்ப்பதில்லை. எல்லாவற்றிலும் ஏதோ ஓர் உயிர் சக்தியைக் காணுகிறான்.

சொல்லத் துடிக்கும் உணர்வுகள் எழுத்துகளாக, ஓவியமாக, பேச்சாக, பாட்டாக, நடிப்பாக, நாட்டியமாக வெளிப்படுவதே கலை. அதுதான் வாழ்க்கை இலக்கியம்.

மனோவின் இதயத்தில் மீண்டும் ஓவியத்தின் கை, கால்கள் முளைக்க அவன் கண்கள் கலங்கின. எத்தனைக் காலங்கள் ஆகி விட்டன, எனக்குள் இந்த உணர்வுகள் தோன்றி. சிந்தித்தப்படியே நின்றான்.

'என்ன சார் அப்படியே நிக்கிறீங்க. பூ வாங்குறீங்களா..?' பூ வியாபாரி கேட்க, 'வே..ண்..டா..ம்' என்றான்.

'அப்படியிண்ணா கொஞ்சம் தள்ளி நில்லுங்க. வாறவங்களுக்கு வழியை அடச்சி விட்டுட்டு நிக்கிறிங்க' அவள் சொல்ல, புன்னகை செய்தபடியே விலகினான். அது என்னவோ பூ வியாபாரியின் கறுப்பும், களையும், அவள் உழைப்பும் அவனைத் திரும்பி திரும்பிப் பார்க்க வைக்கவே சற்று நடக்கத் துவங்கினான். மீண்டும் அவன் சாக்கடைக் கரையோரம் மாரிக்காக காத்து நிற்கத் துவங்கினான். மனசுக்குள் பூவரசி வந்தாள்.

காலங்கள் போனால் என்ன?
தொடர்புகள் தொலைந்தால் என்ன?
பிரிவு நிரந்தரமாய் இருந்தால் என்ன?
மெய்க்காதல் நினைவுகளில் பேசிக்கொண்டேயிருக்குமடி.

வெளிப்பக்கம் தென்பட்ட அழுக்கான இருக்கையில் போய் அமர்ந்தான் மனோ. மீண்டும் அவன் மனசுக்குள் பூவரசியே வந்தாள். 'எப்படி உன்னைப் பிரிந்தேன். இனி நீயும் நானும் சேரவே மாட்டோம் இல்லியா?' ஏங்கியபடி இருந்தவனின் காதில் 'அந்த தூப்புக்காரியை கூப்பிடு' என்ற குரல் விழுந்தது. அந்தத் திசையில் திடுக்கிட்டுத் திரும்பினான் மனோ. 'தூப்புக்காரி... அது என் பூவரசி இல்லியா.' உதடு முனகியது. அவன் நினைவுகள் பின்னோக்கி ஓடின.

அத்தியாயம் 2

கல்லுவிளை பகுதி இந்து நாடார், கிருத்தவ நாடார், முடி சீரமைக்கிறவர் என்று கலப்பின மக்களின் கூட்டமைப்பால் நிரம்பியது. சில பறையர், சக்கிலியர் குடும்பங்களும் வாழ்ந்து வந்தார்கள். இப் பகுதியில் வாழ்பவர்களில் ஏழைகள் ஏதேனும் ஒரு அடிமட்டத் தொழிலைச் செய்து வாழ்கிறவர்களாகவே இருந்தார்கள்.

கன்னியாகுமரி மாவட்டத்தின் மேற்கு பகுதியான இப்பகுதியில் இந்த சாதிக்கு இதுதான் தொழில் என்று கிடையாது. பிழைப்பு ஓட்டத்தில் நாடாத்தியும் களை பிடுங்க வயலில் இறங்குவாள். பறச்சியும் கட்டடத் தொழிலில் சிற்றாளுக்குப் போய் நிற்பாள். மருத்துவமனை, பள்ளி நிறுவனங்களைத் தூத்து சுத்தம் செய்ய நாடார் பெண்களும், ஆண்களும் போவார்கள். மீன் வியாபாரம் செய்ய நாடார் ஆண்களும் போவார்கள்.

வயல்வெளிகள், மரங்கள் என்று திகழ்ந்த பசுமையை விழுங்கிய படி வந்தேறிய ரப்பர் மரங்கள் அதிகமாகக் காணப்படுவதால் ரப்பர் பால் வெட்டும் தொழில் நிறைய ஆண்களுக்கு பிழைப்பாகிவிட்டது. கட்டட வேலை, பாறை வேலை, முந்திரிப் பருப்புத் தொழிலென்று அடிமட்ட மக்கள் உழைத்து வந்தார்கள். படித்து அதற்கேற்ற வேலைகள் புரியும் மக்களும் உண்டு.

இப்பகுதியைக் கிராமம் என்று கூறவும் முடியாது; முழுமையாக நகரம் என்று கூறவும் முடியாது. ஆனாலும் முளகுமூடு பகுதிக்கு

உட்பட்டதால் பேரூராட்சிப் பகுதியாகவே இருக்கிறது. தபால் நிலையமும் அருகில் இருக்கிறது. இரண்டு துணிக்கடைகள் இருக்கின்றன. சில புதுக் கடைகளின் வரவுகள் தெரிகிறது.

முளகுமூடு, வெள்ளிகோடு பகுதிகளிலிருக்கும் தேவலாயங் களுக்கு கிறித்தவர்கள் போவார்கள்; இந்துக்கள் முட்டம்விளை, மண்டைக்காடு என்று கோவில்களுக்குப் போவார்கள். இது போல் இப்பகுதியில் சி.எஸ்.ஐ பெந்தேகோஸ்த்து அமைப்புகளும் செயல்பட்டுக் கொண்டிருக்கின்றன. சாதியின் பெயர் சொல்லி சண்டையெழும்ப அதிக வாய்ப்பில்லை. ஒருசிலரைத் தவிர மற்றவர்கள் நாடார்களே. இதனால் சாதி மோதல்கள் பெரிதாக வாய்ப்பில்லை. மதத் தாக்கம் கொஞ்சம் மேலோங்கி இருக்கும். ஆனாலும் ஆளாளுக்கு சண்டைகள் வருவதில்லை. இப்படி ஒற்றுமைபோல் வெளிப்பக்கம் தெரிந்தாலும் சாதியையும் மதத்தையும் திருமணங்களில் தவறாது காட்டிவிடுவார்கள். சாதி, மதம் என்கிற பிடிமானம் இதன் மூலமே தெரிந்துவிடும். கேரளப்பகுதியின் எல்லையில் இப்பகுதி அமைந்திருப்பதால், மலையாளப் பேச்சும், அம்மக்களின் வாழ்க்கை முறையும் இம்மக்களில் அதிகமாகவே கலந்திருக்கும்.

'மகி' என்ற தனியார் மருத்துவமனை அந்த சுற்றுவட்டாரத்தில் பெரிய மருத்துவமனையாகச் செயல்பட்டுக்கொண்டிருந்தது. கண், காது, தொண்டை என்கிற சிகிச்சைகளும், அறுவை சிகிச்சை, குழந்தைக் கட்டுப்பாடு என பலவேறு சிகிச்சை அமைப்புகளுடன் செயல்பட்டுக்கொண்டிருந்தது இம் மருத்துவமனை. தேசிய நெடுஞ்சாலையிலிருந்து சற்று தள்ளினாற் போல் அமைந்திருந்த இம் மருத்துவமனையின் அருகே மாதா குருசடி ஒன்றும் இருக்க, மருத்துவமனைக்கு வரும் பல நோயாளிகளும் குருசடிக்குள் போயிருந்து ஜெபிப்பது வழக்கம். மருத்துவமனையைச் சுற்றி வளர்க்கப்படும் மரம், செடி, கொடிகள் செழிப்பாக தெரிந்தன. அழகாகப் பூத்து நிற்கும் பூக்களைப் பார்க்கும் போதே பாதி நோயும் தீர்ந்துவிடும் எனலாம்.

'தூப்புக்காரி...' குரல் வந்த திசையை நிமிர்ந்து பார்த்தாள், ஐம்பது வயது மதிக்கத்தக்க கனகம்.

'அங்கேயே எத்ர நேரம் தூத்துட்டு நிப்ப? இங்க மேல பக்கம் இருக்கிற கக்கூஸ் கழுவணும். ஒங்கூட உள்ள ரோஸ்ஸிலி எங்க போனா?' மருத்துவமனையின் தூய்மைப் பணிகளை நிர்வகிக்கும் சுகந்தி மேடம், அழைத்தாள். முன் பக்க வளாகத்தை சுத்தம் செய்து

கொண்டிருந்த தூப்புக்காரி கனகம், வியர்வையால் நனைந்த முகத்தை முந்தானையால் துடைத்தப்படியே மேல் பக்கம் நின்ற சுகந்தியைப் பார்த்தாள்.

'என்ன அப்பிடி பாக்குற நீ? சீக்கிரம் மேல வா' அதிகாரமாய் கூறிய சுகந்தி அங்கிருந்து அகன்றாள்.

'காலத்தே வெயிலு என்னா அடி அடிச்சுது. தலையெல்லாம் சுத்துது. காலத்தே ஒரு கிளாஸ் தேயில வெள்ளம்கூட குடிச்சேல. வந்த நேரமே தூத்து தொடச்சிட்டுதான் இருக்கேன். இல்லண்ணாலும் இந்த சுகந்தி மேடம் எப்பவும் இப்படித்தான். இஞ்ச செஞ்சிட்டிருந்தா 'அங்க போ'ண்ணு சொல்லுவா. அங்க தூத்து துடச்சிட்டுருந்தா 'இங்க போ'ண்ணு சொல்லுவா. எதுத்து பேசாத இந்த கனகத்துட்ட, அவளை பெரிய மத்தவா போல காட்டிக்கிறதுல அவளுக்கொரு பவுறு' தனக்குள் பேசியவள் சுகந்தி அங்கு நிற்கிறாளா என மேல் மாடியைப் பார்த்தாள்.

'அவா சொல்லியிட்டாண்ணு செஞ்சிட்டிருக்கிய வேலையை பாதியில விட்டுட்டுப் போகாம, இம்பிடையும்கூட தூத்துட்டு போலாம்' முணுமுணுத்தவள் கையில் இருந்த துடைப்பானைக் கொண்டு முன் பக்கம் முழுவதும் சுத்தம் பண்ணத் துவங்கினாள்.

கனகம் சுத்தப்படுத்திய இடத்தில், மருத்துவமனைக்கு வந்திருந்த பெண் ஒருவர் சள்ளென்று காறி துப்பினாள். அவளை எரிச்சலோடு பார்த்தாள் கனகம்.

'இப்பதானே குறுக்கு முறிய தூத்துட்டு வாறேன். கொஞ்சம் அப்பறம் போய் துப்பப்படாதா?' வேதனையோடு சொன்னாள்.

'ஏன் ஓசுலியா தூத்து வாருற? கை நிறைய சம்பளம் வாங்குற இல்ல.'

'ஓ, பயங்கர சம்பளம்.ஏன் நீயும் என்னைப் போல தூத்து வார வா. அப்ப உனக்கும் கை நிறைய கிட்டும் இல்லியா. வந்து என்னைப் போல பீயையும், மோளையையும் தூமத்துணியையும் அலவிப்போடு' கூறிய கனகத்தை அவள் முறைத்துப்பார்த்தாள்.

'என்னா செறய்ய நீ? எல்லாத்துக்கும் கூலியை கணக்குப் பார்த்துட்டு செய்யுற வேலையை மதிச்சாம போற ஒலகம்தானே இது' வலியோடு சொன்னாள் கனகம்.

'ஒன் புத்திக்குத்தான் இப்படி நாத்தம் பிடிச்ச அழுக்கு வார வந்துருப்ப' துப்பியவளும் பதில் கொடுத்தாள்.

‘போட்டு. என் புத்திதான் அய்யமா போச்சி. ஒன் புத்தியாவது நல்லா இருக்கட்டு.’

‘கனகம்’ மேல் மாடியில் நின்று, மீண்டு சுகந்தி மேடம் அழைக்க, இனி இங்கு நின்றால் சரிப்படாது என்று துடைப்பானோடு மாடிப்படி ஏறத்துவங்கினாள் கனகம்.

‘அவளுக்கொரு வாயைப் பாக்கேலியா நான் இனி துப்பப்பிடாதா?’ நடுத்தர வயதுக்காரி எரிச்சலோடு கூறினாள்.

‘துப்பவோ, தூறவோ, மோளவோ என்ன வேணுமங்கிலும் செய். அழுக்கு வார நாங்க இருக்கோமுண்ணு அழுக்காக்கியிட்டே இருங்க’ படி ஏறிய கனகம் சலித்துக்கொண்டே சொன்னாள்.

‘போறாயில்ல, வந்தா பெரிய மகாராணி’ கீழ் நின்றவள் சொல்ல, கனகம் இயலாமையில் அவளைத் திரும்பி பார்த்தபடியே படியேறினாள். படி ஏற ஏற தளச்சைப் போலிருந்தது.

‘இந்தக் குட்டியிட்ட ஒரு கிளாஸ் தேயில வெள்ளம் கொண்டு வாட்டியிண்ணு செல்லிட்டு வந்த பெறகும் குட்டிய இன்னும் காணல.’

‘கனகம் இங்க வா.’

‘வாறேன் மேடம்’ கனகத்தை அழைத்த சுகந்தி மேடம், அறுவை சிகிச்சைப் பகுதிக்குள் நுழைந்தாள்.

நீண்ட வராண்டாவில் நடந்தாள் கனகம். சதைப்பற்று இல்லாத கறுத்த உடம்பில் இளநீல வண்ணத்தில் சீருடை அணிந்திருந்தாள். அவளைப் போன்ற துப்புரவாளர்கள் சிலர் சீருடை அணிந்து வராண்டாவைத் துடைத்துக் கொண்டிருந்தார்கள். கீழ் பக்கம் சுத்தம் செய்த கனகத்தில் வாறு எளகுன செருப்பினடியில் ஒட்டிய அழுக்கு மேல் பக்க வராண்டாவில் ஒட்டி ஒட்டி போனது.

‘கனகம் செருப்பைப் கீழ விட்டுட்டு வரப்பிடாதா? இஞ்சேரு தொடச்ச எடத்துல மண்ணு ஒட்டுது.’ மேல் வராண்டாவைத் துடைத்த துப்புரவாளர் ராணி என்பவள் கூற,

‘எழவெடுத்த என் நெனவு. போட்டு ராணி. இப்ப கழத்தியேன்.’

கனகத்தில் காலில் கிடந்த காலணி வலுவிழந்து இருந்தது. வாறுகள் அறுந்துப் போனதை ஊக்கு கொண்டு சொருகி வைத்திருந்தாள். கழிவுக் கூடையைச் சுமந்து வந்த வேலப்பனை

அழைத்தாள். அவனும் மருத்துவமனையில் இவளைப் போன்ற துப்புரவாளன்.

‘லே வேலா. நீ கீழ போய்தானே குப்பைத் தட்ட போற. எஞ்செருப்பையும் ஒன் அழுக்கு குட்டையில வச்சிக்கொண்டு போவியா?’

‘ம். இதுல வைய்.’ அவன் காட்டிய குட்டையில் புண் கட்டிய கழிவுத்துணிகள் நிறைந்து இருந்தன. அதில் தன் செருப்பை வைத்தாள்.

‘இதெல்லாம் ஒரு செருப்பு’ வேலப்பன் கூற,

‘என்ன செய்யியது? ஒரு சோடி வேண்டணுமுண்ணு நெனச்சாலும் கதை நடக்கேல. வேளம் பறஞ்சா பறஞ்சிட்டே இருப்பேன். கடுவா மூர்த்தி காலத்தால என்னைத்தான் வேவு பாத்துட்டே இருக்கா.’

சுகந்தி மேடத்தையே அப்படிச் சொன்னாள். கனகத்தின் செருப்பைக் கழிவு குட்டையில் வைத்து வேலப்பன் கீழ் இருக்கும் குப்பை வண்டியில் தட்டப்போனான். கனகம் மேல் மாடியின் ஈரத் தரையில் நடந்தாள். லோசன் நெடி அந்தப்பகுதி முழுவதும் வீசியது.

அறுவைச்சிகிச்சையின் அருகேயிருந்த பொதுக் கழிவறையின் முடுக்கில் உதடுகள் ஒட்டி நின்ற காதல் ஜோடிகளைக் கண்டு கண்களை மூடினாள் கனகம்.

‘கர்மம்...கர்மம். நேரம் வெளுக்குக்க முன்ன கண்ட காச்சியா இது? எழவுக்கதுவா எதுக்குதான் இப்படி கால, நேர, எடம் தெரியாம நடக்குதுவளோ. எள்ளு போல இடம் கெடச்சாலும் காரியத்தை முடிச்சிடுங்க போலிருக்கே.’ நினைத்தவளுக்கு தன் மகள் பூவரசியின் நினைவு வந்தது.

இந்த பொரட்டாசி வரப்ப இருபத்தி நாலு வயசு பொறந்துரும் எனக்க மொவுளுக்கு. முளகுமூட்டுல ஏழாவது வர படிச்சிட்டு மூணு வருசம் அண்டியாபிசு போனா. பொறவு தைய்யலு படிச்ச போனா. ஒரு தைய்யலு மிசியன் வேண்டிப் போட்டா ரெண்டு துணி தச்சி பிழைப்பாண்ணு பாத்தா, நல்ல புது மிசியன் வேண்டவும் கதியில்லாம இருக்கிறப்ப எப்படியோ ஒரு பழைய மிசியன் இரண்டாயிரம் ருவாயிக்கி வேண்டிக் குடுத்தேன். அத பெறவு ரிப்பேரு பாத்தே பாதி நாளும் போவுது. அதுவும் இப்ப

எல்லாம் பழையது போல துணி வரத்தும் இல்ல. கரண்ட் வச்சி தச்ச வசதியெல்லாம் வந்த பெறவு பழைய மிசியனை வச்சி ஓட்டியவளை தேடி யாரு வருவா? அதுவும் இப்ப எல்லாம் தைய்யற்காரங்க மலிஞ்சில்லா பெயிட்டாங்க. ஏதோ வாரத்துக்கு அம்பது நூறுண்ணு தச்சி கொடுத்துட்டு வீட்ல உள்ள வேலையளையும் செஞ்சிட்டு இருக்ற என் மொவளுக்கு ஆசா பாசம் இருக்காதா?இன்னா இப்பிடியெல்லாம் இதுகளைப்போல என் மொவுளுக்கு இருக்க தோணாதா? ஏன் எனக்க குட்டி இதுவரை யாரையும் காதலிச்சேல. மனசுக்குள் யாரையேனும் காதலிச்சி தோத்தென்னும் பெயிட்டாளோ என்னவோ? என் பெண்ணைக் கெட்டி கொடுக்கணும். ம். இப்ப இருக்கிற பவுனு விலையில் ஒரு கலியாணம் எடுக்கிறதை நெனச்சிக்கூட பாக்க முடியேல. மகளின் சிந்தனையில் ஆழ்ந்தவளை சுகந்தி மேடம் கலைத்தாள்.

'என்னா கனவா கண்டுட்டு நிக்ற?' சுகந்தி அதட்டினாள்.

'வர வர ஒன் போக்கே சரியில்ல. மேடத்திடம் சொல்லி கொடுக்க வேண்டியதுதான்.'

'இல்ல மேடம்...'

'போ உள்ள. டெலிவரிக்குள்ள எல்லாத்தையும் சுத்தப்படுத்தி வை.'

கனகத்திடம் கட்டளையிட்ட சுகந்தி மேடம் வெளியே சென்றாள். கனகம் அறுவைச்சிகிச்சைப் பகுதிக்குள் நுழைந்தாள். குளிரூட்டப் பட்ட அறையிலிருந்து கவ்விய வாசம் ஏதோ பெரும் பணக்கார பிரதேசம் போலவே இருந்தது.

பெரிய ட்ரே மீது விரிச்சி வச்சிருக்கிய அறுவைக்குரிய இந்த சாதனங்களைப் பாத்து வேலைக்கி வந்த புதிதுகளில் எப்படி பேடிச் சிருக்கேன். மனுச உடம்புகளை கீறி பிளந்து ஆப்ரேசன் செய்யும் கருவிகளைக் கண்டு என்னே பயம் பயந்துருக்கேன். மயக்கிப் போட்டிருக்கும் நோயாளியின் உடலின் பாகங்களை மருத்துவர்கள் முறையா கிழிக்க இந்த ஆயுதங்களைதானே பயன்படுத்துவார்கள். இதில் ஒரு சின்ன தப்பு வந்தாகூட நோயாளி செத்துல்லா போவான். அப்படியிண்ணா மருத்துவருகள் எப்டி கவனமா இருக்கணம். இதெல்லாம் நினச்சி நினச்சி பரவசமாகி போன பல நாளுகள் உண்டு.

அமைதியாக இருந்த அறுவைச் சிகிச்சைப் பகுதியைச் சுத்தப்படுத்தத் துவங்கினாள் கனகம். காலை பத்துமணி. சற்று ஓய்வுக்காக துப்புரவாளர்கள் மருத்துவ மனைக்குப் பின்புறம் நிற்கும் வேப்ப மரத்தினருகே அமர்ந்திருந்தார்கள். கனகம் தன் மகள் வருகிறாளா என வாசலையே பார்த்துக் கொண்டிருந்தாள்.

இந்தக் குட்டிய இன்னும் காணேலியே எங்க பெய்ட்டா? வீட்ல ஒத்தைக்கு இருக்கவும் செய்வா. வீடு வரை பெய் பாத்துட்டு வந்தா என்ன? வாசலை எட்டி எட்டி பார்த்தவளை, ‘என்ன கனகம் வாசலயே பாத்துட்டு இருக்க?’ வேலப்பன் கேட்டார்.

‘குட்டி வாறேண்ணு சொல்லிச்சி’ வாசலிலிருந்து கண்களை திருப்பாமலே சொன்னாள்.

‘அவளுக்கு சம்மந்தம் ஒண்ணும் பாக்கேலியா?’

‘பாக்கணும். வாறவன் அஞ்சி, பத்து லெட்சம் இல்லியான்னு கேட்கியான். எனட்ட அப்பிடி என்னல இருக்கு? அவ கழுத்துல ரெண்டு பவுன் மாலை கெடக்கு. ஒரு லெட்சம் ருபாயிக்கி சீட்டும் நடக்குது. இம்படந்தான் அவளுக்குள்ள சீதனம். அவளுக்க தகப்பன் நோய்பிடிச்சிக் கிடக்கிறப்ப கொஞ்சம் பணமா செலவழிச்சேன். எல்லாத்தையும் தீத்துட்டு என்னையும் கடங்காரியாக்கிட்டு இல்லா மனுசன் செத்துப்போனாரு. இந்த ஆஸ¬த்திரியில மட்டும் எத்னாயிரம் ருவா கெட்டியிருப்பேன். அந்த கடனும் இன்னும் முடியல. இங்கே வேலை செய்யுறதுனால பெரிய டாக்டர் சுபா மேடத்துக்க அப்பா அந்த கடங்களைப் பொறுத்தாரு. நானும் பாதி கடன் மீட்டக்கும், மீதி செலவுக்கென ஒதுக்குவேன். பெரிய டாக்டருக்க மொவா சுபா மேடம் இங்க பெரிய டாக்டர் ஆன பிறகு அவங்களும் பழையக் கடங்களை பொறுத்துதான் போகிறாங்க. அப்பவே உள்ள கடன் இன்னும் கிடக்கு பாத்துக்கோ. இதிலே வேலைச்செய்யுறதுனால சுபா மேடம் அதைப்பற்றியெல்லாம் பெருசா கேட்கல. ஆனாலும் அப்பப்ப, கடன் இருக்குண்ணு நினைவிருக்காண்ணு கேட்கிறாங்க. என் சம்பளமா மாசம் ரெண்டாயிரம் ருபா இப்பதானே கொஞ்ச நாளா கிடைக்குது. அதுலதான் உப்பு முதல் எல்லாம் வேண்டணும். கடன் தீக்கணும், உடுக்கப் பாக்கணும், தின்னப் பாக்கணும், நல்லது, கெட்டது பாக்கணும். மிச்சம் பிடிக்கணும். என் பெண்ணுக்கு உனக்கு தெரிஞ்சி அணப்புல ஏதேனும் சம்மந்தம் இருந்தா பாக்கணும் வேலா.’

‘ஒரு ஆளு ஒன் பெண்ண கேட்டுருக்கு’ – வேலப்பன் சொன்னதும் மனதுக்குள் மகிழ்ந்தாள் கனகம்.

ஒருத்தனுக்க கண்ணுலகூட என் பெண்ணு தெரியேலியேண்ணு எத்ர நாளு நினச்சிருப்பேன். ஒருத்தன் ஸ்னேகிச்சிக் கெட்ட வரமாட்டானாண்ணு எத்தனையோ நாளு நெனச்சிருப்பேன். இந்த வேலனுட்ட என் பெண்ணை யாரு விரும்பி கேட்டிருப்பான்?

‘ஆரு வேலா எம் பெண்ண கேட்டது’ – எதிர்பார்ப்போடு கேட்டாள்.

‘நீ அவனுக்கு கொடுக்க மாட்ட...’

‘நீ பொடி வச்சி பேசாம, என் பெண்ண கேட்டது ஆருண்ணு செல்லு.’

‘வேண்டாம் இத விட்டுத்தள்ளு.’

‘ஏம்ப்ல பெண்ண கேட்டவன் ஆணுதானே. அப்படியிண்ணா கெட்டிக் கொடுப்பேன்.’

‘ஆணுதான். ஆனா சாதி வேற.’

‘சா..தி வேறயா...’ கொஞ்சம் வாய் பிளந்தாள்.

‘அதான் அப்பளே சொன்னேன் இல்லா... நீ கொடுக்க மாட்டேண்ணு...’

‘ஆருல கேட்டது’

‘சக்கிலியன் மாரி.’

‘மாரி..யா...’ பெரிதாக வாய் பிளந்தாள். அவன் உருவம் மனதில் வந்தது. கரிய, பெரிய உருவம். எண்ணெய் வழியும் முகம். சிவந்த பற்கள். வெற்றிலைச்சிவப்பு உதட்டில் தெரியுமே அவனா?

‘அவன் குடிகாரன் இல்லியா.’ இயலாமையில் சொன்னாள்.

‘பெணம் காக்றவனும், சாக்கடை அள்ளுறவனும், பீ வாரியவனும் குடிச்சேலண்ணா அவன் பெழப்பு ஓடாதுக்கா.’

‘அவனுக்கு எப்பிடியில் என் குட்டியை கெட்டிக்கொடுப்பேன்.’

‘அவன் எனட்ட செல்லி வச்சி, கொஞ்ச நாளாவுது. நான்தான் ஒனட்ட கேக்க, மடிச்சி மடிச்சி இருந்தேன்... நாளைக்கி நான் எங்குடும்ப வீட்டுக்கு, அதாமுட்டியக்கா புதுக்கடைக்கு

போறேன். அங்க என்னை வளத்த பாட்டிக்காரி சாவக்கிடக்கியா. அம்ம, அப்பன் இல்லாத என்னை ஒருமாதிரியங்கிலும் அவாதான் வளத்துவிட்டா, கடைசி காலம் அவளை பாக்க வேண்டிய பொறுப்பு எனக்கிருக்கு. நான் அங்க பெய்யாச்சங்கி பிறகு இந்த சோலிக்கி அதிகமா வாறதுபோல இல்ல. அதான் அவன் எனட்ட கேட்க சென்னதை ஒனட்ட செல்லணுமுண்ணு சென்னேன்... இனி ஒனக்க விருப்பம்...'

'இந்த தூப்புத்தொழிலை நாஞ்செஞ்சாலும், நான் போய் ஒரு சக்கிலியனுக்கு எனக்க குட்டிய கெட்டிக்கொடுத்தா என் ஆளுசனமெல்லாம் சிரிப்புனுமுல.'

'அப்பிடி சிரிச்சிய ஆளுகளுட்ட போய் ஒனக்க மொவளைக் கெட்டி கொடுக்க உள்ள பணத்தை தரச்செல்லு. அவங்க எல்லாம் நம்ம நிலைத்தெரிஞ்சி ஒதவமாட்டுனுமாம். ஆனா சிரிப்பாங்களாம். இஞ்சப்பாரு இந்த சாதி, சமயம், இதெல்லாம் எப்ப ஒரு மனுசனுக்கு உதவலியோ, அப்பளே இதெல்லாம் தூக்கி எறிஞ்சிடணும். ஒஞ்சாதியில ஒருத்தன் ஒன் பெண்ண பணம் காசு பாக்காம கெட்டிக்க வரல. ஆனா அடுத்த சாதிக்காரன் வாறான். அப்ப ஒன் சாதியால ஒனக்கு என்ன பிரயோசனமுண்ணு செல்லு. இந்த சாதி, மதமெல்லாம் மனுசங்களே உண்டாக்குன அடிமத்தனம்; மூடத்தனம். எல்லாத்தையும் கெட்டிப்பிடிச்சி அதான் ஒழுக்கமுண்ணு வாழ்ந்தா நாம வாழ்க்கையை இழந்திடுவோம்.'

வேலப்பன் விவரமாக பேசுவதை கனகம் ஆச்சரியமாகப் பார்த்தாள்.

'எப்பியிடில இப்பிடியெல்லாம் பேச படிச்ச?'

'எல்லாம் என் அனுபவம். நான் அவ்வளவு வேதனைப் பட்டுட்டேன். கோயில் குளமுண்ணு எப்படி ஓடுவேன் நானுண்ணு ஒனக்கு தெரியும்தானே. ஒரு தப்புத்தண்டாண்ணா அப்பிடி பயந்து ஒதுங்குவேன். ஆனா என் மதமும், கடவுளும் எனக்கு என்ன தந்து? எல்லாமே கள்ளமுட்டியக்கா. எனக்கு நாப்பத்தி நாலு வயசாகுது. அக்கா, தம்பி, குடும்பமுண்ணு எல்லாருக்குமா உழச்சி வாழ்ந்தேன். ஆனா இந்த சுனாமியில அதுவ எல்லாம் என்னை விட்டு பெய்ட்டுதுவ. போக போகதான் புரியுது, நமக்கு அறிவுதான் கடவுளுண்ணு. அதை வச்சி பெழைக்கிற வழியப்பாக்கணும். மாரியோட ஒடம்புல ஒட்டுற

அழுக்கு ஒருக்கா குளிச்சா பெயிடும். இஞ்ச பலருக்கு வெளியில் தேச்சி மாச்சி குளுச்சாலும் மனசுக்குள்ள புழு மிதக்குது. மாரியைப் பொறுத்தவரைக்கும் சின்னதா ஒரு வீடு இருக்கு. பூவரசியை நல்லா வச்சிக்குவான். ஒரு கொழந்த குட்டி பெறந்த பெறவு அந்த கொழந்தையை நல்லதா வளத்து படிக்க வச்சி பெரிய உத்தியோகம் பார்க்க வச்சிட்டா மாரியோட அழுக்கை எல்லாருமே மறந்திடுவாங்க' – வேலப்பன் கூறுவதை சிந்திக்க துவங்கினாள் கனகம்.

'லே நான் யோசிச்சி பாக்கியேன்.'

'நல்லதா யோசிச்சி மாரியிட்ட ஒனக்க பதிலைச் செல்லு. அங்கேரு நீ தேடுன ஒனக்க மொவா வாறா.'

கனகம் வெளிவாசலைப் பார்த்தாள். வறுமையைத் தின்று வளர்ந்தாலும் வாட்டம் காணாத தன் மகள் பூவரசியைப் பார்த்து நின்றாள். மாரியை தன் மகளோடு இணைத்துப்பார்த்தாள்.

'ஏதோ என்ன புதுசா பாக்கியது போல, என்னடி அப்படி பாக்கிய?' பூவரசி கேட்டாள்.

'எப்பளே ஒரு கிளாசு வெள்ளம் கொண்டு வருவேண்ணு பாத்திட்டிருந்தேன்.'

'வீட்டுல சீனி இருந்தாக்கும். அதான் காப்பி வெள்ளம் கொண்டு வர பிந்துச்சி...'

'பெறவு என்ன செஞ்ச? இப்ப தேயிலை கொண்டு வந்திருக்க?'

'வீட்டுல கோழி முட்ட இருந்து இல்லியா...'

'அதை வித்த இல்லா...'

'பின்ன...' தாய் மகள் உரையாடலைக் கேட்ட வேலப்பன்.

'ம். கொள்ளாம் உங்க வீட்டு கத. மருந்து வித்து விசத்தை வாங்கிய கதை போல இல்லா உங்க கதையிருக்கு. நாட்டுக் கோழியிக்க முட்ட, ஒடம்புக்கு எம்புடு நல்லது. யாராவது முட்டையை வித்து சீனி வேண்டுவுனுமா?' வேலப்பன் சொல்ல...

'அது பாதி நாளும் எங்க வீட்டு கதை இப்படித்தான். மீனு வேண்ட பைசா இல்லண்ணாலும், மருந்து வேண்ட சக்கரம் இல்லண்ணாலும் வீட்டுக்கோழியா போடிய முட்டையளை விக்கியதுதான்' – கனகம் கூறினாள்.

'நல்ல கத. முட்டையை சாயையா அடிச்சி குடிச்சப்பாதா ஒனக்கு. கொஞ்சம் சுக்கு, நல்ல மொளவு பொடியிண்ணு கலந்து முட்டையை அடிச்சி கலக்கி குடிச்சா அதைவிட ஒடம்புக்கு வேற என்ன மருத்து வேணும்.'

'எனக்கு தின்ன சோறு இல்லாட்டாலும் தேயில வெள்ளம் போருமுல...' மகள் கொடுத்த தேயிலை வெள்ளத்தை ஊதி ஊதி சொன்னாள்.

'ம், அதான் தேகம் இப்பிடி ஒணந்து ஒணந்து போறது...'

'அது போறப்ப போட்டுமுல. இந்த ஆசுத்திரி வச்சி இருபத்தி நாலு வருசமாவுது. நான் இருபது வருசமா இதுல வந்துட்டுருக்கேன். அப்பளே இப்படித்தான் இருந்தேன்...'

தேயிலைக் காப்பியை உறிஞ்ச துவங்கினாள். பூவரசியின் கண்களோ ஆஸ்பத்திரி வாகனங்கள் நிறுத்தப்பட்ட இடத்தையே வட்டமிட்டது.

எங்க அவன். மனசுக்குள் தேடினாள்.

'அங்க என்னட்டி பாக்கிய?' கனகம் கேட்க...

'ஒண்ணுமில்லடியம்மா...'

'சீக்கிரம் வீட்டுல போ...'

'காப்பியை குடிச்சிட்டு பாத்திரத்தை தா. நான் போறேன்...'

'தா..றேன்... தாறேன்...' கனகம் சொல்ல, பூவரசி வேப்ப மரத்தடியில் அமர்ந்தாள்.

'இதுல இருந்தாச்சா. வீட்ல கதவ தொறந்து இட்டுட்டு தானா வந்த?'

'ஓ, பெரிய வீடு. வீட்ல முத்தம்ம பாட்டி இருக்கியா. நான் கொஞ்சம் நேரம் இருந்துட்டு போறேன்'.

முத்தமா பக்கத்தில் உள்ள பாட்டி.

'பத்திருபது வருசமா இந்த ஆசுத்திரி நாத்தம் பிடிச்சி, பிடிச்சி ஒலகத்துல வேற எந்த மணமோ, கொணமோ தெரியாம போயிட்டேன். அழுக்கு வாரி அல்லாடுறது என்னோடு முடிஞ்சி போவணும். நீயாவது இந்த ஆசுத்திரி பக்கம் வரப்பிடாதுண்ணு

தூப்புக்காரி | 35

நினச்சிட்டிருக்கேன். பெரிய மேடம் ஒன்னப்பத்தி அப்பப்ப கேக்கியது உண்டு. பழைய கடமெல்லாம் கிடக்கு இல்லியா அதான் ஒன்ன கேட்கியது. அவங்க கண்ல பட்டு தொலஞ்சா கொம்மைக்கி உதவி பண்ணுண்ணு சொல்லியது போல இந்த அழுக்குல தள்ளி விட்டுருவாங்க.'

'ம்... என் உயிரே போனாலும் நான் இஞ்ச வரமாட்டேன். இந்த நாத்தம் கேட்டா எனக்கு குடலெல்லாம் வெளிய வந்துரும்...'

'அதான் சீக்கிரம் போண்ணு செல்லியேன்...'

மகள் அமைதியானாள். மரத்தின் நிழலில் ஓய்வாக அமர்ந்திருந்த துப்புரவாளர்களை, 'இன்னும் வரதோணலியா?' சுகந்தி மேடம் அழைக்க அனைவரும் எழுந்து சென்றனர்.

'மோளே செணம் வீட்டுல போ.'

'ஓ...' பதில் சொன்ன பூவரசி, தாயுக்கு காப்பி கொண்டு வந்த பாத்திரத்தைக் குனிந்து எடுத்து பையில் போட்டாள். வாகனங்கள் நிறுத்தியிருக்கும் இடத்தை விட்டு கால்கள் நகர மறுத்தன... எங்க பெயிருப்பான்? ஒரு வேளை சவாரிக்கு பெயிருப்பானோ?

கிட்டத்தட்ட மூணு வருசா சினேகிச்சிட்டு வாறேன் அவனை. இது வரைக்கும் எங்காதலை காத்துக்குகூட வெளிப்படுத்தினல்ல. அவனை நல்லா பாப்பேன்; லேசா சிரிப்பேன் அவ்வளவுதான். எங்காதலைப் பத்தி வெளிய சொன்னா சிரிப்பாங்க. இந்த காலத்துல காதலை யாருமே பொத்தி வைக்கிறதேயில்ல. செல்லு, அதுவழியா மெசேஜ் என பாத்துட்ட ஒரு மணி நேரத்திலே அவங்கவங்க காதலை வெளிப்படுத்துவாங்க. ஆனா நான் மட்டும் மூணு வருசா மனசுக்குள்ளே வச்சிருக்கேன்.

இந்த பாவிக்குட்டியிட்ட ஒரு செல்லுபோணு இருந்திருந்தாகூட எப்படியும் அவன் நம்பரை வாங்கி பேசியிருக்கலாம். அம்மையிட்ட எப்பளே ஒண்ணு வேண்டி கேட்கியேன். எல்லாம் மாப்பிளை வீட்டுல போய் வாங்குனா போதும்ண்ணு செல்லுவா. அவனுக்கு என்னைப் பிடிக்குமா? பெருசா படிச்சவன், கொஞ்சம் வசதியெல்லாம் உண்டு. அவனுக்க ரெண்டு அக்காமாருவா வாத்திச்சியா. அவங்கப்பாகூட ரிட்டேடு ஆன போஸ்ற்மேன். தள்ளை இல்ல. அவனுக்க ஒரு தமையனுக்ககூட கலியாணம் நாளைக்கும், மத்துனாளும் இருக்கு. ஒரு வேளை அந்த ஓட்டத்துல எங்கேனும் போயிருப்பானோ?

இவனும் வெளிநாட்டுக்கு போகிறத்துக்கு எல்லாமே ரெடி பண்ணி வச்சிருக்கானாமே. எப்பண்ணு இல்லாம வெளிநாட்டுல டிரைவர் சோலிக்கு போகிறதா ஆளுவா செல்லக் கேட்டிருக்கேன். இந்த லெட்சணத்துல எனக்கொரு காதலு. இத்தனைக்கும் ஒரு நாளு வாத்தொறந்து ஒரு வார்த்த பேசினது இல்ல. ஆனா ரெண்டு பேரும் ஒருத்தருக்கொருத்தர் பாத்துருக்கோம்; லேசா சிரிச்சிருக் கோம். இதை மட்டும் வச்சி எப்பிடி காதலுண்ணு நினச்சிக்க முடியும்? காதலா பாத்து சிரிக்கிறதுக்கும், வேறு விதமா சிரிக்கிறதுக்கும் வித்தியாசம் தெரியும்தானே. ஆமா காதல் பார்வை மனசுக்கு புரியும்.

என்னை பார்த்திட்டா உடனே வெளியே வருவான் இல்லியா? சாயக்கடையில் போய் பேப்பரு படிச்சியது போல பாப்பான் இல்லியா. என்னை எங்க வச்சி கண்டாலும் அவன் வண்டியில ஹாரனை அடிப்பான் இல்லியா. அது போல கார் கண்ணாடியை சரிச்சி என்னை பார்ப்பான் இல்லியா.

இதுபோலவே ஒரு நாளு வண்டி செட்டுல பேப்பரு ஒண்ணைச் சுருட்டிப்போட்டான். கொஞ்ச நேரம் கழிச்சி பெயி பாத்தா, அந்த சுருட்டுன பேப்பருல என்னை வரைஞ்சி வச்சிருந்தான். அவன் என்னை எந்த அளவுக்கு மனசுல நினச்சிருக்கிறான் என்பதை அவன் வரைஞ்சிப் போட்ட படத்தை வச்சி கண்டுப்பிடிச்சேன். அவன் என்னை சினேகிச்சியது உண்மைதான். ஆனா நான் போயி எப்பிடி கேட்கியது.

அவனுக்கு நல்லாவே படம் வரைய வரும் போலிருக்கு. இந்த ஆசுத்திரி கெட்டிடத்தின் எல்லா சுவருகளிலும் இருக்ற படம் அவன் வரஞ்சதா செல்லியாவ.

நினைத்தபடியே வாகனங்களை நிறுத்தும் இடத்தைத் திரும்பிப் பார்த்தபடியே நடந்தாள் பூவரசி. மற்ற வண்டிகள் எல்லாம் நின்றன. அவனை மட்டும் காணவில்லை. ஒரு வேளை டாக்டர் வீட்டுக்கு பெயிட்டாளோ. தைராய்டு டாக்டருக்கு இவன்தானே டிரைவரு. அவனைக் காணவில்லையென்கிற வேதனை எழும்ப நடந்தாள் பூவரசி.

அவசர தொடர்புக்கு என்று ஒரு கரும் பலகையில் எழுதி வைக்கப் பட்டிருந்த அலைபேசி எண்களையும், பெயர்களையும் பார்த்தாள். மனோவின் பெயர் எங்கே? கண்கள் தேட மனோ பெயர் தெளிவாக தெரிந்தது. அவன் அலைபேசி எண்களை உற்றுப்பார்த்தாள். அவை மனதில் பதிந்துக்கொண்டேயிருந்தன.

‘குட்டே அங்க என்ன பாக்கிய? இன்னும் நீ வீட்டுல போவேலியா?’ கழிவுத்தொட்டியில் கழிவுகளை அள்ளிக் கொண்டிருந்த கனகம் கேட்டாள்.

கழிவுகளோடு கழிவாகத் தெரியும் தன் அம்மாவைப் பார்த்தாள் பூவரசி. கழுத்து வரை அழுக்கு சுமந்திருந்த கழிவுத் தொட்டியில் ஈக்கள் கூட்டமாக வந்து விழுந்துக்கொண்டிருந்தன. அவற்றின் நடுவே நின்ற தாயைக் கூர்ந்துப்பார்த்தாள். உணவு எச்சில்களும், பெண்கள் பயன்படுத்தும் மாதவிடாய் கழிவுகளும், மோளும், காறலுமாய் நிறைந்திருந்த கழிவுத்தொட்டில் கைவைத்து வாரி அவற்றைத் தள்ளுவண்டியில் கொட்டினாள் கனகம்.

எனக்க அம்ம இதுகளோடு வாழ்ந்துதான் என்னை வளக்குறா இல்லியா? வேர்ப்பு வெள்ளம் மொகத்துல வடியுது. அதை அழுக்கு கையால துடைக்கிறப்ப என் அம்மையின் முகத்திலும் அழுக்குப் படியுது. பூவரசியின் மனம் வலித்தது.

‘ம்..மோ ஓ...’ மகளை நிமிர்ந்து பார்த்தாள் அழுக்கிலிருந்து.

‘வெயிலுல எதுக்கு வந்து நிக்கிய.? வீட்ல பெயி துணி இருந்தா தைய்’ கனகம் கூறினாள்.

எந்தவொரு அருவருப்பும் இல்லாம அழுக்கெல்லாம் வாருறியே. அழுகுன இலைகளை பூச்சி எடுக்கிறப்ப அங்கண்டு வாற நாத்தம் எங்கொடலையே பொரட்டுத்தே... ஒனக்கு எதுவுமே தோணலியம்மா? – மனசோடு கேட்டு நின்ற பூவரசியின் வாயில் வெள்ளம் ஊறியது. வாந்தி பண்ண குமட்டியது.

‘வா..க்’ மகளின் சத்தம் கேட்ட கனகம், ‘ஏங்குட்டி வாயப்பெளக்கிய?’

‘கக்க வருது...’ நெஞ்சைத் தடவிக்கொண்டே சொன்னாள்.

‘இதுல நிக்காத போண்ணா போவாண்டாமா? நானும் வேலைக்கி வந்த புதுசுல நல்லா கக்கி அழிச்சேன். ஒரு பிராயத்துல ஒரு மூக்குத் துண்டை வழியில் எங்கேனும் கண்டா ஓங்கழிச்சி ஒரு கெழம ஒண்ணும் தின்னாம இருப்பேன். பிறகு வந்த வாழ்க்கையில் எப்படி மாறியிருக்கேண்ணு பாரு. வாழ்க்கையோட நிலை, உயிரு வாழணுமங்கிற போராட்டம் எந்த பீயையும் அள்ளித்தான் பிழைக்கணுமுண்ணா பொழச்சித்தான் ஆகணும்’ – இயல்பாக கனகம் சொன்னாள்.

பூவரசி வாயைச் சவைத்து சவைத்து நின்றாள். கன்னப்பகுதியில் சில்லரிப்பு கூடிக்கொண்டே போனது.

அழுகிய உணவு அழுக்குகளை அள்ளியபோது எடுத்த நாற்றம் நாசியை அடைத்திட வாயைத்திறந்து வாந்தி பண்ணத் துவங்கினாள் பூவரசி. மகள் கக்குவதைக் கண்டு லேசாகச் சிரித்தாள் கனகம்.

'இதுக்குதான் அப்பளே போ போண்ணு சென்னேன்.'

அருகில் இருந்த குழாயிலிருந்து கையைக் கழுவிய கனகம், மகளிடம் வந்தாள். வாந்தி பண்ணுகிறவளின் முதுகைத் தடவிக்கொடுத்தாள்.

'இந்த அழுக்கெல்லாம் மனுசனுக்கங்கிட்டயிருந்து வந்ததுதான். வெறும் மணத்தை மட்டும் தேடி ஓடுற மனுசன் அவனுட்டயிருந்து வாற கழிவுகளுக்க நாத்தத்தை உணரவேமாட்டான். தெனம் தெனம் குளிச்சாதான் ஒடம்பும் மணக்கும். இல்லேண்ணா இதுவும் நாறத்தான் செய்யும்', தன் முதுகை தடவிக்கொண்டே, தாய் கனகம் இயல்பாகக் கூறிக்கொண்டிருக்க, பூவரசியின் சிந்தனைகளில் வலி படந்தேறிக்கொண்டிருந்தது.

ஒரு அழுக்கு வாரியிக்க மொவளா பெறந்த என் வாழ்க்கையோட உண்மை நிலையை நான் ஏன் மறந்தேன்? இதுதான் என் உண்மையான வாழ்க்கை. இந்த கொழுத்த உடம்பு எனக்க அம்ம அழுக்கு வாரி தந்த பணத்துல வளந்தது. எனக்கும் ஒரு வேளை இதுதான் தொழிலா அமையலாம். இதே நிலையில் உள்ள ஒருத்தன்தான் மாப்பிளையா வரலாம். இந்த நிலையில் நான் எதுக்கு மனோவை நினைக்கணும்? அவனுக்குண்ணு சமூகத்துல ஒரு கௌரவம் இருக்கு. என்னை அவன் கெட்டியிட்டா தூப்புக்காரியிக்க மொவளை கெட்டியவண்ணு எல்லோரும் செல்லுவுனம். இதுபோக அவனுக்க வசதிக்கு நிறைய மொதலு கேப்பாங்க. என் அம்மையால அப்படி பெருந்தொகை கொடுத்து கெட்டிக்கொடுக்க முடியாது. இப்படியான என் உண்மை நிலையை மறந்து அவனை மூணு வருசமா வளத்த எங்காதலை மறக்க முடியுமா? ஆனா அதையெல்லாம் மறக்கணும்... எல்லாமே மறக்கணும். நினைத்தவளை அம்மா கலைத்தாள்.

'நீ வீட்டுக்கு போ மக்கா. நான் உச்சைக்கி வீட்ல வருவேன். பெய் சரிஞ்சிக் கெட.'

வாந்தி பண்ணிக் குழைந்துபோன பூவரசி ஈர விழிகளுடன் தாயைப் பார்த்தாள். ஈக்கள் மொய்க்க நின்றவளைக் கட்டிக்கொண்டு அழுதாள். மகளின் உணர்வு தாயைக் கசிய வைத்தது. அந்த நேரத்தில் அவள் காதில் மனோ வண்டியின் அழைப்புச்சத்தம் கேட்டது. 'திரும்பாதே' மனம் சொன்னது. சில நேர இழப்புகளை ஈடு செய்ய ஒவ்வொருவரும் தன்னோடு யுத்தம் செய்தே ஆகணும். பாக்காம போய்டு – தன்னோடு கூறினாள்.

தாயிடமிருந்து திரும்பி நடந்த போது எதிரே தெரிந்த சுவரில் மனோ வரைந்த குழந்தை படம் தெரிந்தது. உடம்பில் ஒட்டுத் துணியில்லாமல் சிரிக்கும் குழந்தைப்படம், என்ன உணர்த்துகிறது என்பதை அறிய அதன் அருகில் சென்றாள். 'இதுதான் எதார்த்தம்' என படத்தின் கீழே எழுதப்பட்டிருந்தது. அவன் வரைந்த ஓவியம் கண்டவளுக்கு மனோவின் மீதான அன்பு கூடியது. ஆனாலும் திரும்பாமலே நடந்தாள். மனோ அவ்வப்போது ஹார்ன் அடித்துக் கொண்டேயிருந்தான். பூவரசி நடந்து வெளிவாசலில் வரவும், அங்கே குப்பைகளை எடுக்கும் வண்டியும் உள் நுழைந்தது. குப்பை வண்டியில் வாரிக் குமித்த குப்பைகளின் மேல் இருந்த மாரி, கமந்து நடக்கும் பூவரசியைப் பார்த்தான். குப்பை வண்டியின் சத்தம் கேட்டு நிமிர்ந்த கனகம், மாரி தன் மகளைப் பார்ப்பதைக் கவனித்தாள். அழுக்குகளின் மீது அழுக்காகத் தெரியும் அவனையே பார்த்தாள்.

மாரியைப் பார்த்துக்கொண்டிருந்த கனகத்தின் அருகே குப்பை வண்டி நின்றது. அதிலிருந்து சாடிய மாரியின் அழுக்கும், குப்பையின் துகளும் பறந்தது. கூடவே மது நாற்றமும் சுழன்றது.

'குப்ப வாரியிட்டியளா?' மாரி கேட்க, 'வாரியிட்டிருக்கேன்...' கனகம் அவன் முகம் பார்க்காமலே கூறினாள்.

'முடிஞ்சதும் விளியிங்க. ஒரு சாயைக் குடிச்சிட்டு வாறேன்.'

'ஓ...'

அவன் தன்னைக் கடந்து சென்றதும் கனகம் தனக்குள் பேசத் துவங்கினாள்.

என் பெண்ணுக்கு இவன் வேண்டவே வேண்டாம். இவனோடு வாழ்ந்தா நாளொரு காலம் என் பெண்ணும் அழுக்கு வாரி பெழைக்க வேண்டி வந்தாலும் வரும். அவளாவது இந்த நாத்தம் பிடிச்ச ஒலகத்துக்கு வராம இருக்கணம். வேலப்பனை அவன்

ஊருக்குப் போகிறதுக்கு முந்தி பாக்கணும். முடிவா என் மொவளை கெட்டிக் கொடுக்க முடியாதுண்ணு சொல்லணும். சிந்தனையில் தீர்மானம் செய்தாள்.

சாயை குடிச்சிட்டு வந்த மாரி கனகம் வாரி வைத்த குப்பைகளை எடுத்து வண்டியில் தட்டினான்.

கனகம் அவனோடு பேச்சுகொடுக்காமல், கழிவறைப் பக்கம் நடந்தாள்.

அத்தியாயம் 3

மதிய நேரம். வெயில் அதிகமான வெப்பத்தை வெளிப்படுத்திக் கொண்டிருந்தது. காலையில் மகள் கொடுத்த தேயிலை காபி நெஞ்சுக்குள் எரிப்பை ஏற்படுத்த தண்ணீர் குடிக்க குழாயடி நோக்கி நடந்தாள் கனகம்.

கார் ஷெட்டில், தன் காருக்குள் இருந்தபடியே கனகத்தை கவனித்தான் மனோ.

பூவரசியோட அம்மா பாவம். எத்தனை வருசமா இப்பிடி ஒழைக்கிறாங்க. பூவரசியை எனக்கும் பிடிக்கத்தான் செய்யுது. கல்லூரி காலம் வந்த காதலைவிட இவள் மீது ஏன் அதிக பாசம் வந்ததுண்ணு தெரியலதான். எங்க வீட்டுல உள்ளவங்களை எதிர்த்து, எங்காதல் வெற்றிப்பெறுமாண்ணு தெரியல. அதனாலதான் அவகூட இதுவரை பேசுறதுக்கு முயற்சி எடுக்கல. பிறகு ஆசை காட்டி மோசம் செய்ததா இல்லா ஆகிடும். அவன் சிந்தனையைக் கலைத்தவாறு வந்து நின்றார் பெரியவர் ஒருவர்.

'கார் சவாரிக்கு வருமா?' பெரியவர் கேட்க, கார் சீட்டில் சாய்ந்திருந்தவன், நிமிர்ந்தான்.

'எங்க போகணும்?'

'தொடுவெட்டிக்கு.' சொன்ன பெரியவரைப் பார்த்து புன்னகைத்தான். அவன் சின்ன வயதில் மார்த்தாண்டத்தை

தொடுவெட்டி என்றே பலரும் சொல்வதைக் கேட்டிருக்கிறான். தொடுவெட்டி மார்த்தாண்டம் ஆன பிறகும் பழைய வரலாற்று பெயரை மறக்காமல் கூறுகிறாரே.

'போகலாம்...' காரை ஸ்டாட் செய்யும் நிலைக்கு வந்தான்.

'ஒரு அஞ்சி நிமுசம் தம்பி. என் பெண்ணையும், பிள்ளையளையும் கூட்டியிட்டு வாறேன்.'

பெரியவர் சொன்னது போல் ஐந்து நிமிடத்தில் ஒரு குடும்பமே வந்தது. ஆஸ்பத்திரியிலிருந்து பிரசவம் முடித்து வீடு திரும்பும் பெண், அவள் பிரசவித்த சின்னஞ்சிறு குழந்தை, தாய், தங்கையென ஐந்தாறு பேர் மனோவின் காரில் ஏறினார்கள். மனோ வண்டியை உயிர்ப்பித்தான்.

மருத்துவமனை காம்பவுண்ட் தாண்டி வெளியேவந்தபோது பூவரசி வெளிப்பாதையில் போய்க்கொண்டிருப்பதைக் கண்டு ஹார்ன் அடித்தான். அவளோ திரும்பிப் பார்க்கவில்லை. ஆனால் அவள் மனம் மௌனமாக அழுதது.

•

குழாய் தண்ணியைக் குடித்து முகம் கழுவிய கனகத்தை பிரசவ வார்டிலிருந்து பெண்மணி ஒருவர் அழைத்தார்.

'தூப்புக்காரி...' திரும்பி பார்த்தாள்.

'கொஞ்சம் இஞ்ச வா...' கழுவிய முகத்தைத் துடைக்காமல் அவளை நோக்கி நடந்தாள்.

'எம் பெண்ணு பிள்ளை பிரசவிச்சா. அதான் கொஞ்சம் அழுக்கு துணி இருக்கு அலவி போடுவியா. இன்னா இந்த பைசாய வச்சிக்க.'

அவள் எடுத்து வைத்த அழுக்குத் துணியைவிட, அவள் எடுத்துக்காட்டிய இருபது ரூபாய் கனகத்துக்கு பெரிதாகத் தெரிந்தது.

'கொண்டா அலவித்தாறேன்.'

அழுக்குத் துணியை வாங்கிக்கொண்டு கழிவறைப் பக்கம் நடந்தாள். பொதுக்கழிவறையினருகே துணி அலசும் பெரிய கல் கிடந்தது. அதன் மேல் அழுக்கு துணிகளைக் கொட்டினாள். அதனுள்ளிருந்து எழுந்த புழுங்கிய நாற்றம் கனகத்துக்கு எப்போதோ பழகிவிட்டது.

வாளியில் தண்ணீர் பிடித்துத் துணிகளை அதில் போட்டு முக்கினாள். தண்ணீர் முழுவதும் ரத்தமாய் மாறியது. இடது உள்ளங்கையில் உருட்டிவைத்த இருபது ரூபாயை இடையில் சொருகி வைத்தாள். துணிகளை வேகமாக அலசத் துவங்கினாள். ஒரு வழியாக துவைத்து விட்டு நிமிருகையில் முதுகு விண்ணென வலித்தது. ரத்த நெடி மூக்கில் ஏறியது. சுத்தப்படுத்திய துணியை எடுத்தபடியே இடையில் சொருகிய சேலையை கனகம் இழுத்து விட்டாள். வயிற்றிடைப் பகுதியில் சொருகி வைத்த இருபது ரூபாய் அவளின் இழுப்புக்கு ஈடு கொடுக்காமல் தெறித்துப் போய் கழிவுப் பாய்ச்சலில் விழ, கனகம் பதறினாள்.

'என்..பைசா..ஆ' அவள் பதற்றத்தை அறியாத காகித ரூபாய் கழிவு நீரில் அடித்துச் செல்லப்படுவதை கண்ணீரோடு பார்த்து நின்றாள். இவ்வளவு நேரமும் முதுகு தரித்து, முகம் வியர்த்து, நாற்றம் முகர்ந்து அலவி என்ன பயன்? துடித்தாள்.

எப்போதுமே உழைப்பு வீணாகிப்போகும்போது உள்ளம் உடைந்தே போகும். இத்தனை நேரம் அனுபவித்த அத்தனை உழைப்புக்கும் பலன் இல்லாமல் போவதை உணர்ந்தபோது மன வலி அதிகமாக புரண்டது கனகத்துக்கு.

'கனகமக்கா...' வெளியே உடன் அழைக்கும் ரோஸ்ஸிலியின் குரல் கேட்டது.

'வாறேன்' கண்ணீர் வழிந்த முகத்தைத் தண்ணீரில் கழுவிவிட்டு கனத்த இதயத்துடன் வந்தாள். தொண்டைக்குழிக்குள் வருத்தம் இறுகியது.

'என்ன வேல நடக்குது?' ரோஸ்ஸிலி கேட்க,

'தூமத்துணி அலவியிட்டு இருந்தேன்...' கனகம் சொல்ல...

'உச்சைக்கு வீட்டுக்கு போவலியா?'

'போணும்...'

'ஏன் ஒரு மாதிரி பேசுற?'

'ஒண்ணுமில்ல... இந்த துணியை விரிச்சிப் போட்டுட்டு வாறேன். நீ முன்ன போ ரோஸ்ஸிலி...'

'அந்தி தூப்புக்கு வருவ இல்ல...'

'ஒ, வரணும்...'

‘இங்கேருட்டியக்கா, அந்த போஸ்றமேனுக்க வீட்டுல மூத்த பயலுக்கு நாளையும், மத்தினாளும் கல்யாணம் நடக்குது இல்லா. அங்க எச்சி எல எடுக்க வாறியா?’

‘ஒன்ன விளிச்சிருக்கா?’

‘ஒ, முடி வெட்டிய ராயப்பன் விளிச்சான்.’

‘நாள அந்திக்கா.’

‘வாறேன். குட்டிதான் இதுக்கெல்லாம் போகிறப்ப நல்லா பறைவா...’

‘அவா பறைவா. அவளைக் கரையேத்தத்தானே இப்டி பீயும், மோளும் வாரியிட்டு இருக்க நீ...’

‘அதெல்லாம் உள்ளதுதான். ஆனாலும் அவளுக்கு பரியெடா இல்லாயிருக்கும். ஊருல கனகமுண்ணா பலருக்குத் தெரியாது. ஆனா தூப்புக்காரியிண்ணாதான் தெரியும். எங்குட்டியைக்கூட தூப்புக்காரியிக்க மொவாண்ணுதான் செல்லுவாங்க. அவா வளந்துட்டாயில்ல. தள்ள தலையில எச்சி கடவத்தை நாலு பேருக்கு மத்தியில் சுமக்கிறதை பாக்க பரியெடாதான் இருக்கும். ஆனா என்ன செய்யிறது. அதுல போனா, நூறு ருபா சக்கரம் கிடைக்கும்; எள்ளு போல மிச்சம் மீதியா ஆகாரம் கிடைக்கும். சும்மாயிருந்தா இதெல்லாம் கிடைக்குமா? நான் வல்லாம் ரோஸ்ஸிலி.’

‘நீ ஒங்கதையைச் சொல்லிய. எகதேசம் என் நிலையும் இப்டிதான் ஓடுது. நான் முன்ன வீட்டுல போறேன்.’

‘போ. எனக்கும் இம்புடு துணியை விரிச்சிப் போட்டுட்டு வீட்ல பெய் ரெண்டு பிடி சோறு தின்னணும்’ – கனகம் சொல்ல, ரோஸ்ஸிலி கிளம்பினாள்.

அலசி வைத்திருந்த துணிகளை உதறி விரித்தாள் கனகம். வெயிலில் பட்ட துணியிலிருந்து எழுந்த வெட்கை ரத்த நெடியை வெளிப்படுத்த, பசித்திருந்த கனகத்துக்கு லேசாகக் குமட்டியது. சகித்தாள்.

அழுக்குப்பாய்ச்சலில் அடித்துப்போன இருபது ரூபாயிலிருந்து மனம் திரும்பி வரவேயில்லை. அந்த ரூபாயின் ஏக்கத்திலே வீடு நோக்கி நடந்தாள் கனகம்.

‘மோளே பூவு’ – மகளை அழைத்தப்படியே வீட்டுக்குள் நுழைந்தாள். தைய்யல் இயந்திரம் முன்பு இருந்தவள் எழுந்தாள்.

‘எடியேம்மோ ஏன் இப்பிடி பிந்தி வாற?’

‘அதுல வேலை ஒழியாதுண்ணு ஒனக்கு தெரியாதா? நீ சோறு தின்னியா?’

‘இல்லடியம்மா.’

‘வா ரெண்டு பேருக்கும் ஆகாரம் தின்னுலாம்.’

‘நீ மேலு கழுவணுமா?’

‘எல்லா வேலையும் முடிச்சிட்டு அந்திக்கு வந்து ஒரேயடியா கழுவுலாம். சீலையை மாத்தியிட்டு வாறேன். நீ சோறை போடு.’

இடையில் ஒட்டிய சேலையை, பின்பக்கக் கொடியில் கழட்டி காயப்போட்டாள். வியர்வையால் நனைந்த சேலை புழுங்கி நாறியது. அடிப்பாவாடையின் நாடா இடுப்போடு ஒட்டிப் போனதால் வியர்வைப் படிந்து போன இடம் அரிப்பைக் கொடுக்க சொறிந்துக் கொண்டே வீட்டுக்குள் வந்தாள். ஒட்டிய வயிற்றில் பல சுருக்கங்கள் வியர்வையோடு சுருண்டு தெரிந்தது. ஒட்டி வறண்ட மெலிந்த மார்பகங்கள் குப்பாயின் இடையே வலிந்து தொங்கி தெரிந்தன.

‘யப்பா, என்னா ஒரு வெக்கையடிக்குது’ சொல்லிச் சொல்லி கைகளை முகத்தோடு வீசி கொண்டு வீட்டுக்குள் வந்தாள்.

‘சோறு போட்டியா மக்கா, இஞ்ச கொண்டு வா. அம்ம இதுல காத்து வாக்குல இருந்து தின்னியேன்.’ சொன்னவள் பின் பக்க வாசலருகே கால்களை நீட்டிக்கொண்டு இருந்தாள். தாயின் நிலையை உள்வாங்கிய பூவரசி, கனகத்தின் உள் பாவடையின் பின் பக்கம் கிழிந்துக் கிடப்பதை கண்டாள்.

‘எடியேம்மோ அடிப்பாவடை குண்டிவாக்குல பிஞ்சிக்கிழிஞ்சி கெடக்கு. இதையா உடுத்துட்டு நின்னு வேலைச்செய்யுற?’

‘உள்ள ரெண்டு அடிப்பாவாடையும் இப்பிடிதான் பிஞ்சிக் கிடக்கு. மிசியனுல வச்சி தச்சி போடு மக்கா.’

‘எல்லாம் நானா கேட்கணும், இப்படி குண்டி தெரிய உடுத்துக்கிறியே.’

‘பெரிய குண்டி போறாயில்ல. எல்லாம் ஒரு காலத்துக்குத்தான். அதுக்கப்புறம் வாழ்க்கையோட வலிதான் பெருசா தெரியும். ஒடம்புண்ணா என்ன நினைச்ச மோளே. ஆக கூடி கொஞ்சம் சொப்பனங்களை சுமக்கிற சொப்பனக்கூடுதான் தேகம். ஏதோ அது பாட்டுக்கு ஒரு மிசியனைப் போல ஓடுது. அதுல கொஞ்சம் அன்பு, கொஞ்சம் ஆச, கனவு எல்லாத்தையும் சுமந்துட்டு திரியிற வெறும் ஒரு அடையாளம்தான் இந்த ஒடம்பு.’ நடை வாசலிலிருந்து சொல்லும் அம்மாவை ஆச்சரியமாகப் பார்த்தாள் பூவரசி.

‘என்ன அப்பிடி பாக்கிய? கொம்மைக்கும் இப்பிடி பேச தெரியுதுண்ணு நினக்கிறியா? என் வயசு வரம்ப நீயும் இதை விட நிறைய பேசுவ. சோறை இஞ்ச கொண்டா.’

மகளிடமிருந்த சோற்றுத்தட்டை வாங்கி சோறைக் கிண்டத் துவங்கினாள்.

‘இண்ணு என்ன மீனு கொண்டு வந்தான் மீனுக்காரன்.’

‘சாளைதான் வேண்டுனேன். பத்து ருபாயிக்கி அஞ்சி.’

‘அம்பது நூறுண்ணு சக்கரம் எறக்குனாதான் நல்ல மீனும் கெடைக்கும். நமக்கு இதெல்லாம் போதும். மீனு நல்ல ஒணப்புண்டு மக்கா. கூட மாங்கா வச்சி அவிச்சிருக்க இல்ல.’ மகள் சமைத்த மீனும், சோறும் விரவி தின்னுக்கொண்டிருந்த தாயையே பார்த்துக்கொண்டிருந்தாள் பூவரசி.

மூச்சு விடக்கூட என் அம்மையிக்கி ஏலு இருக்குமோ என்னவோ? ஒரு புல்லு தட்டுனாகூட கீழ விழுந்துருவா போலிருக்கிறா. ஆனாலும் ஒழச்சிட்டுதான் இருக்கா.

‘பூவு ஒனக்கொரு சம்மந்தம் வந்துருக்கு.’ சோறு தின்றுக் கொண்டிருந்தவள் சொல்ல, பூவரசி நிமிர்ந்தாள்.

‘ஆனா நீ சம்மதிச்ச மாட்ட?’

‘சம்மந்தம் எங்கண்டு.’

‘இதுல கிட்டத்தான்.’

பக்கமென சொன்னதும் மனதில் சின்னதாக ஒரு எதிர்ப்பார்ப்பு. ஒரு வேளை மனோவோ?

‘யாரும்மா?’ கெஞ்சலோடு கேட்டாள்.

‘விடுட்டி அதை.’

‘சும்மா நோண்டியிட்டு பெறவு சொல்லாம இருக்கியது நல்லாயில்ல. எடியம்மோ அது யாருண்ணு செல்லு.’ எதிர்பார்ப்போடு கேட்டாள்.

‘அட அந்த மாரி பய.’

சுருங்கிப்போனாள் பூவரசி.

‘ஏண்டியம்மா இப்பிடி செல்லிய?’

‘ஒரு ஆளு இருக்கிற நிலையைப் பொறுத்துதான் சம்மந்தமும் வரும். நாம சாதியில வேற ஆளுகளா இருந்தாலும் அவன் செய்யுற சோலியைத்தானே செய்யுறோம்.’

‘அதுக்கு நீ என்ன சொன்ன அவனுட்ட.’

‘நான் ஒண்ணும் செல்லேல...’

‘முடியாதுண்ணு செல்லிட வேண்டியதுதானே...’

‘எப்பிடி செல்ல முடியும்? இப்ப இருக்கிய நெலையில நம்ம சாதியில அஞ்சி பத்துண்ணு லெட்சம் கேக்கிறானுங்க.’

‘அதுக்கு...’ பூவரசி புருவங்களை உயர்த்தினாள்.

‘நெலமைக்கு தக்கப்படி வாழத்தெரியணும்...’

‘அம்மோ, அவனொரு குடிகாரன். சாக்கடை கழுவியவன்’.

‘அது அவன் சோலியிட்டி...’

‘நீ அப்ப முடிவு பண்ணியிட்ட...’

‘முடிவெல்லாம் பண்ணேல. சும்மா ஒனட்ட சென்னேன்...’

‘சென்னதோட நிறுத்திக்க. எனக்கு மட்டும் அப்படியொரு வாழ்க்க அமஞ்சா எனக்கு கலியாணமே வேண்டாம். சும்மா கடமை முடியட்டுமேண்ணு பாச்சையையும், பல்லியையும் கட்டிக்கணுமா?’

‘ஒ, நமக்கு மகராசன் வருவான் பாத்துட்டேயிரு...’ தாய் இயலாமையில் கூற...

வருவான். பூவரசியின் மனம் கூறியது.

‘எங்கண்ணு மூடி போகிறதுக்குள்ள ஒருத்தன்கூட சேந்தா நல்லது. இல்லிங்கி உனக்கு ஈச்சி அடிச்ச ஜீவிதம்தான்.’

'அப்படியெல்லாம் கெதி கெட்டு போகவா ஒன் மகளை இப்பிடி பீயும், மோளும் வாரி வளக்கிய. நம்ம சாதியில ஒருத்தனைப் பாருடியம்மா.'

மனோவை மனதில் நினைத்துச் சொன்னாள்.

'நமக்கு ஏஞ்சது போல வரணுமில்லா. செரி அதை விடு. அந்த பாயை எடுத்து இந்த நடைவாக்குல விரி. எள்ளு போல கெடந்து எழும்பட்டு...' சோறை தின்று முடித்தவள் கையைக் கழுவி விட்டு, மகள் விரித்துப் போட்ட ஓரம் கிழிஞ்ச ஓலைப்பாயில் கிடந்தாள்.

வடக்குத்திசையிலிருந்து வந்த காற்றின் வருடலைப் பெற்றவாறு படுத்துக்கிடந்தாள் கனகம்.

தையல் இயந்திரம் முன்பு அமர்ந்து அதை கடகடவென இயக்கியபடியே அம்மாவையே பார்த்தாள் பூவரசி. கிழிந்த உள் பாவாடை அவள் பின்புறத்தைக் காட்டியது. பாதங்கள் இரண்டும் உலர்ந்து, கறுத்து அழுக்குப்பட்டு அசிங்கமாகி விரல்களெல்லாம் உலர்ந்து தெரிந்தன.

சரிந்துகிடந்தவளின் சப்பிய வயிற்றில் பிடித்துக்கொள்ள ஒரு துண்டுகூட கொழுப்பில் சதையில்லை. நடுப்பக்கம் புத்தானுகள் இல்லாத ஜெம்பருக்கும் வெளியே வறண்ட மாருகள் வலிஞ்சி வெளியே வந்து கிடந்தன. கழுத்தில் ஒரு ஆபரணமும் இல்லை. முகமெல்லாம் உழைப்பின் களைப்பு நிறைந்திருந்தது. கூடவே கவலை ரேகைகளும் படர்ந்திருந்தது. பாதி மூடிய கண்களையும் பார்த்துக்கொண்டிருந்தாள் பூவரசி.

வாழ்க்கையில் வேதனையை மட்டுமே கண்டவா என் அம்ம. என் அம்ம செல்லியது போல் மாரியை நான் கல்யாணம் செஞ்சிட்டா, அம்மையிக்கி மொதலு பிரச்சினையிருக்காது.

தையல் இயந்திரத்தின் மேல் முகம் சாய்த்து சிந்தித்தவளின் கண்கள் கலங்கின. வெளி சாலையில் மனோவின் கார் சத்தம் கேட்க, சன்னல் வழியே எட்டிப்பார்த்தாள். மனோவின் குடும்ப உறுப்பினர்கள் காருக்குள் தெரிந்தார்கள். தமையனுக்கு நாளைக்கும், மத்துனாளும் கலியாணம் இல்லியா அதான் குடும்பமா எல்லாரும் துணி கிணியிண்ணு எடுக்க போவுனுமா இருக்கும். 'இனி மனோவுக்கும் சீக்கிரம் கல்யாணம் எடுப்பாங்களோ?' நினைக்கவே பூவரசிக்கு வலித்தது.

தூப்புக்காரி | 49

‘தூப்புக்காரி…’ வெளியே குரல் கேட்டது.

விரைந்து வெளியே சென்றாள். வெளியே மனோவின் அப்பா நின்றார்.

‘கொம்ம எங்க?’

‘அம்ம ஒறங்கியா.’

‘மூத்த பயலுக்கு கலியாணம். வந்து எச்சி எலையை எடுக்க செல்லு இன்னா. ராயப்பனுட்ட செல்லிவிட்டேன். அவன் சொன்னானோ என்னவோ…’ பேச இயலாமல் நின்றாள் பூவரசி. வந்தவர் விசயம் சொல்லிவிட்டுப் போக இவளோ புழுவாக நெளிந்தாள்.

அட கிறுக்கு நாயே. நீ லவ் பண்ணுறவனுக்க வீட்டுல ஒங்கொம்ம எச்சி எல எடுக்க போறா. நீ அவனை லவ்வு பண்ணுற. இது நல்ல கதை. மனசுல ஆசையை வளத்துக்காம எல்லாத்தையும் மறந்துட்டு வாழப்பாரு – தனக்குள்ளே தன்னைக் கடிந்தாள்.

ஒரு நாளு, ரெண்டு நாளில்ல. முழுசா மூணு வருசம் மனசுல வளத்த சினேகம் ஒரு நொடியில் மறக்க முடியுமா? முடியாது. மனசுல தோணுன ஆசையை இந்த ஒலகத்துல எல்லாரும் அடஞ்சிடமாட்டாங்களே. எத்தனை கோடி ஆசைகள் நிராசையா இவ்வுலகில் பலருக்கு போயிருக்கு. எத்தனை அன்புகளை மனசுல பூட்டி வச்சிட்டு கட்டையில போறது வரைக்கும் வெளிக்காட்டாம செத்துப்போறாங்க. அதுல ஒருத்தியா நானும் இருந்துட்டு போறேன். பெரு மூச்சு விழ, அவள் கண்களில் கண்ணீர் பெருகியது.

•

திருமண வீட்டில் ஆரவாரம் நிரம்பி வழிந்தது. உறவினர் வருகை; ஊரார்களின் நெருக்கமென கூட்டம் முண்டியடித்தது. வண்ண விளக்குகளின் ஒளிவெள்ளம், மிதமான இசை, வாரி ஊத்திய வாசனைத் திரவியங்களின் மணமென அப்பகுதி கொண்டாட்டத்தில் மிதந்திருக்க பெண்களில் பலர் தங்கள் வியர்வை நனைத்த உடல்களில் நகைகளாக வலம் வந்து கொண்டிருந்தார்கள். இல்லாதவர்களை இழிவுபடுத்துவது போன்று பல பெண்கள், நகை எவ்வளவு விலையேற்றமானாலும் நகைகளைச் சுமக்கும் நகைக்கூடங்களெனத் திரிந்தனர். இந்த கல்யாண மக்களிடமிருந்து விலகி இவர்களை வேடிக்கை பார்த்துக்கொண்டிருந்தார்கள் கனகமும் ரோஸ்ஸிலியும்.

‘ரோஸ்ஸிலியே ஒவ்வொருத்தியளும் போட்டிருக்கியதைக் கண்டியாட்டி?’

‘ஓ, கண்டேன். ஆனாலும் இவளுகளுக்கு கனக்காதோ. இந்த வெக்கையில வாரி போட்டிருக்கியதைப் பாரு. அங்கே ஒருத்தியிக்க கழுத்தை அங்கேரு ஒருத்தி அவா கீழ சாமானம் தொடுற வரைக்கும் போட்டுருக்கா’ ரோஸ்ஸிலி சொன்னாள்.

‘எல்லாம் வாரிப் போட்டவுடன எழவு போல இருக்கு. செலை யளுக்கு வாரி பூட்டுனது போல இல்லா இருக்கு’ கனகம் பதில் சொன்னாள்.

‘நம்முளுட்ட இது போல இல்ல. அதான் இப்பிடி செல்லியோம். இல்லாத வெப்புராளம் இப்பிடித்தான் பேசத் தோணும். ஒருத்தியிக்க கழுத்துல கிடக்கிய ஒரு மாலை உண்டுண்ணா எனக்க குட்டியிக்க கலியாணத்துக்கே தெவையும் போலிருக்கு’ ரோஸ்ஸிலி வலியோடு கூறினாள்.

‘ஓ, ஆண்டவனும் இருக்கறவனுக்குக் கொடுத்துட்டே இருப்பான். நமக்கென்ன கொடுத்துருக்கு. நாமெல்லாம் இவ்வுலகில் வாய் பாக்கவே பெறந்தோம் போலிருக்கு. செரி அதையெல்லாம் விடு. நம்ம சோலிக்கு வருவோம். ரோஸ்ஸிலி இனி எப்ப களனி வைப்புனுமோ? நின்னு நின்னு காலு கடுக்குது. உச்சைக்கி ஒரு பிடி சோறு சரியான கூட்டும் கறியும் இல்லாம தின்னு வவுறு பவுச்சுது. முதலுல பெய் தின்னுட்டு பிறகு எச்சி எலை எடுக்க நிப்பமா?’

‘ஓ, எனக்கும் நல்லா பவுச்சுது.’

‘வா நமக்கு முதக்களனியில போய் தின்னுவம். எவனும் கண்டா அறுக்கியானோ என்ன எழவோ?’ கனகம் சொன்னாள்.

‘அறுத்தா அறுக்கட்டு. நம்ம நெலம நமக்குத்தானே தெரியும்.’

இருவருமாக பந்தி வைக்கும் இடத்துக்குள் நுழைந்தார்கள். ஓரமாய் ஒரு இடத்தில் அமர்ந்து கொண்டார்கள். சிறிது நேரத்தில் இலை வைக்க உணவு பரிமாறப்பட்டது.

‘கனகமக்கா எனக்கு பரியெடாயிருக்கு’ – ரோஸ்ஸிலி மெதுவாக சொன்னாள்.

‘ஓ, பெரிய பரியெடு. யாருக்க மொகத்தையும் பாக்காம செணம் தின்னு’ – வேக வேகமாக அள்ளி போட்டதில், இருவருக்கும் தொண்டையிலிருந்து ஆகாரம் இறங்கவும் இல்ல.

‘தொண்டையில இறங்கவுமில்ல...’

‘வெள்ளத்தைக் குடி...’ கனகம் சொல்ல இருவரும் பதற்ற மனமும், வெட்கமுமாய் உணவு உண்ணத் துவங்கினார்கள். வீட்டில் கிடந்த சின்ன கடிகாரத்தில் மணி பார்த்தாள் பூவரசி. மணி இரவு எட்டரையைத் தாண்டியிருந்தது. முன் முற்றத்தில் இறங்கி வெளியே நடந்தாள். மனோவின் வீடு இரண்டுவிளைகளுக்கு பின் பக்கமாக இருந்த நிலையில் இங்கிருந்தே அங்கே எட்டிப் பார்த்தாள்.

இந்த அம்ம இனி எப்ப வருவா? போவாத போவதண்ணு சொன்னா கேக்க மாட்டா. பத்துப்பேருக்க முன்னால கடவத்துல எச்சியை சுமந்துட்டு எல்லாரும் பாக்கிற படி, சே இது என்ன பிழைப்பு? அதுவும் அங்க போய் சுமக்கிறப்ப மனோகூட பாப்பானே. அவமானமாய் நினைத்தவளாய், வழியில் பாத்து நிற்கையில், ‘பூவு என்னத்த நெனச்சிட்டு நிக்கிய? கலியாண வீட்டுக்கு போவேலியா?’அடுத்த வீட்டு வசந்தா கேட்டாள்.

‘அம்ம பெயிருக்கு. அக்கா, எங்கம்மையைக் கண்டா செணம் வீட்டுக்கு வரச்செல்லு இன்னா.’

‘ஓ...’

வசந்தா போய் வெகுநேரம் கழித்து, பூவரசி நினைத்தாள்... அம்மையைத் தேடிப் போனா என்ன? அம்ம அங்க ஒதுங்கிதானே நிப்பா.

வீட்டின் கதவைப் பூட்டினாள். கல்யாண வீடு நோக்கி நடந்தாள். கல்யாணவீட்டின் ஆக்குப்பெரையின் பின் பகுதியில் நின்றாள் மறைந்து. இவள் மறைந்து நின்ற பகுதியிலிருந்து அம்ம எங்க? என கண்களால் தேடினாள். பந்தி நடக்கும் கூட்டத்தில் கனகத்தைக் கண்டாள். அங்கே தாயும் ரோஸ்ஸிலியுமாகச் சாப்பிட்டுக்கொண்டிருப்பதை பார்த்தாள்.

கள்ள அம்ம சோறு தின்னுட்டு இருக்கியா. நல்லா தின்னட்டும். நினைத்தப்படியே மறைந்து நின்றவள் அதிர்ந்தாள்.

அம்மையிக்க கிட்ட அது மனோவின் மாமா இல்லியா. கூடவே இன்னும் இரண்டு மூன்று பேர் தெரிகிறார்களே ஏன்? ஏன் அவங்க எல்லாம் அம்மையிட்டேயும், ரோஸ்ஸிலிக்காளுட்டேயும் ஏதோதோ கேட்கிறாங்க?

இருட்டு மறைவிலிருந்து முன்னே வந்தாள் பூவரசி.

'என்ன பழக்கமிது? எச்சி எலைப்பறக்க வந்தவங்க இப்பிடி எல்லாருக்கும் முன்ன, தின்ன இருக்கிறது நல்லதில்ல. இவங்களுக்கு மெட்டுராசு வரைக்கும் போணும். ரெண்டு பேரும் எழும்புங்க. ஆக்கு பெரை முக்குல போயிருந்து கடைசிக்களனிக்க பிறகு தின்ன வேண்டிய, உங்களுக்கெல்லாம் முதப்பந்தி சாப்பாடுதான், அதுவும் களனி பெரையிலிருந்துதன் இறங்குமோ. ரெண்டு பேரும் எழும்புங்க?' இறுவி சொன்னான் மனோவின் மாமா.

இருவரின் தொண்டைக்குள் குத்தி நின்ற உணவை இறங்கக்கூட சம்மதிக்காமல் எழும்புங்களென முடுக்கும் அந்த நபரால் பூவரசியின் மனம் உடைந்துப் போனது.

பந்தியில் பலரும் பார்க்கும்படி அவமானப்படுத்தியதால் கனகமும், ரோஸ்ஸிலியும் அவமானத்தால் சுருண்டார்கள். முன் வைத்த உணவை முழுதாகத் தின்னும்முன் எழுப்பிவிட்ட வலியோடு இருவரும் எழும்புகையில், பந்தியில் இருந்தவர்கள் இவர்களையே பார்த்தார்கள்.

'எலையயையும் எடுத்துட்டுப் போங்கா' மனோவின் மாமனார் இறுவ, அதை வேடிக்கை பார்த்த பல மனிதர்களில் ஒருவனாக மனோ நிற்பதைக் கவனித்த பூவரசி, தாய் சென்ற பின்புறப் பகுதிக்கு ஓடினாள். எச்சில் இலைகளைத் தட்டும் இடத்தில் கனகமும் ரோஸ்ஸிலியும் அழுதுகொண்டே அமர்ந்தார்கள். அவமானம் சுட்டுப் பொசுக்கியது. அவர்களின் கண்ணீரின் ரணத்தை இருளைத் தவிர வேறு எதுவுமே உணரவில்லை.

'எடியம்மோ' மூச்சிரைக்க ஓடி வந்தாள் பூவரசி. மகளைக் கண்டதும் 'எனக்க மொவளே' பொட்டித் தெறித்து அழுதாள் கனகம்.

'வவுறு ஒரே பசி. ஒரு பிடி சோறு தின்னா தெம்பு கிடைக்கு முண்ணு போயிருந்து தின்னா. அந்த ஆகாரம் தொண்டையில் இருந்து இறங்குக்க முன்ன எழுப்பி விட்டுட்டானே. ஆளுவா எல்லாம் பாத்துனமில்லா. எனக்கு பரியெடாயிருக்கு மோளே...' கனகம் அழ, கூடவே ரோஸ்ஸிலியும் அழத் துவங்கினாள்.

தன் வாழ்வைச் சுற்றிய உண்மையான வலிகளை உணரத் துவங்கினாள் பூவரசி. என் அம்ம இப்பிடித்தான் வாழ்ந்துட்டு

வருகிறா. தின்னிய உணவுக்கும், உடுக்கிய ஆடைக்கும், அழுக்கு வாரி, எச்சி சுமந்து அவமானப்படுறா. இது போல அழுக்குல வாழ்ந்து நாளெல்லாம் பரியெட்டு வாழுற பல பேரு இந்த ஒலகத்துல வாழுறாங்க இல்லா. அந்த கூட்டத்தில் ஒருத்திதான் என் அம்மையும் ரோஸ்ஸிலியும்.

'சும்மா கரஞ்சி ஊரைக் கூட்டதாக்கா. இன்னும் நமக்குதான் பரியெடு. நம்ம வேதனை இஞ்ச யாருக்குமே பெருசா தெரியாது'... அழுதழுதுபோன ரோஸ்ஸிலி, வழியும் மூக்குச்சளியை சேலை முந்தானையில் துடைத்தபடியே கனகத்திடம் ஆறுதல் சொன்னாள்.

'இஞ்சயெல்லாம் வராண்டாமுண்ணு சென்னா நீ கேக்குதியாடி' பூவரசி வேதனையோடு கேட்டாள்.

'வீட்ல ஒரு பிடி அரியில்ல. இப்பிடி வந்தா ரெண்டு நாளத்த சோத்துப்பாடு போகும். நூறு ருபா சக்கறம் கெடைக்கும்' முகத்தில் கண்ணீர் வழிய சொன்னாள்.

'கரையாதடியம்மா...' அம்மாவின் முகத்தை தன் சேலை முந்தானையால் துடைத்தாள் பூவரசி.

'முதப்பந்தி முடிஞ்சி. எச்சி எலை எடுக்க வருலாம்' – பந்தி பரிமாறும் இடத்திலிருந்து சத்தம் கேட்க, ரோஸ்ஸிலி எழும்பினாள். கனகமும் எழும்பினாள். ஆனால் எழும்பிய வேகத்தில் கனகம் அப்படியே சரிந்து கீழே விழ போனாள்.

'எடியம்மோ ஒ...' பூவரசி அழைப்பதற்குள், கனகம் கீழே விழுந்தாள்.

'அம்மோ ஒனக்கு என்னடியம்மா?' பூவரசி கீழே விழுந்தவளை தன் மடியில் தூக்கி வைத்து அழத்துவங்கினாள்.

'தலச்சுத்துது; கண்ணு மசவுது; நாக்கு குழறுது மோ..ளே.' திக்கி திக்கிச் சொன்னாள் கனகம்.

'வராண்டாம், வராண்டாமுண்ணு சென்னா கேக்க மாட்டியே' பூவரசி புழு போல் துடித்தாள்.

'எச்சி எலைப் பறக்க வந்தவளுவ எங்க போனாளுவ' பந்தியியிலிருந்து கனமான குரல் கேட்டது.

'கனகமக்கா நம்மளை விளிச்சியானுவாட்டி' ரோஸ்ஸிலி துரிதப்படுத்தினாள்.

'ரோ..ஸ்..ஸி..லி எனக்கு எழும்ப ஒக்கேல. ஒரே பட படபடப்பாயிருக்கு' கனகம் சொன்னாள்.

'நான் எப்பிடி ஒத்தெய்ல இதையெல்லாம் வாருவேன். உள்ளான எச்சி எலைகளை வாரி, எச்சி மேசைகளைத் துடச்சியெடுக்க என்னால ஒத்தெய்க்கி முடியாது. நானும் தள்ளியிட்டு போக போறேன். எனக்கும்தான் களியல' அழுகையும் வெதனமுமாக ரோஸ்ஸிலி சிடுசிடுக்க.

'மோ...ளே பூவு' அழைத்த அம்மாவை பார்த்தாள் பூவரசி.

'களனிக்கு இவகூட போ மோளே' கனகம் தன் நெஞ்சில் கை வைத்தபடியே சொல்ல, அதிர்ச்சியாகிப் போனாள் பூவரசி.

'நானா ஆ' விழி தள்ளியது.

'இராயப்பன் என்னையும் இவளையும் நம்பி விளிச்சது. இப்பிடி எனக்கு களியாம போகுமுண்ணு யாரு நினச்சா? தக்க நேரத்துல இப்படியானா ரோஸ்ஸிலி என்ன ஆகுவா? இங்கேரு அம்மையிக்க சுண்டுகூட கோ..ணி... கோணி பேசகூட களியேல.'

'அதுக்கு என்னையா போச் செல்லிய? ஒனக்கு களியலண்ணு ஆச்சு. இனி என்ன செய்ய முடியும்?'

'என் பொன்னு மொவாயில்ல போ. எச்சி எல எடுக்க பிந்தினா, இப்ப மண்ட, கெண்டண்ணு தானகடு அறுக்க துவங்குவானுவா.' பேச இயலாத நிலையிலும், பொறுப்பெடுத்த வேலையை முடித்துக் கொடுக்கணுமே என்று மகளோடு பேசினாள்.

'எடியே நான் எப்பிடி இந்தா பெரும் ஆளு கூட்டத்தில போவேன்.'

'அம்மையிக்கி செய்யுற உபகாரமா போய்தான் ஆகணும் மோளே.'

'நான் அதுல போனா என்னை எல்லாரும் பாப்புனும். நீ தூப்பு வேலையைச் செய்யுறண்ணு நம்ம சாதியில் உள்ள ஆளுவா எல்லாம் ஒண்ணாமவுதே நம்மளை ஒதுக்கி வச்சிருக்கியது போதாதா?'

'இவளுவா என்ன செய்யுறாளுவா...' பந்தியிலிருந்து மீண்டும் குரல் கேட்டது.

'குட்டே சாதி சோறு போடாது. தொழிலுதான் சோறு போடும். கொம்மைய ஊருல எல்லாருக்கும் தெரியும். ஒருக்கால

கிணாட்டாம வாட்டி எச்சி எலை பறக்க' – ரோஸ்ஸிலி அதட்டத் துடங்கினாள்.

'போ மக்கா...' கனகத்தின் நாவு குழற கண்ணீர் பெருகியது.

'ம்மோ ஒ...' திகைத்து நின்ற பூவரசியின் கையில் கடவத்தைக் கொடுத்தாள் ரோஸ்ஸிலி.

'வா...' ரோஸ்ஸிலி அழைக்க, தப்பிச்செல்ல வழியற்ற நிலையில் அவள் பின்னே பூவரசி போனாள்.

சமையல் அறையின் பின் பக்கத்தில் நின்று இவர்களைக் கவனித்துக்கொண்டிருந்த மனோவின் இதயம் வருந்தியது. பூவு எச்சி எலை எடுக்கணுமா?

கனகம் எப்படிதான் நேர்மையா ஒழச்சாலும், இந்த ஊருல எல்லாருமே அவளை ஒதுக்கிதான் வச்சிருக்காங்க. தூப்புக் காரியிண்ணுதான் அடையாளப்படுத்தி வச்சிருக்காங்க. அவளோடு அந்த பெயர் போகுமுண்ணு பார்த்தா, பூவரசிக்கும் அந்தப் பெயர் தொடரப்போகுதே... மனோவின் மனம் பின்னால் நடக்கப்போவதை எண்ணி வருந்தத் தொடங்கியது.

பந்தி பரிமாறும் இடத்தில் கூனி குறுகி நின்றாள் பூவரசி. விளக்கு களின் வெளிச்சத்தில் கையில் கடவத்தோடு நின்ற பூவரசியை கல்யாண வீட்டுக்கு வந்த ஊரார் அனைவரும் பார்த்தனர்.

'தள்ளையிக்க சோலிய தொடங்கியிருக்கியாளே. தள்ளையையே சேர்க்கவே அருவெருப்பா இருக்கிறப்ப, மொவளையும் அவளுக்க சோலிக்கி விட்டிருக்கிய. வேற ஒரு சோலியும் இவளுக்கு இல்லியா...' பெண் ஒருவர் கூட்டத்தில் கூற, அவளோடு நின்றவர்களில் இன்னொருத்தி இளக்காரமாக பதில் கொடுத்தாள்.

'இதுல நல்ல பைசா காணும்.'

'ஆமா பெரிய பைசா. அழுக்கு தொடச்சி எச்சி வார நின்னா ஆயிரமா கொடுப்பாங்களாக்கும்? இதை விட அண்டியாபிசு போலாம் இல்லியா.'

'அவ மாப்பிளை செத்த நேரம் குட்டிக்கி சின்ன வயசு. அதை விட்டுட்டு எப்பிடி அண்டியாபிசுக்கு போவா. அதையும் இடுக்கியிட்டு இல்லா ஆசுத்திரிக்கு போவா. அப்பவே பழகுன தொழிலிது. ஆஸ்பத்திரியில இருக்கிறவங்களுக்க பீ

மோளுண்ணும், தூமத் துணிகளுண்ணு அலசி கொடுக்கிறப்ப அவங்க கொடுக்கிய அஞ்சும், பத்தும் கை நீட்டி வேண்டி வேண்டி அதே அவளுக்கு பழவிப் போச்சி.'

'போட்டு நமக்கென்ன அவளுவா எப்பிடியும் போட்டு. மொவளை இப்பிடியே தொழில் செய்யவிட்டா எவன் கெட்டியிட்டு போக்கு வருவான்?'

'அவளை எவனும் கெட்டட்டு. நீ வாறியா கை கழுவ.'

'ஓ, எவனும் கெட்டட்டு.'

ஒருவருக்கொருவர் கல்யாண பந்தியிலிருந்து போகும்போது பேசும் விமர்சனங்களைப் பெற்ற பூவரசி அங்கிருந்து ஓடி விட நினைத்தாள். கல்யாண வீட்டில் கிடக்கும் விளக்குகளெல்லாம் ஒருக்கா அணஞ்சி போவாதா? அப்படியிண்ணா நான் இருட்டுக்குள்ளே ஓடி ஒளிவேன் என்று மனசுக்குள் நினைத்து நின்றவளை ரோஸ்ஸிலி கலைத்தாள்.

'அடுத்தக்களனி இப்ப வைப்புனம். பாத்துட்டு நிக்காம எச்சி இலையளை இழுத்து கடவத்துல போடு.'

பந்தி முழுக்க களைந்து கிடக்கும் எச்சில்கள் பயமுறுத்த, 'நானா?' ரோஸ்ஸிலியோடு கேட்டாள்.

'பின்ன நானா? வந்துட்ட இல்ல. இனி யோசிச்ச என்ன இருக்கு?'

மீண்டும் பந்தி முழுவதும் களைந்துகிடந்த எச்சில்களைப் பார்த்தாள்.

எம்புடு மீதியா கெடக்கு. கூட்டு, கறி, சோறு, பாயசம், பழமுண்ணு மீதியாகவே இலைகளில் சுருட்டி வச்சிட்டு போயிருக்காங்களே. என் அம்ம பசிச்சி தின்ன இருந்தவுடன் தின்னவிட்டாங்களா? எழுப்பி விட்டானே படுபாவி ஒருத்தன். இப்ப எம்பிடு ஆகாரம் எச்சியளா கெடக்கு.

இப்பிடி தூரமா போடுற உணவு கெடச்சாகூட எத்தனையோ பேரு பசியில்லாம வாழ்ந்துருவாங்க. தூர எறிஞ்சி கழிவா களஞ்சி போனாலும்கூட, பசிச்ச மனுசனுக்குக் கொடுக்காத துஷ்டனுவ வாழுற ஒலகமிது. பெருமூச்சு விட்டாள் பூவரசி.

'சொப்பனம் காணாம எச்சி எலையைப் பறக்கு,' ரோஸ்ஸிலி அதட்ட நடுங்கிய விரல்களை திடப்படுத்தி எச்சி இலைகளைத் தொட்டாள்.

எச்சில்... எங்குமே எச்சில். கண்ணுக்கெட்டிய இடமெங்கும் எச்சில். அவள் முகம் வியர்த்தது. தலை நிமிர்ந்து எவரையும் பார்க்காமல் இலைகளை இழுத்து, கடவத்தில் போடத் துவங்கினாள். கடவம் நிறைந்து வரவும் 'நான் தூக்கி தாறேன். இதைக்கொண்டு கை கழுவிய இடத்துக்க கிட்ட ஒரு குண்டு கெடக்கு. அதுல கொண்டு தட்டு' ரோஸ்ஸிலி கூறினாள்.

'நானா' மீண்டும் திணறினாள்.

'வந்துட்ட இல்ல என்ன இனி நானா? நீயாண்ணு பாக்காம செய்ய வேண்டியதுதான்.'

'ரோஸ்..ஸி...லியக்கா நா..ன் எப்பிடி?'

'மொதல்ல கடவத்தைத் துக்குறியா? இப்ப கெடந்து பறைவுனம். அங்கேரு அடுத்தக்களனிக்கு ஆட்கள் தள்ளுறதை.'

'என்னத்த நின்னு வாய் பாக்குதீங்க. சமயத்துல நின்னு மாத்தி தள்ளுங்க. அங்கேரு, நாலு பக்கமும் அடுத்த களனி சாப்பாட்டுக்கு ஆட்கள் நெருக்கி தள்ளுனம்' எச்சி இலை எடுக்க அழைத்த ராயப்பன் சொன்னார்.

ரோஸ்ஸிலி பூவரசியின் தலையில் எச்சி இலைகளை இழுத்து போட்ட கடவத்தைத் தூக்கி வைத்தாள். உலக மகா அவமானம் மொத்தமும் தன் தலை மேல் இருப்பதைப் போல் நடுங்கினாள் பூவரசி. இந்த ஒலகம் முழுக்க பாத்தாலும் கவல இல்ல. என் மனோ மட்டும் என் இந்த காட்சியை பாக்கப்பிடாது. அவன் வீட்டு கலியாணத்துக்கு அவனை சினேகிக்கிற பெண்ணு எச்சிக்கடவம் சுமப்பதை அவன் பாக்கப்பிடாது. பாக்கவேப்பிடாது... மனசுக்குள் பதறியபடியே நடந்தாள் எச்சிகளைத் தட்டும் குண்டு நோக்கி.

'எச்சி இலைய ஒதுங்கிக்கொண்டு போய் தட்டும்மா' மனோவின் மாமா கூறினார்.

இந்த ஒலகத்துலே இவன்தான் மிகப்பெரிய பயங்கர ஆளு. 'என் அம்மையை சாப்பாட்டிலண்டு எழுப்பிவிட்டானே' என்று அவனை கடுமையாகப் பார்த்தாள். கண் இமைகளில் விழுந்த எச்சி வெள்ளம் வழிந்து வாயருகே தட்டி நின்றது.

'வாவ்' வாந்தி குமட்டி வர, தலையிருந்த கடவம் அங்கேயே சரிந்தது.

வழி பாதையில் சரிந்து விழுந்த எச்சியும் இலைகளும் சிதறிக்கிடப்பதைக் கண்ட மனோவின் மாமா, ‘ஆளுவ நடக்கிய எடத்துல இது என்ன பழக்கம்?’ இரக்கமில்லாமல் பேசினான்.

எச்சி ஒழுகிய வெள்ளம் வாயருகே நிற்க நிமிர்ந்தவளின் கண்ணெதிரே மனோவும் அவன் அப்பாவும் வந்தார்கள்.

இந்த ஒலகத்துல எந்த ஒரு பெண்ணும் இப்படியொரு வேதனையை அனுபவிக்கவே கூடாது. என் காதலன் இல்லியா இவன்? உயிரிலேயும், மூச்சுலேயும் இவனைத்தானே சுமக்கிறேன். இவன் வீட்டு எச்சி எலையை சுமந்து இப்டி அலங்கோலமா நிக்கியேனே. எனக்க கிட்ட வந்து என்னா ஏதுண்ணு ஒரு நல்ல வேளம் கேக்கப்பிடாதா? தவப்பனுக்க பிறம நின்னுட்டு ஒண்ணுமே தெரியாதவன்போல எத்திப் பாக்கியானே, வழி பாதையில் போகிறப்ப வண்டியிக்க ஹார்ன் அடிச்சி லேசா சிரிப்பான் இல்லியா. காதலுக்கு வாய் வேளம் முக்கியமேயில்ல. ஒவ்வொரு அசைவிலும் அது வெளிப்படத்தான் செய்யும். ஒன் எல்லா அசைவுகளிலேயும் என்னை ஒனக்கு பிடிச்சுமுண்ணு சொல்லுச்சி. அதே காதலை இப்ப சொல்லு பாப்பம்.

நீ செல்ல மாட்ட. நீ செல்லிய அளவுக்கு நான் பெரிய ஆளு இல்லியே. தூப்புக்காரியிக்க மொவா இல்லியா நான். ஒங்கண்ணு முன்னால நானொரு பிரயோசனமத்த குட்டிதானே. எப்பிடி ஒன் சினேகத்தச் செல்லுவ. காதலுக்கு தகுதியும், தரமும் வேணுமே. அது எனட்ட இல்லாம போச்சே. நீ பாக்கிறதும் கண்ணால பேசியதும் எனக்கு தெரியாதா? தெரிஞ்சி என்ன பிரயோசனம்... இப்ப ஒன்னால அதைச் சொல்ல முடியலியே.

போக்கத்த நானும், எல்லாத்தையும் மனசுக்குள்ளே வச்சிருக்கேன். இப்பிடித்தான் பல மனுசங்களோட காதலெல்லாம் மண்ணறைதான் அறிஞ்சிருக்கேத் தவிர மத்தாளு அறியிறது இல்ல. இதுபோலவே உனட்ட எனக்கு நானே சிரிச்சியதும் பேசியதும் நீ அறியவா போற. இந்த சென்மத்துல நீ அறிய மாட்ட.

‘கிளைகளின் சலனம்
ஊருக்குத் தெரியும்.
வேர்களின் அழுகை
யாருக்குத் தெரியும்...’

அவள் மனம் கவிதை சொல்லி அழுதது.

‘குட்டே ஒனட்டதான். ஆளுவா நடக்கிய எடத்துல இது என்னதுண்ணு கேட்டதுக்கு வாயை ஆண்ணு பௌந்துட்டு நிக்கிய?’ மனோவின் அப்பா அதட்ட.

‘கக்கவ..ருது’ என்றவள் தலை கவிழ்ந்தாள்.

‘கொம்ம எங்க..?’

‘செணம் பெய்யி தின்ன இருந்தா இல்லா’ நக்கலாகக் கேட்க, சூழ நின்ற மனோவின் மாமாவும் சிரிக்க, இவனெல்லாம் செத்துப்போ மாட்டானா? – மனசு நினைத்தது.

‘நின்னு செரளாம எல்லாத்தையும் எடுத்து மாத்து.’ அதிகாரமாய் கூறிவிட்டு அகன்ற அவனின் பின்னே மௌனமாகச் சென்ற மனோவை வியர்வை வழியும் முகத்தோடு பார்த்து நின்றாள் பூவரசி.

போலே... கொப்பனுக்க குண்டியைப் பிடிச்சிட்டு போ. இந்த தவப்பனுக்க மொவன்தானே நீயும். நீயும் ஒங்கொப்பனைப் போலதான் இருப்ப. ஒங்காதலை பெற நினச்ச நான்தான் பொட்டக்குட்டி. மனசு வலிக்க நினைத்தவள், தரையில் சிதறிய எச்சில் இலைகளை அள்ளிக் கடவத்தில் போடக் குனிவதற்குள் தெருநாய்கள் சூழ்ந்துக் கொண்டன. அங்கு கிடக்கும் உணவுக்காக ஒன்றையொன்று சண்டையிடத் துவங்க, பூவரசி அவற்றின் நடுவில் நின்றாள். இப்பாடியான எச்சிலுகளுக்கு நாய்கள் மட்டும் சண்டையிடல. பசிச்ச மனுசங்களும் சண்டையிடுறாங்க. எச்சியில்தானே எங்களைப்போல உள்ளவங்களுக்க வாழ்க்கையே இருக்கு.

சூழும் நாய்களை விரட்டத் துவங்கினாள்.

‘போங்கா நாயுகளே’ இயன்றவரை நாய்களைத் துரத்தினாள். ஒன்றுமே அசையவில்லை. நாய்களின் சண்டை பெரிதாக பூவரசி பயந்தாள். உணவுக்கான போராட்டத்தில் அவை தன்னைக் கடித்துவிடுமோ என பயந்து அலறினாள். எச்சிலின் நடுவே வேதனைக்குரல் எழுப்பும் பூவரசியின் குரலைக் கேட்டு தாய் கனகம் பதறினாள்.

‘மோளே பூவு...’ அவளால் எழும்பி மகளின் அருகே போக முடியவில்லை. ‘ஆரங்கிலும் எனக்க மொவுளுட்ட போயி அந்த பட்டியளை விரட்டுங்களே.’ அந்த நேரத்தில் ஆட்களின் கூட்டத்திலிருந்து வெளியே வந்தான் மனோ.

‘அம்மோ..ஒ...’ அலறிய பூவரசியின் குரல், சமையற்கட்டின் வெளியே எச்சில்களை அள்ள வந்து நின்ற மாரியின் காதில் விழ, அவன் அவளிடம் ஓடினான். குவிந்து கிடக்கும் நாய்களை விரட்டத் துவங்கினான்.

‘சூ..பட்டி. போங்கா பட்டி...’ அருகில் நின்ற வாழை மரத்திற்கு தடுப்புக்கொடுத்திருந்த பெரிய கம்பைப் பிடுங்கி நாய்களைத் துரத்தினான் மாரி.

‘எழவு பட்டியா...’ நாய்களை திட்டியவன், ‘நீ இஞ்ச என்னத்துக்கு வந்த?’ பூவரசியிடம் கேட்டான். விளக்கு வெளிச்சத்தில் கருமை நிறம் மினுங்க நின்ற மாரியைப் பார்த்தாள்.

‘இஞ்ச என்னத்துக்கு வந்த?’ மீண்டும் கேட்டான்.

‘அம்மையிக்ககூட...’

’கொம்ம எங்க?’

‘களியேலண்ணு அங்க அன்னா கெடக்கியா.’

‘என்ன பெண்ணு நீ. அழுக்கு வாரியதில் இருக்கிய வேதனை ஒனக்கு தெரியாது. நானாவது அந்த சாதியில் பெறந்து அதே என் தொழிலுண்ணு ஆயிட்டேன். ஆனா ஒங்கொம்ம வாழ்க்கையோட கஷ்டத்துனால தூத்து வாரண்ணு வந்துட்டா. அது அவளோட முடிச்சிக்கப்பாக்கணும். இது குத்தமான தொழிலு இல்ல. ஆனா மதிப்பில்லா தொழிலா ஆக்கியிட்டாங்க. நீ வீட்டுக்கு போ புள்ள. மிச்சமுள்ள எச்சியளை நான் பாத்துக்கிறேன். கொம்ம எங்க கெடக்கியா’ மாரி கேட்டான்.

‘அன்னா...’ தாய் கிடக்கிய இடத்தை நோக்கி கை நீட்டினாள்.

‘ஒரு ஆட்டோ விளிச்சியேன். கொம்மையைக் கூட்டியிட்டு ஆசுத்திரியில் பெய் ஒரு குப்பி குளுகோஸ் அடச்சிட்டு வீட்டுக்கு கூட்டியிட்டு போ.’

பூவரசியின் பதிலை எதிர்பாராமல், அவனிடமிருந்த பழைய பிறுத்த அலைப்பேசியை எடுத்து ஆட்டோவை வரவழைத்து இருவரையும் அனுப்பி வைத்து விட்டு, எச்சில் இலை எடுக்க சென்றான் மாரி.

இதெல்லாம் கண்டும் கூட்டத்தில் ஒருவனாக எதுவும் செய்ய இயலாத நிலையில் மனோ நின்றான்.

ஆட்டோவில் பயணித்த பூவரசி மனதில் மனோவும் மாரியும் வந்தார்கள். எனக்க நிலையைக் கண்டு புரிஞ்சி ஓடிவந்தவன் மாரி. எல்லாத்தையுமே கண்டும் காணாம நின்னவன் மனோ.

மாரியைச் சின்னதிலிருந்தே எனக்கு தெரியும். அழுக்கன், அழுக்கனுண்ணே எல்லாரும் செல்லுவாங்க. அவன் சொந்த ஊரு திருநெல்வேலியிண்ணு செல்லுவாங்க. முப்பது வருசத்துக்க முன்ன இந்தப்பக்கம் உள்ள, அருளப்பன் என்கிற டாக்டர் அங்க வேலை பாத்துட்டு இருந்திருக்காரு. அவருடையை வீட்டு வேலைகளிலும், வெளிப்போக்குகளிலும் கூடமாட மாரியின் பெற்றோர்கள் இருந்திருக்கிறார்கள். அருளப்பன் டாக்டர் அங்கிருந்து மாறி சொந்த ஊரான இங்க வந்த நேரம் அவருக்கு உதவியா இருந்தவங்களையும் கூடவே கூட்டியிட்டு வந்து மூணு செண்ட் வஸ்துவுல வீடு வச்சி கொடுத்துருக்காரு. அவரு சாகிறது வரைக்கும் அவர் வீட்டுல வேலைசெய்து, தூத்து வாரியிண்ணு இருந்திருக்காங்க.

மக்க குட்டி எதுவும் இல்லாத டாக்டரும், பெண்டாட்டியும் செத்த பிறகு அருளப்பனுக்க குடும்பங்காரங்க விரட்டி தள்ளியிட்டாங்களாம். மூணு செண்ட் வஸ்த்துவை அப்பவே எழுதி கொடுத்திட்டதினால அதை யாராலும் வாங்கிப் பறிக்க முடியலியாம்.

அருளப்பன் சார் இறந்த பிறகு, வேலை வெட்டி எதுவும் இல்லாத நிலையில், ஆதியில செஞ்ச குடும்பத்தொழிலையே இங்கேயும் செய்துருக்காங்க. மாரியோடு தள்ளையும் தகப்பனும் அவனுடைய பத்து பதினொரு வயசுல செத்துப்போக அவனும் அழுக்கு வாரப் போயிட்டிருந்தான். அங்கிருந்து இங்கு வந்து வாழ்ந்தவர்களை எல்லாரும் இளக்காரமா ‘வந்தொட்டி’யிண்ணு சொல்லி ஒதுக்கிவச்சாலும், நல்லது கெட்டதுக்கும் எல்லாருக்கும் மடிச்சாம ஓடி, ஓடி உழைப்பான்.

என் சாதியில நான் உயிரை உருக்கி சினேகிக்கிற மனோவுக்கு என் மேல ஒரு அன்போ, இரக்கமோ வரல. ஆனா மாரிக்கு வந்துருக்கு. என் இடத்துல வந்து எனக்காகவே வந்து நின்னானே மாரி. மாரிக்கு என் மேல் காதலோ. நினைத்தவளை ஆட்டோக்காரர் கலைத்தார்.

‘ஆசுத்திரி வந்துட்டு…’ ஆட்டோக்காரர் சொல்ல, தன் மடியில் படுத்துக்கிடந்த அம்மாவை எழுப்பினாள் பூவரசி. உடம்பெல்லாம் அசைவற்று இருந்ததுபோலக் கிடந்தாள் கனகம்.

‘எடியே பய்ய எறங்குவியா?’

‘ஒ, மோளே என்னை ஏதங்கிலும் கெவர்மெண்ட் ஆசுத்திரிக்கி கூட்டியிட்டு போ. அம்ம தூத்து வாரிய ஆசுத்திரியில் கொண்டு இறக்குனா, நம்ம கடனும் கஷ்டமும் இன்னும் கூடி போயிரும்.’ மகளிடம் இவ்வளவும் பேசும் முன்னே மூச்சு வாங்கியது.

‘ஒனக்கு வேளம் செல்லக்கே ஒக்கேல. பய்ய எறங்குடி.’ தாயின் பேச்சை கேட்காமல், தாய் தூத்து வாரும் ஆஸ்பத்திரியிலே கொண்டு இறக்கினாள் பூவரசி.

மகளோடு பதில் கூற முடியாமல் அவள் முகம் கோணிப் போக பூவரசி தாயைப் பார்த்து கதறினாள். ஆட்டோக்காரரின் உதவியுடன் கனகத்தை மருத்துவமனைக்குள் தூக்கிச்சென்றாள் பூவரசி.

அத்தியாயம் 4

நாகர்கோவில் பகுதியில் குடலைப் பிடுங்கும் நாற்றத்திலும் முகம் சுழிக்காமல் நின்றான் மாரி. சாக்கடை வெள்ளத்தில் மூழ்கி அடிபற்றிய அழுக்கை வாரி கரையேற்றிக்கொண்டிருந்தான். அவன் முகத்திலும், கண்களிலும், வாயிலும் சாக்கடை அழுக்குகள் வழிந்து கொண்டேயிருந்தன. மனித உடம்பிலிருந்து வெளியேறும் கழிவுகளை, மனிதர்கள் பயன்படுத்தி விட்டு சாக்கடையில் வீசி எறியும் கழிவுகளை அள்ளி வாரிக் கொண்டிருந்தான். அவனது வியர்வைத் துளிகள் சாக்கடை வெள்ளத்தில் விழுந்துக் கொண்டிருந்தன. கறுப்புக்கலரில் ஓடிய அழுக்குகளை வாரியபோது எழுந்த துர்நாற்றத்தை பக்கத்தில் சென்ற பலரும் மூக்கில் கை வைத்தபடியே கடந்து சென்றனர். அக்கம் பக்கம் போகிறவர்கள் மூக்கைப் பொத்திக் கடப்பதைக் கவனித்த மாரி அவர்களைத் திட்டத் துவங்கினான்.

‘உள்ளது போல சாக்கடையை ஓட விட்டுட்டு, இப்ப ஒண்ணும் தெரியாதது போல நல்லா பொத்தியிட்டு போங்க. தூறியதையும், மோளியதையும், தூமத்துணிகளையும், பிளாஸ்டிக்குகளையும் வாரி எறிஞ்சிட்டு இப்ப பெருசா நாறுதோ. மீனு கழுவிய வெள்ளத்தையும் ஊத்தி, துப்பித் தள்ளியிட்டு போகிற உங்களுக்கெல்லாம் இப்ப மட்டும் நாறுதோ. என்னென்னெ கழிவுகள் உண்டோ எல்லாத்தையும் வாரி சாக்கடையில எறிஞ்சிட்டு, தெருவுல சாக்கடை ஆறை ஓட விட்டுட்டு இப்ப

மட்டும் நாறிப்போகுதோ. அப்ப இதை வாரிய எனக்கு மணம், கொணம் ஒண்ணும் தெரியாதுண்ணு நெனச்சிங்களா? எல்லாம் தெரியும். சோத்தப் பாத்தாலும், சாக்கடையைப் பாத்தாலும் இப்ப எல்லாமே ஒண்ணு மாதிரியே ஆயிட்டு' தனியே பேசினான் மாரி.

'ஓய் மாரி என்ன ஒத்தைக்கு புலம்புது?' குப்பை வண்டி டிரைவர் கேட்டார்.

'அட, எங்கர்மத்தை செல்லியேன் ஓய்.'

'ஒமக்கு சம்மந்தம் ஒண்ணும் ஒழுங்காவலியா?'

'ஆவம். ஆவம். ஒருத்தியளுக்கும் நம்மளைப் பிடிச்சாது ஓய். கோட்டும் சூட்டும் போட்டுட்டு ஆபிஸ் போறவனைப் பிடிக்குமா? இல்ல சாக்கடையில் இறங்கி பீ வாரியவனைப் பிடிக்குமா?' பூவரசியை மனதில் வைத்துக்கொண்டு சொன்னான்.

'ஒமக்கு மறு சாதி பெண்ணு மேல ஏன் ஆசை வந்து?'

'நம்மளை மாதிரியே பீயும் மோளும் வாரி தூத்து தொடச்சியவளோட மொவாதான் அவளும். ஆளு ஒருக்கால மேத்திரம் ஒண்ணுமில்ல.'

'ஒமக்கு பிடிச்சா நேரே போய் கேட்டுப்பாரும். என்னத்துக்கு இடையில ஆளு வச்சி கேக்கணும்.'

'பிடிச்சாதுண்ணு முகம் பாத்து செல்லியிட்டா இந்த மாரிக்கு ஒரு மாதிரி ஆயிடும். அந்த ஊருல என்னை எல்லோரும் அழுக்கன் அழுக்கண்ணு செல்லுவுனம். இந்த அழுக்கனுக்குள்ள ஒரு அழகான மனசு இருக்குது. ஓய், இந்த மாரி இப்ப வரைக்கும் அடுத்தவங்களுக்க அஞ்சி பைசா களவாணவோ யாரையும் வஞ்சிக்கவோ செஞ்சதில்ல. பெண்ணுங்க விரும்பாம ஒரு மாதிரி நடக்கவும் போனதுல்ல தெரியுமா?'

'அப்ப விரும்பியவளுட்ட போவீரு இல்லியா?'

'அட அதெல்லாம் தள்ளம் ஓய். ஆரு போவாம இருக்கியா? எனக்கு எள்ளு போல குடிச்சணும். நம்மளால யாருக்கும் ஒத்திரவம் வரப்பாது. அது ஒண்ணுதான் நான் நெனச்சியது. ஆனா இந்த நல்ல மாரி ஆருக்கு வேணும்? கோட்டும் சூட்டும் போட்ட ஆணுங்களுக்குதான் எல்லாம் இருக்குண்ணு நெனச்சியாளுவ.'

'நீரு சூட்டு போடலியா?'

'நம்ம சூட்டெல்லாம் அழுக்கு ஓய்.'

‘சும்மா வருத்தப்படாதேயும். ஓமக்குதான் பூவரசியிண்ணு எழுதியிருந்தா அதுதான் நடக்கும்.’

‘போவம் ஓய்... எழுதி வச்சப்படிதான் எல்லாம் நடக்குமுண்ணு சொன்னா, ஆளு பாத்து எழுதி வச்ச ஆண்டவன்தான் பெரிய குத்தக்காரன். என்னை அழுக்கு வாரணமுண்ணும், மத்தவங்களையெல்லாம் அழுக்கு சேர்க்கவும் படச்சி விட்ட அவன்தான் பெரிய குத்தவாளி. தொழில வச்சி உயர்ந்தவன், தாழ்ந்தவண்ணு பிரிச்சி அவங்கவங்க வசதிக்காக வச்ச வேறுபாடுகள்தான், இப்ப சாதியா மதமா பிரிஞ்சி நிக்கி. எழுதி வச்சபடி அப்படி எதுவும் இல்ல ஓய். இது எல்லாமே ஆதிக்க மனுசங்கள் எழுதி வச்சது. இதிலே, பெழச்ச தெரிஞ்சவன் வாழ்வான். மத்தவன் வாயைப் பாத்துட்டு நிப்பான். வாயுள்ள பிள்ள பெழைக்கும். கரையிற பிள்ளைக்கு பாலுண்ணு சும்மாளா செல்லி வச்சிருக்காங்க. நம்ம மேல காலங்காலமாக திணிச்சி வச்ச சுமையை நம்ம கடமையிண்ணு காலா காலமாக நாமளும் செஞ்சிட்டிருக்கோம். இது இந்த சாதிக்குண்ணு ஒதுக்கி வச்சிருக்க, நாமளும் சரியிண்ணு செஞ்சிட்டுருக்கோம். ஏன் நம்ம சாதி படிச்சப்பிடாதா? நம்ம சனங்கா பெரிய உத்தியோகம் பாக்கப் பிடாதா? நம்மா வேற சோலி செய்யப்பிடாதா? இந்த சாக்கடையை விட்டு விலகி, அழுக்காக்கி விடுறவங்களே வாரட்டும் என நம்மா எல்லாம் ஒதுங்கிப்போனா நம்மளை கொன்னா போடுவானுவ. நம்மளும் மதிப்பும், மரியாதையுமா வாழ ஆசைபடணும் ஓய். என்னத்த எல்லாமோ கண்டு பிடிக்கிறாங்களே இந்த நாட்டுல, ஏன் சாக்கடையை கழுவ ஒரு மிசியனை கண்டுபிடிக்கட்டும்.’

‘ஓமக்க வேதனை எனக்கு புரியுது ஓய். ஆனாலும் என்ன செய்யியது? நீரு செல்லிய மிசியனை கண்டுப்பிடிச்சாலும் யாரு அதை அனுமதிப்பா?’

‘எல்லாரும் இப்படியிருந்தா ஒரு மாற்றமும் வராது ஓய். இப்பிடியே விலகி விலகி போனதுனால ஒரு நல்லது கெட்டது நடக்கிய இடத்துல நமக்கு என்ன மரியாதை இவ்வுலகில் கிட்டுது.’

‘மதிப்பும் மரியாதையும் இப்பளா இல்லாம போச்சி. எப்ப சாதி வந்தோ, அப்பவே மனுசங்களிடம் வேறுபாடு வந்துட்டு இல்லியா?’

‘எப்ப தொழிலு வந்ததோ, அப்பவே சாதியையும் உருவாக்கிட்டாங்க. ஒவ்வொரு மனுசங்களோடும் இருந்த தொழிலை வச்சி அதுக்கு ஏதுவா சாதியை உருவாக்கி மனுசங்களை அதை வச்சியே சாதியால தரம் பிரிச்சிட்டாங்க. பணம் மட்டும் இருக்குண்ணு வையும்; எல்லா அவலங்களும் மாறும். பூவரசிக்க தள்ளை இருக்காளே. அவளுட்ட பணமில்ல. அதுனால அவளும் மொவுளும் சவுட்டுப்படுறாங்க. நாலு பேரைப் போல வசதி வாய்ப்பு இருந்தா அழுக்கெல்லாம் இல்லாம ஆயிரும் ஓய். நம்மக்கிட்ட கோடிகளும் லெச்சங்களும் இருந்திருந்தா நம்மளும் உயர்வாகி போயிருப்போம்.’ மாரி நீட்டிக்கொண்டே போனான். பேச்சுக்கிடையில் அக்குளிலும், தோப்பியத்திலும் போட்டு சொறிந்துகொண்டே நின்றான்.

‘எத்தனை நேரம்தான் சாக்கடையில நின்னு கதை பறைவீரு. மேல ஏறி வாரும்.’

‘வாறேன் வாறேன். வவுறும் பவுச்சதான் செய்யுது.’ சொன்ன மாரி மீண்டும் சாக்கடை அழுக்கில் கலந்தான். செப்ட்டிங் டேங்க் டிரைவர் தன் பணிக்குக் கிளம்பினான்.

சாக்கடை வெள்ளத்திலிருந்து கரையேறிய மாரியைச் சுற்றி ஈக்கள் மொய்த்தன. உடம்பிலிருந்து திட்டு திட்டாய் சாக்கடையின் கறுப்பு அழுக்குகள் தரையில் விழுந்துக் கொண்டேயிருந்தன. அவனெதிரே வந்த பள்ளி மாணவர்கள் சாக்கடை நாற்றம் தங்கள் மூக்கில் நுழையாதவாறு ஒதுங்கி, முகங்களை கையால் மறைத்தப்படி விலகி சென்றனர். இது மாரிக்கு புது அனுபவம் இல்லை. அழுக்கை அரவணைக்க யாருக்கும் விருப்பம் இருக்காது என்பதை அவன் எப்போதே அறிந்திருந்தான்.

ஆனாலும் துப்புரவு தொழிலாளர்களின் முகாமில் பேச வந்த பேச்சாளாரின் பிரசங்கம் அவனுக்குள் இது போன்ற பல நேரங்களில் நினைவு வந்து ஆசுவாசம் கொடுக்கும்.

‘சுவாமி விவேகானந்தர் சின்ன சிறுவனா இருக்கிற போது, அவர் நடந்து போகுகையில் தெருவில் போனவர்களெல்லாம் தங்கள் எதிரே வந்த மலகூடை சுமக்கும் பெண்ணைக் கண்டு ஓடினார்களாம். ஆனால் விவேகானந்தர் மட்டும் அந்த பெண்ணின் முன் போய் நின்று தலைதாழ்த்தி வணங்கினாராம். அது போலவே பகத்சிங் தூக்கிலிடுவதற்கு முன் தன் கடைசி ஆசையாக கழிவறை கழுவும் பெண் தனக்கு உணவு பரிமாற வேண்டுமென

ஆசைப்பட்டாராம். உலகில் ஞானமுள்ளவர்கள் யாருமே துப்புரவு தொழிலாளிகளை ஒதுக்கி வைப்பதில்லை. நீங்கள்தான் உலகின் முத்துகள்; சொத்துகள். வாழும் கடவுளே நீங்கள்தான்' ஓங்கி பிரசிங்கித்த பேச்சாளரின் வாக்குகளை உள்ளத்தில் இழுத்துப் போட்டான்.

எத்தனைப் பேரு புரட்சியா பேசினாலும், இப்ப வரைக்கும் சாக்கடை அள்ளுறவனுக்கான விடுப்போ, முறையான சம்பளமோ, வேலை உத்திரவாதமோ, தொழில் உப கரகணங்களோ, ஓய்வுதியமோ, கிடைக்கவே இல்ல. எங்களை எல்லாம் அரசாங்கத்தின் ஊழியக்காரங்களா மாத்திக்கவேயில்ல. குடிகாரனுவா வாழ்க்கை ஒழுக்கம் கெட்டவனுவாண்ணு பின்னால போட்டு வச்சிருக்காங்க. ஒரு தடவை பீக்குவியலுக்குள்ள முங்கி எழும்புனாயில்ல மத்தவங்களுக்கு தெரியும் அதோட நாத்தம் பற்றி. சாக்கடை அழுக்கு ரோட்டுல தெறிச்சி கிடந்தாலே காலை ஒடுக்கி, மூஞ்சியைப் பொத்தியிட்டு ஏதோ ஒலக மகா தீட்டு போல ஓடுறாங்களே அப்படியிண்ணா அழுக்கென்னும் சாக்கடைக்குள் முங்கி முங்கி அழுக்கு வாருறவனுக்கு என்னென்ன மன உளைச்சல் இருக்குமுண்ணு யோசிக்கிறாங்களா? பாதுகாப்பில்லா நிலையில் எத்ர தூப்புக் காரனுகள், தூப்புக்காரிகள் செத்தொழிஞ்சி போகிறாங்க. சாக்கடை அழுக்கைகூட சகிச்சுக்குலாம். ஆனா என்னைப்போல உள்ளவங்களை மனுச ஜென்மமே இல்லண்ணு ஒதுக்கி வைக்கிற மனுசங்களுக்க மன நாத்தம்தான் சகிக்கவேயில்ல. – பல வித எண்ண அலைகளோடு நடந்த மாரி, அருகே இருந்த குழாயில் கை, காலை கழுவி விட்டு பக்கத்தில் இருந்த தேநீர் கடையில் நுழைந்தான்.

'ஒரு சாயையும் கடியையும் தாரும் ஓய்.' சாயைக்கடையில் கிடந்த பெஞ்சில் அமர்ந்தபடியே கேட்டான்.

'கடி விலை கூடியது போல, நாளையிலிருந்து சாயையும் விலை கூடுது. பாலு விலை கொள்ளைப் போக்குல உயருது' சாயையை ஆற்றிக்கொண்டே கடைக்காரர் சொன்னார்.

'எல்லாம் விலை கூடட்டு. எதுதான் விலை கூடாம இருக்கு. ஆனா சம்பளம் மட்டும் கூடவே கூடாது.'

'ஆமா, சம்பளம் கூட்ட இவரு பெரிய ஆபிசர் வேலை இல்லா பாக்கியாரு' பரிகாசமாச் சொன்ன கடைக்காரரைப் பார்த்தான் மாரி.

‘ஆபிஸ்க்காரன் தூறி போடிய பீயை என்னைப் போல உள்ளவன் வாரலண்ணா அது அப்பிடியே கெடக்கும். அஞ்சி நிமுசம் சாக்கடை நாத்தம் பொறுக்க முடியாம மூக்கைப் பொத்துறீங்களே... வாழ்க்கைப் பூராவும் சாக்கடை அழுக்கில நிக்கிற எங்களுக்கு சம்பளம் வேண்டாமா ஓய்...’ மாரி சொல்ல, கடைக்காரர் தலைகுனிந்தார்.

‘சாயையைத் தாரும்...’ தேநீரை கையில் வாங்கி விட்டு, அருகே நின்ற ஆலமரத்தடியில் போய் இருந்தான் மாரி. அவன் மனம் கனத்தது. வியர்வை வழிந்த முகத்தைத் துடைக்கவும் மனமின்றி இருந்தான். சுற்றிலும் வெயிலின் தாக்கம் வாட்டியது. சாக்கடை அழுக்குகள் ஆங்காங்கே அவன் மேனியில் உலர்ந்து நாற்றம் வீசியது. கையில் சுட்ட தேநீரையும் குடிக்க மனமின்றி இருந்தான். காகிதத்தில் இருந்த வெங்காய வடையின் எண்ணெய் காகிதம் முழுவதும் பரவி போயிருந்தது.

சுற்றிலும் பார்த்தான். சாக்கடைக் கரையோரம் மனித மலங்கள் வெயில் பட்டு கருகிப்போய் கிடந்தன. அதிலிருந்து வெளிப்பட்ட கரிந்த நாற்றம் காற்றில் கலந்து அவன் நாசியைத் தொட்டது.

மனுசங்களோ, மிருகங்களோ எதுண்ணாலும் தின்னியதெல்லாம் வவுத்துக்குள்ள இருக்காது. எப்ப முட்டுதோ அப்ப எந்த இடமுண்ணு பாக்காம அவரசத்துக்கு இறக்கி விட்டுட்டு போகிறவங்களுக்கு இதை அப்புறப்படுத்தியது நம்மளைப் போல உள்ள மனுசங்கண்ணு ஏன் தெரியாம போகுது? எங்களைப் போல உள்ளவங்களுக்குத்தான் சரியான கக்கூஸ் வசதி இருக்காது. யாத்திரைத்தலங்களில் கெவர்மெண்ட் கட்டி கொடுத்திருக்கிய கக்கூசையெல்லாம் என்ன பாடு படுத்தி வச்சிருக்காங்க. இனி உச்சைக்கப் பிறகு அங்கதான் சோலி. நினைத்தவன் மிதமான சூட்டில் இருந்த தேநீரை வாயில் வைத்தான். கையில் பிசு பிசுத்த பண்டத்தைக் கடித்தான்.

‘மாரி காப்பி குடி நடக்குதோ?’ அடுத்த டிரிப் வந்த டிரைவர் கேட்டார்.

‘ஓ...’

‘இனி உச்சைக்க பிறகு கக்கூஸ் கழுவலா?’

‘ஓ...’

தூப்புக்காரி | 69

வெறுமனே பதில் சொல்லி விட்டு, சற்று இளைப்பாறுதலுக்காக சாக்கடை கரையோரம் அமர்ந்தான். மாரியின் மனதில் பூவரசி வந்தாள்.

இந்தக் குட்டியை எனக்கு எப்ப பிடிச்சி? ஏன் பிடிச்சி? அருளப்பன் சாருக்க வீட்டுக்க பக்கத்துலதான் அவளுக்க வீடும் இருக்கு. இதுனால ஊருல போகிறப்ப எல்லாம் அவளைக் காண முடியும். பெரிய அமைதியான பெண்ணு ஒண்ணுமில்ல அவளும். அவசியத்துக்கு வாயும் உண்டு. ஏன் அவளை எனக்கு இப்பிடி பிடிச்சுமுண்ணு தெரியலியே.

அதெப்புடி தெரியலண்ணு சொல்ல முடியும்? என்னை எல்லாருமே அழுக்கன் அழுக்கன் என விளிக்கிறப்ப அவா ஒருத்திதான் மாரியிண்ணு செல்லுவா.

அது மட்டுமா, வீட்டிலிருந்து தையல் தைக்கிறதுக்கு முன்னால அண்டியாபிசுக்குப் போனாக்கிலே, அங்கேயும் கக்கூஸ் கழுவ போனேன். அப்பிடி போனாக்கில் அங்க உள்ள பெண்ணுவா எல்லாம் என்னைப் பாத்து பரிகாசமா சிரிச்சாங்க. ஆனா பூவரசி அவங்களையெல்லாம் நல்லா பறஞ்சா இல்லியா.

'அவரும் மனுசன்தானே. எதுக்கு இப்பிடி சிரிக்கிறிங்க? சாமானத்துல கெட்டி பொதிஞ்சி வச்சிருக்கியதையெல்லாம் கக்கூஸ்லதான் அவுத்து போடுவியா. அதையெல்லாம் வாரி மாத்த வாறவரைப் பாத்து சிரிக்கிறது நல்லாயில்ல' அப்படியிண்ணு அந்த பெண்ணுங்களைத் திட்டியிட்டு என்னைப் பாத்தாளே. ஆமா பாத்தா. அப்பதான் எனக்கு அவளை அப்படிக்கு பிடிச்சிப் போச்சி. பெறவு ஒருக்கா பக்கத்துல கோயிலில் அன்னதானம் நடக்கிறப்ப, அவா பக்கத்துல கெடந்த இடத்துல என்னையும் போய் இருக்க விளிச்சா. ஆமா, அன்னிக்கு நானும் – அவளும் மாப்பிள்ளை பெண்டாட்டி போல அருகருகே சேர்ந்து இருந்தோம். இதெல்லாமே அவளுக்கு மறந்து போயிருக்கும். ஆனா எனக்கு எதுவுமே மறக்கல. இப்ப ரெண்டுணு நாளா என்ன நடந்தோ தெரியல. என்னை அதுல இதுல கண்டாலும் சிரிச்ச மாட்டா. நான் சொன்ன விசயத்தை வேலப்பன் போய் சொல்லியிருப்பானோ. அது அவளுக்கு பிடிக்கலியோ. ஆமா என்னைப் பிடிக்கலியா காணும்.

'யாருக்குப் பிடிக்கும் இந்த அழுக்கனை. அப்படி பிடிச்சிருந்தா அம்மையும், அப்பனும் என்னை விட்டுப் போயிருக்க மாட்டாவ.

வாற மாசி மாசத்துல வயசும் முப்பது முடியுது. இனி எப்ப ஒரு கலியாணம் காட்சி எனக்கு நடக்கப்போவுதோ. சாக்கடையில ஒழச்சாலும் ஒடம்பு சொன்னா கேட்குதா? செல நேரம் தோணுற ஆசைக்கு கமலாளுட்ட அப்பப்ப பெயிருக்கியேன். இதெல்லாம் வெளியில தெரிஞ்சா பரியெடுதான்.

தேநீர் அருந்திய குவளையை அருகில் வைத்தான். அதன் மேல் ஈக்கள் வந்து விழுந்தன.

'எங்கண்டு இதுவா வருதுவுளோ. சூ, போங்க ஈச்சியளே...' ஈக்களை துரத்தியவன் கையில் இருந்த கப்பை தேநீர் கடையில் கொண்டு கொடுத்தான்.

•

பொதுக்கழிவறைக்குள் நுழைந்தான் மாரி. நாற்றம். எங்கும் வியாபித்து நின்றது. ஈக்களும் கொசுக்களும் அங்கே குடித்தனம் நடத்திக்கொண்டிருந்தன. மலத்தில் உணவு தேடியவை மாரியின் மணம் கேட்டதும் இவனைச் சூழ்ந்து கொண்டன. உலர்ந்தும் உலராமலும் கிடந்த மலங்கள் கரைமுழுவதும் தொடர்ச்சியாக தெரிந்தன. பெண்கள் கழற்றி எறியும் மாதவிடாய் அழுக்குகள் அப்பிய நாப்கின்கள் கூட்டம் கூட்டமாக தெரிய, அவற்றையே பார்த்தான் மாரி.

எல்லா கழிவுகளையும் கூட்டி வாரி அழுக்கு ஏற்றும் வண்டிக்குள் சேர்ப்பதற்குள் தன் உயிரே போய்விடுமென மாரி கலங்கித்தான் போனான்.

'பீ வாரிய ஏனம் எங்க?' கக்கூஸ் சுவரில் சாய்த்து வைத்திருந்த உபகரணத்தைக் கையில் எடுத்தான். கண் கொள்ளா காட்சியாக கழிவறை முழுவதும் ஒட்டிக்கிடந்த மலங்களை, கையில் இருந்த உபகரணத்தால் பீக்களைச் சொரண்டி வாரினான்.

'ஒ, என்ன நாத்தம்... இதுல பளீச்சிங் பவுடர் போட்டாலே சரியாகும்' நினைத்தவன் ப்ளீச்சிங் பவுடரை பீக்களின் மேல் தூவினான். கறுத்துப் போன மலங்களில் வெள்ளை பொடி விழுந்து போன காட்சி அவனுக்கு பழக்கமேதான்.

மேல் பகுதி கறுப்பும், உள் பகுதி மஞ்சளுமாக குழைந்த மலங்களை இழுத்து வாரி குட்டையில் போட்டு, அவற்றை தலையில் சுமந்தான் மாரி. ஒழுகி வழிந்த மல வெள்ளம் அவன் முகத்தில் வழிந்தோடியது. முகத்தில் வழிந்த மல வெள்ளம்

வியர்வையோடு கலந்து வாயினுள் நுழைந்தது... துப்பித் தள்ளவா முடியும்?

உலகைச் சுத்தப்படுத்தும் ஒவ்வொரு தொழிலாளியும் பீ, மோளை தின்னுதான் வாழுறான். அலங்கார ஆடை உடுத்தி, மணக்கும் வாசனையை உடலில் பூசினாலும், நாற்றமுள்ள மலத்தைதான் வெளியேற்றுறான் மனுசன். ஒவ்வொரு மனுசனுக்குள்ளும் நாற்றமும் அருவெருப்பும் உள்ள மல மூட்டம் கிடக்கவே செய்யுது.

எல்லாத்தையும் வெளியில் மறச்சிட்டு நான் ரொம்ப சுத்தமுண்ணு மனுசங்க வெளியில காட்டிக்கிறாங்க. தின்னுறப்ப ருசியும், பேரானந்தமும், மணமும், மகிழ்ச்சியும் கொடுத்த உணவுகள்தான் பீக்களாக வெளி வருது. பீயைக் கண்டா பத்து நாளு தின்னாதவன் தூறாம இருக்கியானா? அட, தூறலும், தும்மலும், பீக்கும், குசுவும், மோளும், சளியும் ஒவ்வொரு மனுசனின் இயற்கை. இதெல்லாம் இல்லாமப்போனா அவன் பிணமேதான்.

இப்படியெல்லாம் துண்டு துண்டா கிடக்கிய பீயையளையும், ஓட விடுற சாக்கடைகளையும் சுத்தப்படுத்துற என்னைப் போல உள்ளவங்களை நாத்தமுண்ணும், குறஞ்சவங்கண்ணும் ஒதுக்கி வைக்கிறதுதான் அதிக கொடிய வலி... முகம் வழியும் அழுக்கோடு நடக்கும் மாரியை டிரைவர் அழைத்தார்.

'மாரி முகத்திலோட்டு பாயுது. செணம் கொண்டு வாரும்...' டிரைவர் சொல்ல, லேசாக சிரித்தான் மாரி.

'போவம் ஓய். இப்பிடி இண்ணு புதுசாவா பாயுது... தள்ளும் அப்புறம்...' அவன் தட்டிய கழிவுகளிலிருந்து வெளியேறிய நாற்றம் அப்பகுதி முழுவதும் அலைந்தது.

மீண்டும் கழிவறைக்குள் நின்றான். மாதாவிடாய் ரத்தம் சுமந்து கறுப்பேறிக் கிடந்த நாப்கின்களைக் கைகளால் பறக்கினான். அந்த ரத்த நொடியில் ஈக்கள் குதூகலமாக விழத் துவங்கின. அவற்றைப் பொறுக்கும் போதெல்லாம் பெண்களின் மேல் கருணை வந்துவிடும் மாரிக்கு.

'பாவம்தான் பெண்ணுங்க. மாசம் தோறும் இதுகளுக்கு இது ஒரு பெரும்பாடு. ஆத்திரம் அவசரமுண்ணா இப்பிடி வந்து கழத்தி எறிஞ்சுட்டு போவுதுவா...' முகச்சுழிப்பின்றிக் கைகளால்

பொறுக்கினான். ஒவ்வொரு பஞ்சுகளிலிருந்தும் பச்சை ரத்தமும், கடுத்த ரத்தமும் புழுங்கி நாறியது.

கக்கூஸ் முழுவதும் கூடிக்கிடந்த திடக்கழிவுகளை அப்புறப் படுத்தியவன், பீயும் தூசும், ரத்த நெடியுமாகக் கிடக்கும் கக்கூஸைத் தண்ணீர் விட்டுக் கழுவத் துவங்கினான். தரை ஒட்டிய அழுக்குகள் வெள்ளத்தோடு கலந்து பத பதவென மடை வழியே புறப்படுகையில் எடுத்த வெட்கை மாரியின் முகத்திலடித்தது.

எங்கும் ஓரளவு கழுவி முடித்த பின் கழிவறையைப் பார்த்தான். அவனுக்குள் ஒரு திருப்தி வந்தது.

'இனி முத முதா வந்து இருக்கிறவங்களுக்கு நிம்மதியா இருக்கும்' கூறியபடியே வாளியையும், டெட்டால் லோசனையும் தூக்கி கொண்டு வெளியே வந்தான். வெளியே ஒன்றிரண்டு பேர் காத்து நின்றார்கள்.

கக்கூஸ் கழுவிய உபகரகணங்களுடன் வெளியேறியவனின் தேகத்திலும் அழுக்கும், மொச்சையும் ஒட்டிக்கொள்ள, ஈக்கள் அவனைச் சுற்றியதை வெளியில் நின்றவர்கள் முகம் சுழித்தார்கள். மூக்கைப் பொத்தினார்கள்.

'தாயோளி மக்கா மூக்கப் பொத்தியிட்டு நிக்கியதைப் பாக்கேலியா? இம்புடு நேரம் இவனுகளுக்க பீ மோளை கழுவிதானே நாத்தமா போனேன்' பெருமூச்சுவிட்டான்.

'மாரி வருதா ஓய்...' டிரைவர் அழைத்தார்.

'எனக்கு வடசேரி சந்தை வரைக்கும் போணும். நீரு முன்ன போவும்...'

'அப்ப நான் போறேன்...'

'ஒ நீரு போணும்...'

மாரி அருகேயிருந்த தண்ணீர் குழாயிலிருந்து கை, கால், கழுவ அழுக்கு வழிந்து ஓடியது. முகமெல்லாம் கழுவித் துடைத்தான்.

'ம்... வவுறும் பவுச்சுது. இப்படியே போனா சரியாவாது. ஓட்டலுல போய் தின்னுட்டு போணும்...' சொன்னவன் தலையில் கட்டியிருந்த அழுக்குத்துண்டை உதறி முகம் துடைத்தபடியே நடந்தான்.

ஹோட்டல் உடுப்பியைப் பார்த்தான். 'நம்ம நிலைக்கு இதெல்லாம் சரிப்படாது. நமக்கு ஏதாவது வெளி ஓட்டலே ஒக்கும்' முணு முணுத்தபடியே நடந்தவன் எதிரே தெரிந்த எளிய உணவகத்துக்குள் நுழைந்தான்.

உணவகத்தின் எதிரே வரிசையாக தெரிந்த சிறிய குடிசைகளைப் பார்த்தபடியே உணவு சாப்பிட்டுக்கொண்டிருந்தான் மாரி. அந்த குடிசைப் பகுதியின் நடுவீட்டிலிருந்து அவ்வப்போது வெளியே வந்த அவளைக் கவனித்தான்.

கொஞ்சநாளு கொண்டே எங்கண்ணுல வந்து, வந்து போறா. அவளுக்கு ஒரு கொழந்தை காணும் போல தோணுது. மாப்பிளை உண்டோ இல்லியோ தெரியல. எனட்ட எதையோ கேட்க வாறாண்ணு தெரியுது. அப்பிடி என்ன கேட்க நினைக்கிறாண்ணு தெரியல. சோறை தின்னுட்டு என்னா ஏதுண்ணு போய் கேட்கணும்.

மாரி உணவை முடித்து, நெருங்கி அமைந்திருந்த குடிசைப் பகுதியில் போய் நின்றான். மாரியைக் கண்டதும் அவள் வெளியே வந்தாள். அவளின் கண்களோ நாலு திசையும் சுழன்றது.

'வரணும் உள்ளால...' பட படப்பாகக் கூறிவிட்டு வீட்டுக்குள் போனாள் அப்பெண்.

ஒரு தளம் மட்டுமே கொண்டு வீட்டின், நாலுப்பக்கமும் கைப்பிடி மண்ணால் எழுப்பப்பட்ட சுவர் பொலிவிழந்து காணப்பட்டது. நடுத்தர வயது ஆணின் புகைப்படம் மங்கித் தெரிய, அதில் கரிந்து தொங்கிய பூ மாலையைக் கண்டதும் அவளுக்குக் கணவன் இல்லையென்பதைப் புரிந்துகொண்டான். தளத்தில் கட்டி விட்ட தொட்டில் ஆடியது. அதற்குள் தூங்கும் குழந்தை, ஆணோ பெண்ணோ அதுவும் தெரியாது மாரிக்கு. அந்தச் சின்ன வீட்டில் நிலவிய அமைதி முழுவதும் கனமான சோகமும் வறுமையும் மிதந்து நின்றது. சொற்ப நாட்களே கணவனோடு வாழ்ந்த இளம் பெண்ணின் ஏக்கப் பெருமூச்சுகளின் ரணம் அந்த வீட்டில் கேட்டுக்கொண்டேயிருந்தது.

'ஒம்மளை எனக்கு தெரியும்?' குழந்தையின் தொட்டிலை ஆட்டிய படியே சொன்னவளை, எப்படி தெரியும் என்பது போல் நிமிர்ந்து பார்த்தான் மாரி.

'எனக்க புருசன் ரொம்ப நல்லவரு. அப்பனும் அம்மையும் இல்லாம வளந்த என்னை இஷ்டப்பட்டுதான் கட்டிக்கிட்டாரு.

இருபத்தி நாலு நாளும் வாழ்க்கை பூரா அனுபவிக்கக்கூடிய எல்லா சந்தோசத்தையும் அனுபவிச்சிட்டேன். ஒரு காச்சல் வந்து அவரு செத்துப் போய் மூணு வருசமாவுது. அவரோட நினைப்புல மட்டும்தான் வாழ்ந்துட்டுருக்கேன். அங்கங்க தூத்து துடைக்க வருறப்ப ஒம்மளைப் பாத்துருக்கேன். எனக்க புருசனுக்க சாயலு ஒமட்ட கிடக்கு. ஒமக்கு கலியாணம் ஆயிடுச்சா...' அவள் கேட்க, நிமிர்ந்தான் மாரி.

'பாத்துட்டுருக்கேன்...'

'இங்குன வாற நேரம், பேச்சுத் துணைக்கி ஒண்ணு வந்துட்டு போலாம் இல்லியா?'

'பாப்பம்... நான் போறேன்...'

'இருக்கணும். காப்பி குடிச்சிட்டு போலாம்...'

'வேண்டாம்... எனக்கு குளிச்சணும்...'

'வீட்டுல வெள்ளமிருக்கு. குளிச்சிட்டு போலாம்...'

'இ..ல்..ல நான் போறேன்' சொன்னவனின் அருகே வந்தாள். அவளின் பார்வையைத் தாண்டி செல்ல மாரியால் முடியவில்லை. அவளின் கையைத் தொட்டான். அவள் மறுப்புக் கூறவில்லை. அதற்கு மேல் மாரி இயல்பு நிலையில் இல்லாமல் ஆனான்.

அத்தியாயம் 5

மருத்துவமனையில் அமைந்திருக்கும் தொலைப்பேசி பூத்தில் நின்றாள் பூவரசி. கையில் வைத்திருந்த அலைபேசி எண்ணை உற்றுப்பார்த்தப்படியே, எதிரே இருந்த பொத்தானுகளில் 98யில் துவங்கி 6 என்று முடியும் பத்து இலக்க எண்களை அடித்துக் கொண்டேயிருந்தாள். எதிர்முனையில் தொடர்பு எல்லைக்கு வெளியே என்ற தகவல் கிடைக்க, கிடைக்க தளர்ந்து போனாள் பூவரசி.

ஏன் இந்த ஒலகத்துல அவனுக்கு மட்டும்தான் காரு உண்டா? வெளியில நிக்கிய வேற காரை விளிச்சா என்ன? அவன் தமையனுக்கு கலியாணம் முடிஞ்ச குசியில் காணும். முகத்தில் வழிந்த வியர்வையை சேலை முந்தானையால் துடைத்தாள். இதயம் வெகுவாகக் கனத்தது.

அம்ம என்னை விட்டுட்டு போயிருவாளோ? மனோ வீட்டு கலியாணத்துக்கு நடந்த சம்பவம் அம்மையை நல்லாவே மனசளவில் பாதிப்பை ஏற்படுத்தியிட்டு. அட்டாக் போல வந்துட்டு. இடது பக்க கையும், காலும் வெளங்கேல என் அம்மையிக்கி. வாய்கூட ஒரு பக்கமா கோணி போயிருக்கு. பெரிய ஸ்கேன் எடுக்க பெரிய டாக்டர் துண்டு தந்துருக்கு. ஏதோ நுட்பமான ஸ்கேனாம். வெளியே ஸ்கேன் எடுக்க துணைக்கு வரக்கு ஒரு நாதிவகூட இல்ல. மனசால பழவுன அன்புக்கு ஒரு டிரைவரா மனோவாது கூட வந்தா ஒரு துணையிருக்குமுண்ணு

76 | மலர்வதி

போன் அடிச்சிப்பாத்தா அவனுக்கு போண் கிடைக்கல. இத்தனைக்கும் ஒரு நாள்கூட எங்கூட பேசினதில்ல. எதுக்கும் கடைசியா ஒருக்கா போணு விளிச்சிப்பாத்துட்டு வேற காரை அழச்சனும் – மீண்டும் எண்களை அழுத்த துவங்கினாள். எதிர்முனையில் ரிங் நீண்டு போனது. என்ன பேச? எப்படி பேச துவங்க? மனசு தவித்தது.

தமையனின் கலியாணம் முடிந்து விருந்து அவசரத்தில் சுழன்றுகொண்டிருந்த மனோவுக்கு அலைபேசியில் பேசக்கூடிய சூழல் அமையவில்லை.

பரபரப்பான சூழலில் நின்ற போதும், பூவரசிக்குத் தன் வீட்டில் கண்ணெதிரே நடந்த நிலைமைகளை நினைத்துக்கொண்டே வேதனையில் சுழன்றான். அவன் அப்பா வேறு குழப்பிவிட்டார்.

அண்ணன் மதன் கலியாணம் செய்த பெண்ணின் தங்கையை மனோ கலியாணம் செய்ய குடும்பத்தில் எல்லோரும் முடிவெடுத்து விட்டார்கள். இரண்டு மாதங்கள் கழித்ததும் கல்யாணம் பண்ண தீர்மானித்துவிட்டார்கள்.

சட்டை சாப்பில் கிடந்த அலைபேசி அடித்துக்கொண்டேயிருக்க, கூட்ட நெரிசலைத் தாண்டி சற்று தள்ளினாற்போல் சென்று பேச முயன்றான்.

‘ஆஸ்பத்திரி நம்பரா இருக்கு யாரா இருக்கும்?’ நினைத்தப் படியே, ‘ஹலோ...’ இவன் குரல் கேட்டதும், எதிர் முனையில் பூவரசியின் நாவு உலர்ந்தது.

‘அ..லோ நான்..பூ..வு...’

‘பூவ..ரசியா?’ அவன் கண்கள் சுற்றிலும் சுழன்றன.

‘இப்ப ஆசுத்திரியில ஒரு ஓட்டத்துக்கு வர முடியுமா? என் அம்மையிக்கி சொகமில்ல. பெரிய ஸ்கேனு எடுக்க வெளியி ஆஸ்பத்திரியிக்கி கொண்டு போணும்...’

முதன் முதலாக தன் காதலி வாய் திறந்து பேசுகிறாள். அதுவும் உதவி கேட்கிறாள்? எப்படி முடியாதுண்ணு சொல்லுவது. அண்ணனுக்கான விருந்து முடிந்து பெண் எடுத்த வீட்டிலிருந்து பண்ட பாத்திரங்கள், சீர் சினத்திகள் கொண்டு வீடு காணல் சடங்குக்கு வருவார்களே என்ன செய்வது?

‘அலோ வருவிங்களா?’ அவள் கேட்டாள்.

‘வாறேன்…’

’நான் ஆசுத்திரியில் காத்திட்டிருக்கேன்…’

’சரி…’ குழம்பிய நிலையில் போணை அணைத்தான்.

‘என்ன மனோ ஒரு மாதிரியா நிக்கிய?’ மனோவின் அப்பா கேட்டார்.

‘ஆசுத்திரியில ஒரு அவசர சவாரி இருக்கு…’

’யாரு டாக்டரா போணு பண்ணுனாங்க…’

‘ஆ..மா’ பொய் சொன்னான்.

‘அப்ப பெயிட்டு வா…’

‘வீடு காணலுக்கு வச்சிய களனியில் வரும் எச்சி எலை எடுக்க போகிற வழியில ராயப்பனுட்ட ஓர்மைப்படுத்தியிட்டு போ…’

‘ச..ரி. சரிப்பா.’

அப்பா அனுமதி அளித்தது அவனுக்கு மிகுந்த மகிழ்ச்சியைக் கொடுத்தது. வேகமாகச் சென்று காரை இயக்கினான்.

பூவரசியை கிட்டத்தட்ட மூணு நாலு வருசமா பாத்துட்டு வாரேன். மனசுக்குள் அப்படியொரு பாசம் கிடக்கு அவளுட்ட. ஆனா ஒரு நாளுகூட அந்த பிள்ளையிட்ட பேசுனது கிடையாது. இப்படி இருந்தும் ஏதோ தினமும் பேசி பழகிறது போல ஒரு நெருக்கம். அப்படியொரு நெருக்கம் மனசுக்குள் இல்லாம போயிருந்தால் அவளுக்க அவசரத்துக்கு என்னை அழச்சிருப்பாளா? பாவம் பூவரசியின் வாழ்க்கை தொணைக்கு இருக்கிறது அவளுக்க அம்ம மட்டும்தான். அந்த அம்மக்காரியின் காலத்தில் இவள் கரை பிடித்தாலே உண்டு. இல்லண்ணா இவளுக்கு யாரு உண்டு? காதலிக்கிறேன் என்கிற உரிமையில் என்னால் பூவரசிக்கு பத்து பைசாவுக்கு ஒதவ முடியுதா? இல்ல அவளை என் வாழ்க்கையில் சேத்துக்க எனக்கு தைரியம்தான் இருக்குதா? என் குடும்பத்தை எதிர்த்து அவளை கல்யாணம் பண்ணத்தான் முடியுமா எனக்கு? காதலெல்லாம் சினிமாவுலதான். காதலை கற்பனையில் கண்டு ருசிக்க மட்டும்தான் சொகமாயிருக்கும். நிஜ வாழ்க்கையில காதல் வலிதான். பாவம் என் பூவரசி நல்லா இருக்கணும்… மனசார அந்த பிள்ளையைக் காதலிக்கிறேன்… எனக்கான காலம் ஒரு சின்ன வழியை காட்டினாகூட அவளை நான் கலியாணம்

கட்டிக்குவேன்... ம், காலம் என்ன பதில் சொல்லுதோ. சிந்தனை செய்தபடியே மருத்துவமனை வளாகத்தை அடைந்தான் மனோ.

அடர்ந்த கிளைகளைப் பரப்பி நின்ற வேப்பமரத்தடியில் அமர்ந்திருந்தாள் பூவரசி. சுற்றிலும் வளர்ந்து நின்ற செடிகளுக்கு ரோஸ்லிலி தண்ணீர் ஊற்றிக் கொண்டிருந்தாள்.

‘கொம்மையிக்கி என்ன செய்யுதாம்?’ பூவரசியிடம் கேட்டாள்.

‘நெஞ்சடைப்பு போல இருக்கு. இடது பக்கமே வெளங்கேல. பேசகூடக் களியேல...’

‘இனி எப்பிடி பாப்ப? இங்க நெறச்சி பணம் ஆவுமில்லியா?’

‘இருக்கிய வீட்டை வித்தங்கிலும் பாக்கணும்...’

‘நடந்து திரியிறப்ப தேகத்துக்கு சத்தாக ஒரு வகை வாங்கி தின்னமாட்டா ஒங்கொம்ம. எல்லாரும் காப்பி, பண்டமென வேண்டி தின்னம்ப ஒங்கொம்மை மட்டும் சூடு வெள்ளம் ஊதி ஊதி குடிப்பா...’

‘வீட்டுக் கஷ்டம் அம்மையிக்கித்தானே தெரியும்...’

‘எல்லா வீட்டிலேயும் கஷ்டம்தான். ஆனாலும் சுவரு இருந்தாதானே சித்திரம் வரைய முடியும்? இனி நீயும் கொம்மையைப் போல ஆயிடாத’ சொன்ன ரோஸ்லிலியைப் புரியாமல் பார்த்தாள்.

‘பெரிய மேடம் ஒன்ன இன்னும் பாக்கலியோ? கொம்ம வேலை செய்த இடத்துல நீதான் இனி வரணுமாம்...’ ரோஸ்லிலி சொன்ன சேதி கேட்டு அதிர்ந்தாள்.

‘நா..னா? நான்... இஞ்ஞெல்லாம் வர மாட்டேன்.’

‘அது எப்பிடி வராம போவ? கொப்பனுக்க காலத்திலே கிடந்த பழைய கடன் பாக்கி; இடையிடையே சம்பளம் போக கொம்ம வேண்டி கூட்டின பைசா எல்லாம் கணக்குப்பாத்தா டாக்டருக்கு பெரும் தொகை வைக்க வேண்டியிருக்குமாமே. அந்த கடனை தீக்காம எப்பிடி தப்ப முடியும்?’

திணறினாள் பூவரசி. தன் உலகம் இருண்டு வந்தது போலிருந்தது. அவள் இதயத்தில் வருத்த மேகங்கள் சூழன்றன. அப்படியே அதிர்ந்து நின்றவளை மனோவின் கார் ஒலிப்பான் கலைக்க, அவள் அம்மா இருக்கும் அறையை நோக்கி விரைந்தாள்.

பொது வார்டில் படுக்க வைத்திருந்த கனகத்தின் மெலிந்த தேகத்தினருகே காலருகே அமர்ந்தாள், முகம் கோணி கிடந்தவளின் அருகே அமர்ந்து குமுறினாள். மனதில்

'எடியம்மோ... இதே ஆசுத்திரியில நான் பீ மோளு வரணுமாடி? நீ ஏண்டியம்மா இப்பிடியே கிடக்கிய? வாழ்க்கை பூராவும் ஒனக்கு வலிதானே ஒனக்கு... அதுல அப்பிடி என்ன புது வலியை அந்த கலியாண வீட்டுல கண்டுட்ட. நீ இப்பிடியே கிடந்தா நான் ஒன்ன எப்பிடி பாப்பேன். இந்த ஆசுத்திரியில மட்டும் பத்து நாளு இருப்பிருந்து சிகிச்சை செஞ்சா நமக்க வீட்டை வித்தாலும் வெளியில வர முடியாதும்மா. தாயின் காலடியில் இருந்து கசிந்தவளை மனோவின் கார் சத்தம் மீண்டும் கலைக்க சன்னல் வழியே எட்டிப்பார்த்தாள்.

கலியாணம் எடுத்த வீட்டுல எம்புடு வேலைக்காணும். எல்லாத்தையும் விட்டுட்டு எனக்கு வேண்டி வந்திருக்கியானே. இவனுக்கா எனக்க மேல சினேகம் இல்லாம இருக்கும்? அம்ம எச்சி எலை எடுக்க போனப்ப அவன் மௌனமா நின்னதுக்கு அவன் சூழ்நிலைதான் காரணமாயிருக்கும். அதுனாலதான் ஒண்ணும் செல்ல முடியாம நின்னுருப்பான்.

மனோ தன் வாகனத்தை மருத்துவமனை வளாகத்தில் நிறுத்தி விட்டு, மருத்துவமனையில் பொது வார்டு நோக்கி நடந்தான். பூவரசி வெளி வாசல் நோக்கி ஓடினாள்.

'யம்மா, பல நோயாளிகள் இருக்கிற ஆசுத்திரியில இப்பிடி ஓடியிட்டு திரியப்பாதுண்ணு தெரியாதா ஒனக்கு. நடந்து போம்மா' செவிலியர் ஒருவர் சொல்ல, வேகத்தை சமன் செய்து வாசலில் போனாள். இங்கும் அங்குமென பூவரசியைத் தேடினான் மனோ.

'என் அம்ம இஞ்ச இருக்கியா...' இவள் குரலைக் கேட்டு மனோ திரும்பினான்.

'ஒங்கம்மையிக்கி திடீரென என்ன வந்துட்டு...' மனோ அவளோடு கேட்டான்.

'எங்கம்மையை சோத்துக்க முன்னிருந்து எழுப்பி விட்டாங்களே அப்பவே அவா மனசுல பெரும் சங்கடம் வந்துட்டு. நான் எச்சி எலை சுமக்கிறதையும் கண்டாயில்ல அந்த வேதனையும் அம்மையிக்கி திடீருண்ணு நெஞ்சு வலியை ஏற்படுத்தியிருக்கு.

இப்ப எங்க அம்மையிக்கி இடது பக்கமே விளங்கேல...' பூவரசி சொல்லச் சொல்ல மனோ பதிலின்றி நின்றான்.

தன் வீட்டில் வைத்து அல்லவா இப்படியெல்லாம் நடந்தது. வாழ்க்கை முழுக்க ஓடாக உழைத்துப்போன எளியவள் சகிய இயலாத அவமானத்தில் உள்ளம் உடைந்து போனாள் போலிருக்கே – மௌனமாக நின்றவன், அவளைப் பார்த்தான்.

'நீ ஒத்தையிக்கா பெரிய ஸ்கேன் எடுக்க கூட்டியிட்டு போற?' அவன் கேட்கையில், ரவுண்ட்ஸ்க்கு வரும் பெரிய டாக்டர் பூவரசியைக் கண்டார்.

'ஸ்கேன் எடுக்க கிளம்பிட்டியம்மா...'

'ஆமா மேடம்...'

'நான் அப்போ ஸ்கேன் செண்டர் டாக்டருக்கு போண் பண்ணு லாம் இல்லியா...'

'ஆங்க்... பண்ணுலாம்.'

'ஸ்கேன் எடுக்க ஒங்கூட வேற யாராவது வாறாங்களா?'

'இவரு வாறாரு...' மனோவைச் சுட்டிக்காட்டினாள்.

'மனோ கார் ஓட்டுற டிரைவரா வருவாரு. இல்லாம வேறு யாரு கூட வாறது..?'

'யாருமில்ல மேடம்...' விரல்களைப் பிசைந்தாள் பூவரசி. இந்த உலகில் தங்களுக்காக ஒற்றை ஜீவன்கூட இல்லையோ என்கிற வலி பிசைய மனோவைப் பார்த்தாள்.

'சரி சரி ஒண்ணும் ஆகாது. போய் ஸ்கேன் எடுத்துட்டு வாங்க... ஒங்கம்மாவை நம்ம ஆஸ்பத்தியில் வச்சி குணப்படுத்திடலாம்...' பெரிய டாக்டர் சொல்ல பதிலின்றி புன்னகைத்தாள் பூவரசி. மனோவை டாக்டர் பார்த்தார்.

'மனோ, உங்க வீட்டுல கலியாண களை இன்னும் முடிஞ்சிருக்காதே...'

'ஆமா மேம்...'

'அதெல்லாம் விட்டுட்டு வந்திருக்கிங்க...' நெளிந்தான் மனோ.

'நான்தான் விளிச்சேன்...' பூவரசி முந்திக்கொண்டாள். சுபா டாக்டர் எந்த பதிலும் கூறாமல், புன்னகைத்தபடியே திரும்பி நடந்தார்.

டாக்டர் எழுதிக்கொடுத்த நுட்பமான ஸ்கேன் எடுத்தபோது அதீத உடனடி உயிர் பிடுங்கும் நோய் இல்லையென்றும், ஸ்டோக் இருப்பதாகவும், பக்கவாதம் இருப்பதாகவும் தெளிவுபட சில நாட்கள் மருத்துவமனையில் இருந்து சிகிச்சை செய்தால் சரியாகும் என்ற நிலையில் மருத்துவமனையில் சிகிச்சை நடைபெற்றுக் கொண்டிருந்தது கனகத்துக்கு.

மூன்று நாட்களுக்கு பிறகு, கனகம் கொஞ்சம் கொஞ்சமாகப் பேச துவங்கினாள். தன் அருகே இருந்து பணி விடைகள் செய்யும் மகளை கனகம் அழைத்தாள்.

'மோளே பூவு... எப்பிடி நம்ம பாடு ஓடுது...'

'பெரிய டாக்டருதான் எல்லாம் பாக்குறாங்க. பில் எல்லாம் எழுதி விட்டிருக்கு...'

'ஏற்கனவே பழைய கடன் கிடக்கே மோளே. இனி என்ன செய்து அதெல்லாம் தீக்கப்போறோமோ...'

'சும்மா சும்மா ஏதேனும் நினச்சி கவலைப்பட்டுதான் உனக்கு தீனம் வந்தது. எல்லாம் நடக்கும்...'

'வருமானம் இல்லாம எப்பிடி நடக்கும் மோளே...' சொன்ன தாயைப் புரியாமல் பார்த்தாள்.

'நீ இப்ப என்னத்தம்மா செல்ல வாற?'

'அம்மையிக்கி சோக்கேடு தீந்து நான் ஆசுத்திரியில தூத்து துடச்சி சோலி செய்ய வாறது வரைக்கும் நீ அந்த சோலியளை அம்மையிக்க இடத்துல போய் செஞ்சா நல்லதுண்ணு தோணுது...' மன வலியோடு தாய் வெளியிட்ட சேதியைக் கேட்டு பூவரசி நடுங்கினாள்.

'ஏம்மா..நா..னுமா ஒன்னப் போல அழுக்கு வாரக்கு வரணும்...'

'இப்பிடியெல்லாம் செல்லாத மோளே. மாசம் கெடச்சிய ரெண்டாயிரம் ரூபாயை நம்பித்தான் நம்ம பாடு ஓடுது. ஆஸ்பத்திரியில் இருக்கிய ஆளுவளுக்க நக்கா பிச்சைகளை வச்சிதான் நம்ம வாழ்க்கை வண்டி உருளுது. இதை விட்டா இப்பளத்தைக்கி நமக்கு வேற வழியே இல்ல. தொடர்ந்து அம்ம லீவு எடுத்தா அதுல வேற யாரையங்கிலும் சேர்த்து விட்டா... பிறகு நம்ம பாடை நினச்சிப்பாரு...' கனகம் சொல்ல, தனக்குள் சுருண்டாள் பூவரசி.

'அதுக்காக... நான் தூப்புக்காரிகணுமா?' கேட்ட மகளை கண்ணீரோடு பார்த்தாள் கனகம்.

'நம்ம நெலமையை மனசுலாக்கு மோளே. பெரிய உத்தியோகம் பாக்க நீ பெருசா ஒண்ணுமே படிச்சேல. நம்ம வாழ்க்கை கஷ்டம் உனக்கு தெரியும். இப்ப இருக்கிய நிலையில நீ உழச்சாதான் உண்டு. ஆசுத்திரியில கடனை ஏத்தி விட்டுட்டு வெளியில் போய் வேற சோலிகள் பாக்க முடியாது. ஒனக்கு தைய்யலில் துணி வரத்தும் இல்ல. இந்த சோலிக்குள் இறங்கினா அழுக்கும், நாத்தமும் ரெண்டு நாள் கஷ்டமா இருக்கும். போக போக நாத்தமும் பழகிப்போகும். நமக்கு வயிறு இருக்கே மக்கா. நின்னு யோசிச்சாம நாளையிலேயிருந்து இந்த சோலிக்கி வா...' வேதனையோடு சொன்னாள் கனகம்.

மகளை அழுக்கு உலகில் அனுப்ப அவளுக்கு மனமேயில்லை. ஆனால் சூழல் கொடுத்த இறுக்கம் இப்படியெல்லாம் பேச வைத்தது.

பூவரசியின் விழி குளம் உடைந்து மறிந்தது.

அம்மையைப் போல இந்த ஆசுத்திரி அழுக்கெல்லாம் தூத்து வாருறப்ப என் காதலன் என்னைப் பாப்பானே. அவனுக்க முன்னிலையில் நானொரு குப்பைத்தொட்டி மாதிரிதானே நிக்கணும்.

'ஆரைப்பத்தியும் யோசிக்காத மக்கா. நம்ம சீவிதத்துக்கு நம்ம பாடு பட்டு ஒழச்சாலே உண்டு.'

அம்மா பேசிக்கொண்டே போக, தன் வாழ்வின் அவலங்களை ஆழமாகச் சிந்திக்கத் துவங்கினாள் பூவரசி.

என்னத்தக் கண்டு நான் மனோவோடு வாழ பெருசாட்டு சொப்பனம் கண்டேன்? எனக்க வாழ்க்கையில் ஒவ்வொரு நிமிசமும் வேதனைகள் இல்லியா.

'என்னத்த மக்கா யோசிச்சிய?'

'ஒ..ண்ணு..மில்ல...' வெறுமனே சொன்ன பூவரசியின் இதயத்திலிருந்து வாழ்க்கை வலிகள் பெருமி பெருமூச்சாக வெளிவந்தது.

வாழ்க்கையின் நிராசைகளில்
நெஞ்சம் அழும்
சத்தமல்லவோ பெருமூச்சு.

சன்னல் கம்பியைப் பிடித்தபடி வெளியே பார்த்துக் கொண்டிருந்தாள் பூவரசி. மாலைப்பொழுது மயங்கி வந்து கொண்டிருந்தது.

பணி மாற்றம் பெற்று பூமியின் மற்றொரு பகுதிக்கு ஆதவன் புறப்பட, நிலாமகள் தயங்கி தயங்கி வரும் தங்கமான பொழுதாக அந்திப் பொழுது தெரிய, இதமாக வீசிய குளிர்ந்த காற்று உடம்பை வருடிக் கொடுக்க, மருத்துவமனை வளாகத்தில் செழித்து நின்று தோட்டத்திலிருந்து இதழ் விரியும் மல்லிகை மணம் மனதுக்கு இதமூட்டியது பூவரசிக்கு. வாழ்வின் வருத்தங்களால் கனத்துப் போகும் இதயத்துக்கு இந்தப் பொழுதின் இனிமை இதமாகவே இருந்தது. ஆஸ்பத்திரி வளாகத்தில் இருக்கும் டீக்கடையில் கேட்ட இளையராஜாவின் இசையில் ஜானகியம்மாவின் குரலில், 'வான் மதியே ஓ வான் மதியே' பாட்டு பூவரசியின் காதல் சிறகுகளை விரித்துப் பறக்கத் தூண்டியது.

காதலே ஒனக்கு வேணாம் பூவு. மனோவுக்கு நீ தகுதியேயில்ல. ஒனக்குண்ணு இருக்கிய தகுதிக்குள்ள வாழ்க்கையை அமச்சிக்கப் பாரு. அம்ம சொல்லியதெல்லாம் ஞாயம்தான். சிந்தித்தவளின் கண்களில் கார் ஷெட்டில் நின்ற மனோ தெரிந்தான். கம்பீரமான தோற்றம்; எப்போதும் சுத்தமாகத் தெரியும் அவனது தெளிவான அலங்காரம். நிரந்தரமாக முகத்தில் ஒட்டியிருக்கும் குறுந்தாடி. பல் வரிசையில் தெரியும் தெற்றிப்பல்லென அழகோடு தெரிந்தான் மனோ.

அம்மையிக்கி ஸ்கேன் எடுக்க கூட்டியிட்டு போனப்ப எப்பிடி ஒதவியா இருந்தான். அவனுக்க செயலைப்பாத்து அம்ம ரொம்ப சந்தோசப்பட்டா. மனோ என்னைக் கலியாணம் பண்ணியிட்டா எப்பிடி நல்லா வச்சிருப்பான். மனதில் ஆழமாக சிந்தித்தவளை கலைத்தவாறு வந்துகொண்டிருந்தான் மாரி. அவனையே பார்த்தாள் பூவரசி. கனகம் படுத்திருக்கும் வார்டு நோக்கியே அவன் நடந்து வந்துகொண்டிருந்தான்.

என் அம்மையைப் பாக்க வந்தானோ... மாரி மேல ஏறி வாறதுக்குள்ளால நான் வீட்டுல போயிட்டு வரணும். ஆசுத்திரியில் கிடக்கிய துணிகளெல்லாம் அழுக்காகியாச்சி. இதுகளைக் கொண்டு அலவி போட்டுட்டு அம்மையிக்கி மூடக்கு பெதப்பு எடுக்கணும். எனக்கு எள்ளுபோல குளுச்சணும்...' – என நினைத்தவள்...

'ம்மோ...'

'என்ன மக்கா...'

'வீடு வரைக்கும் பெயிட்டு வரட்டா...'

'நேரம் அந்தி தாளுது இல்லியா... இப்பளா போற...'

'ஓ, ரெண்டு துணியளை எடுத்துட்டு வாறேன்...'

'பின்ன பெயிட்டு செணம் பாத்து பத்திரமா வா மக்கா' சொன்னவள் மகளை ஏற இறங்க பார்த்தாள். கனகத்தின் மனம் வலியால் பிசைந்தது.

'பூவு மோளே...'

'என்னம்மா?'

'வீட்டுலண்டு வரம்ப அம்மையிக்க நீல கலரு யூனிபாமை சீலையை எடுத்துட்டு வா. நாளையிலண்டு நீ தூத்து வார... போ...ணு..ம்'

தாயிடம் எந்த பதிலையும் கூறாமல் மனம் கனக்க வெளியேறினாள் பூவரசி.

மருத்துவமனையில் முன் பகுதியில் பளீரென வெளிச்சம் வீசத் துவங்கின இரவு விளக்குகள். பூவரசி வேகமாக வெளி நோக்கி நடந்தாள். மனோவும் மருத்துவமனையில் அவசர நோய் பகுதியில் இருந்த நோயாளியை அவசரமாக ஸ்கேன் எடுக்க அழைத்துச் சென்றான். இதனால் பூவரசியைக் கவனிக்க மறந்தான். தன் எதிரே வழிப்பாதையில் போகிறவளைக் கவனிக்காமல் கடந்ததால் காரின் ஒலிப்பானை எழுப்பவில்லை. தன்னைக் கடந்து போகிறவன் எந்த ஒரு வெளி அரவமும் இல்லாமல் போகிறதைக் கண்டு பூவரசிக்கு ஏமாற்றமாக இருந்தது.

எதிரே இருந்த குருசடிக்குள் நுழைந்தாள். அங்கு ஏற்றி வைத்திருந்த மெழுகுவர்த்தியும் ஊதுப்பத்தியும் அவளுக்குள் இருந்த வேதனை உணர்வுகளைத் தட்டியது. கண்ணாடி கூட்டுக்குள் அடைப்பட்ட மாதா சுருபத்தையே பார்த்தாள்.

எனக்கு இந்த கோயிலு, ஆண்டவனுக்கெல்லாம் நேரமேயில்ல. மணிக்கணக்கா மந்திரமெல்லாம் சொல்லவும் தெரியாது. ஒவ்வொரு நாளும் வாழ்க்கையில படுற கஷ்டங்களை சுமக்கிறதே

பெரிய போராட்டமாயிருக்கிறப்ப ஒக்காந்து மன்றாட ஏது நேரம்? மனசுல தோணுற வேதனை வார்த்தைகள்தான் என் செபம். நல்லது செய்யுறப்ப மனசுல ஒரு சந்தோசம் வருமே அதுதான் எங்கோயிலு. இங்க பாரு மாதாவே, எனக்கு மனசு நல்லா நோவுது. என் அம்ம சொல்லியதுபோல நான் இனி எப்பிடி அழுக்கு வாரப் போவேன்? அதை நினச்சாலே என் நெஞ்சு புண்ணு போல நோகுது. என் மனசு முட்டி நிக்கிய மனோவுக்க காதலை எனக்குள்ளே விழுங்கிட சக்தி தாயேன். தகுதி இல்லா நிலையில் எங்காதலை எனக்குள்ளே கல்லறையெழுப்ப சக்தி கொடேன். என்னைப் போலவே பல பல தகுதிகளால பிரிஞ்சி போன காதலுகள் இம்மண்ணுல நிறைய இருக்கிறது போலவே எங்காதலும் விலகி போகணும். ஆயிரமாயிரம் காதலுகள் தகுதிகளால் காணாம போனது போலவே எங்காதலும் போகத்தான் போகுது – குருசடி மாதாவிடம் மனம் குமுறியவள் இதயம் உடைந்து அழத்துவங்கினாள்.

மேகம் உடைந்தால் மழையாக
மனம் உடைந்தால் கண்ணீராக

சிறிது நேரம் குருசடியில் அமர்ந்து விட்டு எழும்பினாள். சாலையில நடக்கத் துவங்கினாள். அவசர நோயாளிக்கான வெளி ஸ்கேன் எடுத்து ஆஸ்பத்திரியில் நோயாளியை விட்டு விட்டு வெளிப்பகுதியில் வாகனத்தோடு வந்த மனோவின் பார்வையில் சாலையில் நடக்கும் பூவரசி தெரிந்தாள். அவளருகே வாகனத்தைக் கொண்டு நிறுத்தினான்.

'பூவு...' காருக்குள் இருந்தபடியே அழைத்தான்.

'இருட்டுற வேளையில் எங்க போகிற?'

'வீடு வரைக்கும் போணும்...'

'வாயேன் நான் கொண்டு விடியேன்...' அவன் அழைக்க பூவரசி தயங்கினாள்.

'நான்தானே கூப்டுறேன் வா...' அவனது உரிமையான அழைப்பு அவளைக் கட்டிப்போட அவன் காரில் ஏறினாள். முன் இருக்கையில் அமர்ந்தாள். மிதமான இருள் சூழ்ந்து கிடந்தது காருக்குள் பூவரசி தலை குனிந்து அமர்ந்திருந்தாள். மெல்லிய நீல கலரில் நூல் புடவையில் இருந்தாள்.

'பூவு...'

'ம்...'

'ஒங்க அம்மாவுக்கு இப்ப எப்பிடி இருக்கு...'

'கொஞ்சம் நோவு குறவு உண்டு...' இருவரும் அதற்கு மேல் எதுவும் பெரிதாக பேசிக்கொள்ளவில்லை. அதற்குள் பூவரசியின் வீடு வந்தது. காரை நிறுத்தினான். பூவரசி இறங்கினாள்.

'நான் போறேன்...' அவனோடு சொன்னாள்.

'சரி...'

'வீட்டுல வந்துட்டு போலாமே...' அவள் அன்பாகவே அழைக்க, அவன் இறங்கினான். தயங்கியபடியே பூவரசியின் வீட்டுக்குள் சென்றான்.

வீட்டின் நடு தளத்தில் மனோ இருக்க, என்ன பேசவெனத் தெரியாத நிலையில் மௌனமாகவே நின்றாள் பூவரசி. விரும்பி நேசித்தவன் தன் வீட்டில், தனக்கெதிரே இருக்கிறான். கட்டிக்கொள்ளவும், முத்தமிடவும் பூவரசியின் மனம் ஏங்கியது. எப்படி தன் ஆசைகளை மனோவிடம் வெளிப்படுத்தவென தவித்தாள்.

ஆண்தான் பெண்ணை முதலில் தொட வேண்டும்; ஆண்தான் இந்த விசயங்களில் முன்னிப்பாக செயல் படவும் வேண்டும், அதுவே ஒழுக்கமென வளர்ந்த சூழலில் உள்ள பூவரசிக்கு அவனை தொட தயங்கியே போனாள். ஒரு பெண்ணாக தன் ஆசையை அன்பை வெளியிட்டால் அந்த பெண் ஒழுக்கங்கெட்டவள் என்று ஆணாதிக்க மனிதர்கள் வளர்த்து விட்ட சூழலோடு வளர்க்கப்பட்டவளுக்கு அவனோடு தன் பெண்மையை வெளிப்படுத்த தயக்கமே வந்தது. இதுவரைக்கும் தன்னில் தோன்றாத புது வித உணர்வுகளால் தவித்தாள் பூவரசி.

வெறுமனே மௌனியாகி நின்றவளின் மனதில் சூறைக்காற்றே வீசியது.

இதே நேரம் ஆண் தொட்டால் அது அவனை அழுக்கு நிலைக்கு தள்ளிவிடுவதில்லை. ஆனால் பெண் தொட்டால் அவளைக் குற்றவாளியாகதானே சொல்லுவார்கள். இதெல்லாம் பூவரசியோடு கிடந்தபடியால் மனோவிடம் தோன்றும்

ஆசைகளை அடக்க முயன்றாள். மாப்பிளை பெண்டாட்டி உறவுகளென்றாலும் மனைவிக்கான விருப்பத்தை, அவளுக்க விருப்பமில்லாமையை யாரு கேக்கியது. இதெல்லாம் வெளிப்படையாகக் கூற இயலாத உலகில் வாழும் பூவரசியும் தன் காதலனை முத்தமிட கதியற்று நின்றாள். அவளின் மௌனம் கண்ட மனோ வீட்டுக்கு கிளம்பப் போகிறதாக எழுந்தான்.

'நான் போ..ட்டா...' மனோ போகிறேன் என்று விடைபெற்றதும், பூவரசியின் உயிர் வரை வலிக்க அவனைக் கட்டிக்கொண்டு கசிந்தாள். தன் அன்பை முத்தங்களால் வெளிப்படுத்தத் துவங்கினாள். பூவரசியின் காதல் முத்தங்களை, அவளின் அணைப்பை மனோ மறுக்கவோ தடுக்கவோ இல்லை. அவனுக்கும் அவளின் அணைப்பும் முத்தங்களும் தேவையாகயிருந்தது.

இத்தனை வருடங்களாக ஒருவருக்கொருவர் காதல் வார்த்தை களால் பேசாதவர்கள், அனைத்து வார்த்தைகளையும் பேசிக் கொள்ளத் துவங்கினார்கள் தங்கள் உடலால்.

பாலியலின் தூண்டுதலே காதலின் உள்ளாழமாக இருக்கிறது. இந்த மனிதர்கள் வாழ சக்தியாக இருப்பது இந்த இரு இனங்களின் ஒன்றுக்கொன்றான ஈர்ப்பம்தானே. காதலின் முடிவு உடலில்தானே நிறைவடைகிறது. இதுவரைக்கும் பேசாமல் போனாலும் இருவரின் கூடுகையிலும் காதல் மையப்படுத்திப் போனது.

மனோவின் அணைப்பிலும், அவன் காதலின் முத்தங்களிலும் மூழ்கி போன பூவரசி தன் தாயை மறந்தாள்.

விடியும் வரைக்கும் பூவரசியோடு இருந்தான் மனோ.

அத்தியாயம் 6

விடியற்காலை மூன்று மணி. கனகத்தின் நலிவுற்ற உணர்வில் பூவரசி அவ்வப்போது வந்தாள். இப்ப வாறேன் என்று வீட்டுக்குச் சென்ற மகளைக் காணாத தவிப்பில் அவளுக்குள் வேதனை எழுந்தது. தன்னை பார்க்க வந்த மாரி, பூவரசி வாறது வரைக்கும் துணையாக இருக்கிறேன் என்று இருந்தான். அவனை அனுப்பி மகளைப் பார்த்து வர அனுப்பியும் இரண்டு மணி நேரம் கழிந்து விட்டது. அவனையும் காணவில்லை. கனகத்தின் மனம் வெப்புராளத்தில் அலைந்தது.

'எம் பெண்ணுக்கு என்ன ஆச்சி?' ஒவ்வொரு நொடியையும் தவிப்போடு கழித்தபடி வாசலைப் பார்த்தாள். தன் மகளுக்கு எதுவோ நடந்துவிட்டதென்று அவள் மனம் அலறிக் கொண்டிருக்க மாரி வந்தான்.

'மா..ரி எம்..பெண்..ணு எங்க?' பதறினாள்.

'ஒ..ண்ணு..மில்ல... வீட்ல போனவா கிடந்து எழும்புவோமுண்ணு கெடந்திருக்கியா. பிறகு அப்பிடியே ஒறங்கியிட்டா...'

'நீ கதவைத் தட்டி கேட்டியா?' கனகம் தவிப்போடு கேட்டாள்.

'ஒ...' சுரத்தையின்றி தலை கவிழ்ந்து சொன்னான் மாரி.

'இப்ப வருவா இல்லா...'

'வருவா...' வலியோடு கூறினான். அவன் கண்கள் எங்கோ வெறித்துப் போயின. மனோவின் கார் வீட்டு முன் நின்றதையும், சன்னல் வழியே பார்க்கையில், தான் கண்ட காட்சியையும் அவனால் நம்ப முடியவில்லை. மனோவைக் கட்டியணைத்து... ஓ, பூவரசியா அது? அந்த பெண்ணா இப்படி... தலைக்கனத்து போனது மாரிக்கு.

ஏன் அவா அப்பிடி இருந்தா என்ன தப்பு? அவளுக்க தேகமும் உணர்வும் ஆசையும் உள்ளதுதானே. ஏன் நான் எங்கேயும் போகலியா? ஆ..னா..லும் ஆனாலும்... அவனால் சீரணிக்க இயலவில்லை.

பெண்ணுக்கென்று எழுதிவிட்ட சட்டங்களையும், பல்வேறு இலக்கணங்களையும் மாற்றிப் பார்க்க பல முற்போக்கு மனுசங்களால் கூட முடியாத நிலையில் மாரியாலும் இதை முழுமையாக ஏற்க முடியவில்லை. ஆண் செய்யும் தவறை பெண் செய்தால் துரத்தி துரத்தி அடிக்கும் சமூகத்தின் கூறுகளில் வாழும் மாரியும் வெகு எளிதில் பூவரசியின் செயலை ஏற்றுக்கொள்ள முடியாமல் தவித்தான். பெண்ணுக்கான வாழ்வை அவள், தானே தேர்ந்தெடுக்கிற உரிமையை இப்போது வரைக்கும் கொடுக்காத உலகில் வாழ்வதாலோ என்னவோ மாரியும் பூவரசியின் செயல் சரி என ஏற்க முடியாமல் வலி கொண்டான். ஆனாலும் அவள் மீது வைத்த காதலால் அவளைத் துளிகூட வெறுக்கவே முடியவில்லை.

'ஏன் மாரி நீ ஒரு மாதிரி இருக்கிய? என் மொவா இப்ப வருவாயில்ல...'

'அவா இப்ப வருவா...'

'பின்ன நீ ஏன் ஒரு மாதிரி இருக்கிய?'

'ஒண்ணுமில்ல. ஒனக்கு வெள்ளமோ தண்ணியோ வேணுமா?' கரிசனையோடு விடியும் மட்டும் கவனித்தவனைப் பாசமாகப் பார்த்தாள் கனகம்.

'நான் பெத்த மொவன் போல கேக்குதியே...'

'பாத்துட்டு போலாமுண்ணுதான் வந்தேன். ஒனக்க மொவளைக் காணலியா? அதான் ஒன் துணைக்கு அப்பிடியே இருந்திட்டேன்...'

‘எனக்க பூவு குட்டி பாவம் மாரி. இப்ப வரைக்கும் நல்ல மரியாதியா வாழியா எனக்க மொவா...’ அவள் சொல்ல, மாரியின் உதட்டோரம் வறட்சியான புன்னகை சாடியது.

‘நான் போட்டா, நேரம் வெளுக்கிறப்ப ஆசாரிப்பள்ளம் போணும்...’

‘மணி எத்ர?’

‘மூணு மணி கழியுது...’

‘நீ இனி போ மாரி. நான் கெடக்குலாம். இப்ப பதறியிட்டு எனக்க மொவா வருவா...’ அவள் சொல்ல, மாரி எதுவும் கூறாமல் வெளியே வந்தான்.

•

விடியற்காலை குளிரைப் போக்க பீடியை சட்டைச் சாப்பிலிருந்து எடுத்து பற்ற வைத்து உதட்டில் பொருத்தினான். புகையை உள்ளிழுத்து வெளியேவிட்ட மாரியின் கண்ணீர் துளிகள் கன்னங்களில் வழிந்தது...’

என் பூவரசியோட மனசில் நான் இல்லாம போயிட்டேனே... விங்கினான் மாரி.

•

மனோ சென்று வெகு நேரமாகியும், இயல்பு நிலைக்கு வராமல் தவித்தாள் பூவரசி.

அம்மையைக்கூட மறந்து நான் எப்பிடி மனோகூட இருந்தேன். மனோவை நான் முழுசா அன்பு செய்யுறேண்ணு உள்ளதுனால கொஞ்சம்கூட மறுப்பில்லாம எல்லாமே நடந்து முடிஞ்சி. எனக்க முழு சம்மதம் கூடியே எல்லாமே நடந்தாச்சி. இன்னும் எனக்கு அவன் வேணுமே? அவனுக்க முத்தங்களும், தழுவலும், கூடுகையும் வெறுமனே இப்பிடி ஒரு நாளையில் முடிச்சிட்டு போகிறது இல்லையே... இன்னும் எண்ணுமே எனக்கு மனோ வேணுமே... பூவரசியின் மனமும், உடலும் தவித்தது.

அடுப்பில் வைத்த காப்பியும் அவளைப் போலவே பொங்கி வழிந்தது. வெளியே ரோஸ்ஸிலியின் குரல் கேட்டது.

‘கொம்ம ஒன்ன அந்நளிச்ச சொல்லிவிட்டா. கொம்ம பாத்த அதே தூப்புக்காரி வேலையைச் செய்ய வரணுமாம் நீ. நான் முன்னால போறேன். நீ செணம் வா இன்னா...’ ரோஸ்ஸிலி சொல்லி விட்டு

தூப்புக்காரி | 91

போக, பூவரசி வீட்டுக்குள் நுழைந்தாள். வெறுமையும் விரக்தியும் பிடித்தாட்டியது. மனோவின் ஏக்கம், அம்மையின் தீனம், காத்திருக்கும் தூப்பு தொழில் என அசையில் கிடந்த அம்மாவின் நீல கலர் யூனிபாமைப் பார்த்தாள். 'என்னைக் கட்டிக்கொள்ள வில்லையா?' என்பதுபோல் அந்த சேலை அழைக்க திணறிப் போனாள்.

அம்மாவின் யூனிபாமை உடுத்திக்கொண்டு வெளியே வந்தாள். கதவை சாத்தி விட்டு ஆஸ்பத்திரி நோக்கி நடந்தாள் பூவரசி. அவளை அழுக்கு உலகம் இனிதே வரவேற்றது.

●

'மனோ...'

'வாறேம்ப்பா...'

'இராத்திரி பூரா ஒன்னக்காணல. சவாரி இருந்தோ...'

'ஆமாப்பா...'

'ஒனக்கு பாத்து ஒறப்பிச்ச வச்ச பெண்ணை சம்பிராதயப்படி போய் பாத்துட்டு, கலியாணத்துக்கு ஒரு தேதியை குறிச்சிட்டு வர நாளைக்கு பெண்ணு வீட்டுக்கு போகணும்...' அப்பா இப்படியொரு குண்டைத் தூக்கி போட்டார்.

'அப்..பா...' மனோவின் நாவு உலர்ந்து போனது.

'ஏம்ப்புல?'

'இ..ல்..லப்பா...' திணறினான்.

'ஒனக்கு இந்த கலியாணத்துல விருப்ப கொறவு ஒண்ணும் இல்லதானே...' அப்பா கேட்க மௌனமாக நின்றான்.

'லே ஒனட்டதான் கேட்கியேன்...' குரல் உயர்த்தினார்.

'இ..ல்..ல, இல்ல ப்பா.'

'பின்ன ஏம்ப்புல பேந்த பேந்த முழிச்சிய... அந்த குட்டியும் நேள்சி படிச்சிருக்கு. அவளும் பாஸ்போடு எல்லாம் எடுத்து போட்டிருக்கு. ரெண்டு பேருக்குமா வெளிநாட்டுல போய் சோலி பாத்து பணம் பணமா சம்பாரிக்குலாம்ப்புல...' அப்பா சொல்லச் சொல்ல பொம்மை போல் தலையாட்டினான் மனோ.

'சொன்னது கேட்டா...'

'சரி..சரிப்பா...'

‘போ. சோலிக்கு நேரமாவுது இல்லியா...’ அப்பா சொல்ல தடுமாறினான் மனோ. அவன் மனம் கொதித்து மறிய துவங்கியது.

– அப்பாயிட்ட சொல்லிவிடட்டா? ஒரு வேளை சொல்லியிட்டா என்னை விட பூவரசிக்குதான் பிரச்சனை கொடுப்பாரு. அவளுட்டதான் தொல்லைபண்ணி சண்டைக்கு போவாரு. யாருமத்து வாழிய பூவரசியையும், அவங்க அம்மாவையும் ஊரை விட்டே அடிச்சி விரட்டினாலும் விரட்டுவாங்க என் குடும்பக் காரங்க. இப்ப நான் என்ன பண்ணுறது? பூவரசியை கூட்டியிட்டு ஊரை விட்டு எங்கேனும் ஓடியிரட்டா? – சிந்தனையின் குழப்ப அலைகளோடு மருத்துவமனையை நோக்கி பயணித்தான்.

•

வந்து விடு, வந்து விடென்று அழைத்த அழுக்கு உலகுக்குள் நுழைய புறப்பட்டாள் பூவரசி. யூனிபாமோடு நடந்து வரும் மகளைக் கண்டு மனம் கலங்கி பொடிந்தாள் கனகம். ஆனாலும் மகள் அறியாதவாறு மனதில் ஒளித்தாள் தன் கவலையை.

‘இராத்திரி பூரா வராம இருந்திட்டியே. அப்பிடி ஒரு உறக்கம் என்னை மறந்து ஒறங்கியிருக்கிறியே. எனக்குக் காவலாயிருந்த மாரியை அனுப்பி வச்சி, அவன் வந்து விவரம் சொன்ன பிறகுதான் எனக்கு நிம்மதி வந்து...’ அம்மா சொல்ல சொல்ல இன்னும் அதிர்ந்தாள் பூவரசி.

மாரி வந்தானா? அப்டிண்ணா... அப்டிண்ணா... முகத்தில் வியர்வை துளிகள் பூத்தன.

‘ஏன் மக்கா காலையிலே முகம் வியர்க்குது. ஒண்ணும் குடிச்சவும் செஞ்சிருக்க மாட்டயில்லியா. பெரிய டாக்டரு வந்த பிறகு கேட்டுட்டு வீட்டுல போணும். ஆசுத்திரி வேலை செய்ய களிவு இல்லாட்டாலும் வீட்டுல ஏதேனும் காச்சிப்பறக்கி தந்தா ஒனக்கும் ஒரு கெச்சாப்பு வருமில்லியா? இப்ப இன்னா ரெண்டு பிஸ்கெட்ட தின்னு...’ கட்டிலருகே இருந்த பிஸ்கெட்டை மகளுக்கு கொடுத்தாள்.

‘காலத்தே தள்ளைக்கும் மொவுளுக்கும் என்ன கத? குட்டே பூவு வா செணம் வா. நேத்தே கழுவ வேண்டிய கக்கூசைக் கழுவல’ ரோஸ்ஸிலி துரிதப்படுத்த, பூவரசி தாயைப் பார்த்தாள்.

‘நான்... போ..றே..ம்மா...’ பூவரசி வழி சொல்ல.

‘மோளே… எனக்க மோளே…’ கனகத்தின் வறண்ட கைகள் பூவரசியைத் தொட்டு வருடின. பூவரசியின் கண்களும் வலியால் கலங்கியது. அழுக்கு உலகைச் சுத்தப்படுத்த தன் மகளைக் கலங்கிய மனதோடு அனுப்பினாள் கனகம்.

மருத்துவ மனையின் வெளிவளாகத்தை சுத்தப்படுத்தத் துவங்கினாள் பூவரசி. மனதில் மனோவின் வலியும் கூடி நின்றது. அவன் கண்டால் என்னவாகும்? சிந்தனையின் ஊடே தூற்றவளின் கைகள் தளர்ந்து போயின.

‘குட்டே தரைக்கு நோவுமுண்ணா இப்பிடி தூத்துட்டு நிக்கிற? கொஞ்சம் வேகமா தூத்து வாரு. இதுதான் பிழைப்புண்ணு வந்தாச்சி இல்லா இனி என்ன செய்யுறது? சீலை முந்தியை இப்பிடி தரை படுற படி தொங்க விட்டா அதுதான் பிறகு தரையைத் தூக்கும். சீலை முந்தியை இழுத்து தூக்கி சொருவியிட்டு நின்னு தூத்து வாரு…’ ரோஸ்ஸிலி இவளை முடுக்கிவிடுவதிலே குறியாக நின்றாள்.

காலை வெயில் முதுகைத் தாக்க, தரை நோக்கி கண்களைப் பதித்தாள் பூவரசி. மண்ணில் புரண்டு கிடந்த மூக்குச்சளிகள் துடைப்பானோடு ஒட்டி உருண்டு வர இயன்ற மட்டும் உதறி தள்ளினாள். விளக்குமாறின் தும்பில் தொங்கிய கபமும், சளியும் வெயில் மொச்சையில் புளித்துப்போய் நாற குடலைப் புரட்டியது பூவரசிக்கு.

‘ஏய் தூப்புக்காரி…’ இப்படியொரு குரல் வந்த திசையில் பூவரசி நிமிரவில்லை.

‘ஏய் தூப்புக்காரி ஒன்னத்தான்…’ என்று பிரசவ அறையில் உள்ள ஒரு நடுத்தர வயது கடந்த பெண் பூவரசியை அழைத்தாள்.

நான்…. தூ…ப்புக்காரியா? எங்க அம்மையைப் போலவே நானும் தூப்புக்காரியா? அப்பிடிதானே இவள் என்னை விளிச்சா.

‘இந்தத் தூப்பு வேலையை முடிச்சிட்டு, எனக்க மொவுளுக்க பிரசவ துணியளை அலக்கி தருவியா?’ கேட்டவளைப் பதிலின்றி நோக்கினாள்.

‘ஒனட்டதான் தூப்புக்காரி…’ அவள் அழுத்திச்சொன்னாள்.

‘நானா… தூப்புக்காரி’ பிரமித்து நின்றாள். தன் தாயை அப்படி அழைக்கும் வலியையே சகிக்க இயலாதவளுக்கு அந்த பெயர் தனக்கும் வந்து சேர்ந்தபடியால் விக்கித்து போய் நின்றாள்.

‘ஏன் பூவு இப்பிடி நிக்கிய. நீங்க விளிச்சது போல அவா பேத்து துணியளை அலவி தருவா. அதுக்குள்ள பைசாய மட்டும் கொடுங்க. என்னை வேற ஒரு பிரசவக்காரியிக்க தள்ளை விளிச்சிருக்கியா. இல்லெண்ணா நான் வந்துருப்பேன்...’ ரோஸ்ஸிலி கூறினாள்.

‘அலவுக்குள்ள பைசா எல்லாம் தல்லாம்’ என்று சொன்னவள், தன் உள்ளங்கையில் உருட்டி வைத்த ஐம்பது ரூபாயை பூவரசியிடம் திணித்தாள். தன் கையில் திணிக்கப்பட்ட ஐம்பது ரூபாய் நோட்டு பூவரசியையே பார்த்தது.

பொதுக் கழிவறை கழுவ மாட்டிக்கொண்டாள் பூவரசி. மருத்துவமனையின் பின் பகுதியில் இருக்கும் இக்கழிவறையை பெரிய மானிப்பில் எடுப்பதில்லை. எப்போதாவது சுகாதார ஆட்கள் வரும் போது கண்டமட்டுக்குக் கழுவ கூடுவார்கள்.

கழிவறை நாற்றம் அவள் நாசியைத் தொடவே தலைவலித்தது. ஈக்கள் மொய்க்க, கொசுக்கள் வந்து விழ, அருவெருப்பைச் சுமந்த கழிவறையைக் கண்டதும் அவள் கண்கள் விரிந்தன. வாயுக்குள் வெள்ளம் ஊறி வந்தது கக்கலின் கரிப்போடு. மனித மலங்களும் மோளு படிதலும், மாதவிடாய் அழுக்குகளும் அவளை அச்சப்படுத்தின. கழிவறைக்குண்டில் மிதந்த மலம் அவளைப் பயமுறுத்தியது. பல நாட்களாக கழுகாத கழிவறையில் மோளுக்குரிய பாத்தியில்கூட பீச்சல்கள், கறுப்பும், மஞ்சளுமாய் வழிந்து பாய்ந்து தெரிய கூசி போனாள் பூவரசி. அழுங்கி நிற்கும் சூழலிருந்து தப்பித்து வெளியே ஓடி சுதந்திர காற்றைச் சுவாசிக்க வேண்டும்போல் தோன்றியது.

ரோஸ்ஸிலி கையில் வெள்ளம் பிடிக்கும் வாளிகளுடன் வந்தாள். வியர்த்த முகமுமாய், கண்கள் வெளித்தள்ள நின்றவளைப் பார்த்து சிரித்தாள்.

‘நல்ல பெண்ணு நீ. இஞ்சேரு இப்பிடி நீ நின்னா சரியாகாது. இந்த பக்கம் வந்து ரெண்டுணு நாளாயிட்டு. நல்ல காலம் சுத்தம் நிர்வகிக்கிற மேடம் இங்க வந்து பாக்கல. ஆனா இன்னிக்கி சுகாதாரம் பார்க்க வெளியிலிருந்து ஆபிசர்கள் வருவாங்களாம். அதுனால அதையும் யோசிக்காம செணம் கழுவி மாத்து. நான் அந்தப் பக்கமிருக்கும் கக்கூசை கழுவப் போறேன். இன்னா வாளியள்’ அதை வாங்கும் பூவரசியின் கை விரல்கள் நடுங்கின.

‘பைப்பிலிருந்தோ டேங்க்கிலிருந்தோ வெள்ளம் கோரி ஊத்தி கழுவு. லோசனும் டெட்டாலும் அன்னா இருக்கு...’ கக்கூஸின் வெளிப்புறமிருந்த செட்டைக் காட்டிச் சொன்னாள்.

கழிவறையில் கிடக்கும் அழுக்குகளைப் பார்த்து கலங்கி நின்றவளுக்கு, அவள் அம்மா காலையில் தின்னக் கொடுத்த பிஸ்கெட் கெக்கரித்து தொண்டை வரை வந்து நின்று உறுத்தியது. வெளியே விட்டுவிடென்று அவை நெஞ்சுக்குள் பரானமாக அலை மோத, ‘ஒ..வ்’ என வாயைத் திறந்தாள். ஒரு வித புளிப்போடும், இனிப்போடும் வெளி வந்த பிஸ்கெட் கழிவை கழிவறை பாத்தியில் வாந்தியாக வெளிக்கொணர, அவளின் கழிவு பீக்கழிவுகளோடு போய் மோதியது. அய்யோவென அவள் மனம் கதற, முகம் வியர்த்து வீங்கிப்போனது. தளர்ந்து போனாள் பூவரசி.

எனக்க அம்மையிக்கி இம்புடு நாளும் இந்த பீ நாத்தமும், அழுக்கும்தான் ஆகாரமாயிருந்தா? தெனம் தெனம் நாத்தத்திலும், அழுக்கிலும் குறஞ்ச சம்பளத்தில் வேலை செய்ய என் போல இவ்வுலகில் நிறைய பேரு இருக்காங்களே. மாரிகூட நித்த பிழைப்பா இதுலதானே நிக்கியான். எங்களைப் போல உள்ளவங்களை யாருதான் நினச்சியது? அவளின் உள்ளமும், உடலும் கிடுங்கி வறண்டுபோனது. இவள் எப்படி வேலையை எதிர்கொள்கிறாள் என்று பார்க்கவும், கழிவு போக்கும் உபகரணங்களையும் கொடுக்கவும் வந்தாள் ரோஸ்ஸிலி.

கழிவுளைக் கண்டு விறைத்து நின்றவளைப் பார்த்து இயலா மையில் சிரித்தாள்.

‘என்ன பயந்திட்டியா? இப்பிடியெல்லாம் பாத்தா பிழைப்பு ஓடாது. மூஞ்சியெல்லாம் ஏன் இப்பிடி வேர்த்துருக்கு. கக்குனியாக்கும்...’ பூவரசியின் முகத்தில் அவள் வாந்தி செய்த கழிவுகள் ஒட்டியிருந்தது.

‘போய் முகத்த கழுவியிட்டு வேலையைத் துடங்கு... கறுத்தும், குழஞ்சியும் கிடக்கிய பீக்களின் மேல் இந்த பொடியை முதல்ல வீசு..பெறவு வெள்ளம் ஊத்தி கழுவி தள்ளு..தொறப்பா வச்சி ராவி விட்டாலே கட்டி பீயெல்லாம் உடஞ்சி போகும். கடைசியில டெட்டாலு ஊத்தி விடு. அப்பளே சொல்லியேன், சீலையை இது போல எறக்கிப் போட்டுட்டு நிக்காம தூக்கி சொருவு. காலுல போட செருப்பு இல்லாமலா நிக்கிய. முதல்ல செருப்பு வேண்டி போட பாரு. இப்பிடி திரு திருண்ணு நிக்காம செணம் தூத்து

கழுவி தள்ளு. இன்னிக்கு பத்துமணிக்கு பிரசவ அறையில நமக்கு ஏக்கப்பட்ட சோலி இருக்கு. ரெண்டூணு பிரசவம் இருக்குண்ணு செல்லியிருக்கு...' பழக்கப்பட்ட வேலையில் எந்த முகச்சுழிப்பும் இல்லாம ரோஸ்ஸிலி படபடவென கூறி விட்டுப்போக பூவரசி அப்படியே பிதுங்கிப்போய் நின்றாள்.

எத்தனை எத்தனை வசதிகளில் நவீன கழிப்பறைகள் என்ற விளம்பரத்தோடு கழிவறைகளை வச்சாலும் நீசங்கெட்ட மனுசங்கள் அதில் ஒரு சின்ன ஒழுக்கம்கூடக் காட்டுறதேயில்ல. மோளுக்குள்ள வடிவமைப்பில் கிடக்கும் பாத்திகளில் தூறி போட்டுவிடுகிறார்கள்.

கக்கூஸ் குண்டின் கரையில்கூட சளுக்கி வைக்கிறார்கள். கக்கூஸ் குண்டின் வாயுக்கும் மேல் வரைக்கும் இறக்கிப்போட்டு விட்டு வெகு சாதாரணமாக கடந்துபோகிறார்கள். எப்படிதான் கழிவு வாளிகள் வைத்தாலும் அதில் நாப்கின்களை போடாமல் ரத்தம் படிந்த பஞ்சுகளை சுவரு ஓரங்களில், கக்கூஸ் குண்டு பீக்களின் மேல் போட்டு விட்டு போகிறார்கள். இதெல்லாம் மாற்றிவிட ஏதோ மனுசசீவிகளைப் படைத்துவிட்டிருக்கிறார்களே அந்தக் கொழுப்புதானே இதெல்லாம்.

விரும்பாம, நேசிக்காம, இந்த அழுக்குகளைக் கழுவ என்னால முடியாது. இந்த அழுக்குகளையெல்லாம் நான் அன்பு செய்யணும். அப்பதான் எனக்கும் அம்மையுக்குமான வாழ்வு பிழைக்கும். கண்டவங்களுக்க அழுக்கெல்லாம் என் அழுக்கு போல பாத்தாலே இதெல்லாம் நீக்கி மாத்த முடியும். இதுல நான் என்னை சேர்த்து அழுக்காக்கியே ஆகணும். நினைத்தவள், மீண்டும் கழிவறையை நோக்கினாள்.

சப்பாத்தில் கட்டி நின்ற மோளு வெள்ளம் கடுந்தேயிலையின் கலரில் கூடி நிற்க, அவற்றில் பீக்கள் திரு திருவென கலங்கி நிற்க, யப்பாடா அங்கு முட்டி மோதிய ஈச்சிகளையும் கொசுக்களையும் நான் விரும்பியே ஆகணும். எல்லாத்தையும் நல்லா பாரு பூவு. கண்ணுகளை மூடாம எல்லா அருவெருப்புகளையும் பக்கத்துல போய் பாரு. எல்லா நாத்தங்களையும் ஆழமா சுவாசி பூவு... கக்க வருது இல்லியா... கக்கட்டு, ஒரு நாளு கக்கும்..பின்னும் கக்கும். இப்பிடியே கக்கி கக்கி ஒரு நாள் மரத்துப்போகும். பிறகு இதெல்லாம் பழகிப்போகும். கறுப்படித்த பீக்களையும், கலர் கடுத்த மோளு வெள்ளத்தையும், தூக்கி வீசிய மாதவிடாய் அழுக்கில் ஊறிய கறுப்பு ரத்த மொச்சையையும், காறி உமிழ்ந்த

கபங்களின் மஞ்சள் கட்டியையும், துப்பலுகளின் பதைகளையும் உன்னிப்பாகவே பார்த்தவளின் இமைகளில் போர் வீராங்கனைப் போன்ற நிமிர்வு நின்றது. மனசுக்குள் பலர் ஏறி நின்று துள்ளுவது போன்ற இடியோசை கேட்க நெஞ்சைப் பிடித்துக்கொண்டு நின்றாள். வாந்தி வாந்தியென வந்து வந்து முடுங்கியது.

நின்றிருந்த கழிவறையின், அடுத்த பக்கமிருந்த கழிவறை ஆண்களின் கழிவறை. அங்கிருந்து ஏதோ சத்தம் கேட்க, அதிக உயரமில்லாத சுவர் வழியே எட்டிப்பார்த்தாள். ஆண்களின் கழிவறைப் பகுதியில் கதவில்லா கக்கூஸுக்குள் மாரி இரண்டுக்கு இருந்தது இவளுக்கு தெரிய, கண்களை சுருக்கி, பார்வையை திருப்பினாள்.

'யப்ப மாரி தூறியான்...' குமட்டி வர துடைப்பானைப் பிடித்தாள். ஒரு ஓரத்திலிருந்து தொறப்பாயை வைத்து அரிக்கையில் உருண்டு போயின பீக்கள். எல்லாம் உருண்டு மோளு வெள்ளத்தில் போய் சேர்ந்த பீக்களைக் கண்டு மனம் குமுறியது. ஆனாலும் இதை சினேகிக்க தன்னோடு மல்லு கட்டியவள், தரைத்தொட்ட சேலையைப் பிடித்து இடையில் வைத்து சொருகினாள். வாளியை எடுத்து தொட்டியில் கிடந்த வெள்ளத்தைக் கோரி தூத்த இடத்தில் ஊற்றினாள். ஒட்டிய பீக்களின் மேல் விழுந்த வெள்ளத்திலும் உருகாமல் கிடக்க, ரோஸ்ஸிலி சொன்னது போல் தொறப்பா மூடு வைத்து தேய்த்தாள். பக்கென எடுத்த வெக்கையில் ஒரு வித எச்சித்தன்மையின் மொச்சை மூஞ்சிலடிக்க வெந்தாள். கன்னங்களில் கடுத்து வெள்ளம் ஊறி வர கக்கல் பின்னுமாக வந்தது.

செருப்பில்லா பாதங்கள் கழிவுகளில் நிற்க கூசியது. ஏதோ பல்வேறு விசப்பூச்சிகள் பாதத்தில் ஊர்வது போலிருக்க விரல்களை உயர்த்தினாள்.

மாரி அங்கே வந்தான்... பூவரசியின் கலைந்த முடி, கக்கி வழியும் அவள் வாய் வெள்ளம், வியர்த்த முகம், கையில் இருக்கும் தொறப்பா, குழம்பிய கண்களின் கண்ணீர் எல்லாம் பார்த்தவன் மனம் கனத்துப் போனது.

'கொம்மையிக்க சோலிக்கி வந்துட்ட இல்லா. இதெல்லாம் ஒரு சாபம்தாங்குட்டி. கொம்மையோடு தூப்புக்காரி கோலம் முடிஞ்சி போகுமுண்ணு பார்த்தா, அதை மாத்தாம நீயும் இதுல வந்துட்டியே. அழுக்கு தின்ன ஒன் ஒடம்பைக் கொடுத்திட்டியே...

இந்த ஒலகத்துல வேற சோலியே இல்லாதது போல இதுல வந்துட்டியே...'

'என் வாழ்க்கை நிலமை அப்பிடி ஆயிட்டு...'

'அப்பிடி என்ன பெரிய நிலை வந்துட்டு. எனக்காவது என் சாதி கொடுத்த விதியிண்ணு செல்லுலாம்.'

'என்ன பெரிய சாதி. எல்லாத்தையும் பணம்தானே தீர்மானிக்குது...'

'ஒங்கொம்ம கொஞ்சம் கடன்பட்டிருப்பா. அதுக்காக இப்பிடியா அடிமையாகி போகிறது. ஏன் பூவு, நீயும் எழுத படிச்ச தெரிஞ்சவதானே. ஒரு கம்ப்யூட்டரு அது இதுண்ணு படிச்சி மத்தவங்களைப் போல பெரிய வேலைகள் பாக்க போப்பிடாதா? இந்த ஒலகத்துல நிறைய நிறைய கருவிகள் எல்லாம் கண்டுப்பிடிக்கிறாங்க இல்லியா. வானையும் கிழிச்சிட்டு போகிற புதுசு புதுசான ஏவுகணைகளெல்லாம் கண்டுப்பிடிக்கிறாக்க இல்லியா... ஏன் நம்ம தேசத்துல சாக்கடை கழுவ மட்டும் இன்னும் ஒரு கருவியை கண்டுப்பிடிச்சேல. அதை கண்டுப்பிடிச்சிட்டா, பின்ன நம்மளைப் போல உள்ளவங்க உருவாகி வரமாட்டாங்க இல்லியா. ஏன் பூவு நீயங்கிலும் இதெல்லாம் விட்டுட்டு நல்லதா படிச்சி ஒரு கருவியைக் கண்டுபிடி புள்ள...'

மாரியை ஆச்சரியமாகவும், வியப்பாகவும் பார்த்தாள் பூவரசி. – இப்பிடியொரு வாக்கு மனோ எங்கிட்ட சொல்லவே இல்லியே. மனோவுக்கு எப்பிடி அழுக்கு வாருற வலி தெரியும். வலிப்பட்டவன் யோசிக்கிறான். தன்னைப் போல இந்த உலகத்துல மனிதர்கள் கழிவு வாரும் நிலை ஒழிந்து போக ஆசைப்படுறான். இனியுள்ள காலத்தில் இப்படி கழிவு வார மதிப்பு மிக்க மனிதர்கள் வரவே கூடாதுண்ணு யோசிக்கிறான்.

'இங்கப்பாரு, நீ படிக்கிறேண்ணு மட்டும் செல்லு. எத்ர ரூபா யானாலும் அதையெல்லாம் செலாக்கி ஒன்ன படிச்ச வச்ச தயாராயிருக்கேன்...' இன்னும் அவன் மீது மலைப்பு கூடியது பூவரசிக்கு. விட்டு போன படிப்பைப் பற்றி நான்கூட இது வரைக்கும் யோசிக்கலியே. வெறும் அழுக்கு வாரிக்க மகளா, மனோ கூடாலான காதலையும் மீறி நான் அப்பிடி என்னதான் பெருசா வாழ்க்கையில் யோசிச்சிருக்கேன்.

'பெண்ணே பூவு...' ரோஸ்ஸிலி வெளியில் நின்று கத்தினாள்.

‘பெண்ணே அங்க என்னத்த செய்யிய... பிரசவ வார்டுக்கு சுகந்தி மேடம் விளிச்சியாங்க...’ அவள் கத்தினாள்.

‘வாறேன்...’

‘என்னத்த வாறியோ. நீ வரப்போய் எனக்குதான் டபுள் வேலை...’ முணு முணுத்தபடியே ரோஸ்ஸிலி போனாள்.

‘நீ செல்லியதெல்லாம், காலம் கடந்து கேட்கியது போலவேயிருக்கு. இப்ப எனக்கு இருக்கிய வாழ்க்கைச் சூழல்களில் நீ செல்லியதெல்லாம் யோசிச்ச களியாது. இப்போதைக்கு என் அம்மையிக்க தீனம் தீரணும். பட்ட கடனெல்லாம் தீரணும். கடனுகளை வச்சிட்டு ஒண்ணுமே யோசிச்ச முடியாது. இப்ப இருக்கிற நிலையில் வெளி சோலிகளுக்கு போகிறதை டாக்டரு அறிஞ்சா, ஒடனே வட்டியும், முதலும் என கேட்டா எங்களால எங்க போய் அதெல்லாம் புரட்டிக்க முடியும். நான் இதுல நின்னா எப்ப ஆனாலும் அவங்களுக்க கடனெல்லாம் தீருமுண்ணு நம்புவாங்க. மனசெல்லாம் வலியா கிடக்கு மாரி. சீவிதங்களில் கிடைக்கும் வலிகளை நினச்சி மனசார கரஞ்சி தீக்கக்கூட நேரமில்ல மாரி...’ பொலிவிழந்தவளின் வார்த்தைகளைக் கேட்டு உடைந்தான் மாரி.

‘பெண்ணே பூவு...’ மீண்டும் ரோஸ்ஸிலி வெளியில் நின்று அழைத்தாள்.

‘வாறேன் ரோஸ்ஸிலியக்கா...’ அவளுக்கு பதில் கொடுத்து விட்டு தன் வேலையைத் தொடர முயன்றாள்.

வெள்ளம் ஊத்தியதில் கொவுந்த பீக்களை மீண்டும் அரித்து தூத்து மடை வழியே தள்ளுகையில் கெக்கரித்து கக்கத் துவங்கினாள். கக்கி மறிகிறவளின் கையில் தொங்கிய தொறப்பாயை மாரி வாங்கினான். கக்கலாக கழியும் வாய் வெள்ளத்தைத் துடைக்கவும் செய்யாமல் மாரியைப் பார்த்து நின்றாள் பூவரசி.

சதா பழக்கப்பட்ட தொழிலாக இருந்த மாரி, பவுடர் வாரி வீசிய பீக்களை வேக வேகமாக அடித்துக் கழுவினான். துண்டும், கிண்டுமாக மடை நோக்கி ஓடும் கழிவுகளில் நுரையும், பதையுமாக தெரிந்த அழுக்குகளை அதிர்ச்சியுடன் பார்த்தாள். ஆனால் மாரி எந்த அருவெருப்பையும் முகத்தில் காட்டாமல் நின்றான். கழிவுகளைக் கழுவிக்கழுவி பாறைபோல ஆயிட்டானோ. அவனின் கண்களின் இமைகள் கூட அருவெருப்பு காட்டாம நிமுந்து நிக்குதே. எல்லா நாத்தத்தையும், அழுக்கையும்

கண்டு கண்டு மரத்துப்போய் பாறை போல ஆயிட்டான் போலிருக்கே.

‘இதுதான் தொழிலுண்ணு எறங்கியிட்டா அப்புறம் எதைப் பத்தியும் யோசிச்சப்பிடாது. ஏதோ அவமானத்தொழிலைச் செய்யுறதா நெனச்சி வெக்கப்படக்கூடாது. மனசுக்குள் நம்மளே தாழ்ந்தும் போகக்கூடாது. அடுத்தவங்க நம்மளை மதிக்காம இருக்குலாம். ஆனா இந்த ஒலகத்தைச் சுத்தப்படுத்துற ஒசந்த தொழிலைச் செய்யுறதா நம்மளே நமக்குள் பெருமைப்படணும் பூவு. நம்மளைப் போல உள்ளவங்க இல்லண்ணு வை. இந்த பூமி மாதா இன்னும் அதிகமா அனாதையாகி போயிருப்பா... மனசு உடஞ்சி கலங்கி போயிருப்பா தெரியுமா? ஆரு ஒதுக்கினாலும், தள்ளினாலும் இது மதிப்பு மிக்க தொழிலுண்ணு பெருமைப்பட தெரியணும். அப்பதான் கக்கலும் வராது; அருவெருப்பும் வராது...’ மாரி தன் மதிப்போடு பேச, அவனை ஆச்சரியமாகப் பார்த்தாள்.

•

கழிவறையைக் கழுவி விட்டு வேப்பமரத்தடியில் சென்று அமர்ந்தான் மாரி. மனம் முழுவதும் வலி... வலி. வலியைத் தவிர வேறு எதுவும் அவன் மனதில் இல்லை.

பூவரசியிட்ட நான் வச்ச காதலு மிக மிக உண்மையான காதலு. அவளுக்க கூடசேர்ந்து வாழ ஆசைப்பட்டதும் உண்மதான். ஆனா அவ மனசுக்குள் மனோ இருப்பாண்ணு கொஞ்சமும் நினச்சேல, பெருசா எல்லாம் எனக்கு ஆசை கிடையாது. அவகூட சின்னதா அமைதியா ஒரு வாழ்க்கை.

எனக்கும் அவளுக்கும் கலியாணம் ஆகி, பிள்ள பெத்து அந்த பிள்ளையைப் படிச்ச வச்சி ஒரு அரசாங்க உத்தியோகம் பாக்க வச்ச ஆசைப்பட்டேன். அழுக்கன் அழுக்கனென்று பலரும் பரிகாசம் செஞ்சி ஒதுக்கி வைக்கிற ஒலகத்துல நானும் அவளுக்ககூட அந்தஸ்த்தா வாழ ஆசைப்பட்டேன். ஆனா அவ மனசுக்குள் நான் இல்லாம போவேண்ணு கொஞ்சம்கூட நெனச்சேல. எனட்ட விருப்பம் இல்லாதவளுட்ட போய் என் அன்பை எப்பிடி வற்புறுத்த முடியும்? மனுசனோட ஒரு பகுதிதான் காதலு. இந்த ஒரு பகுதிதான் வாழ்க்கையிண்ணு சொல்ல முடியாது. ஆனா இந்த காதல் பகுதி நல்லாயிருந்தாதான் வாழ்க்கையோட மத்த எல்லாப் பக்கங்களும் நல்லாயிருக்கும். ஆனா எனக்கு அந்த விதி எழுதலியே.

என் பூவு, அவா காதலிக்கிற மனோவுக்ககூட வாழ்ந்துட்டா அதுதான் எனக்கு இனி பெரிய சந்தோசம். இந்த அழுக்கன் பயலுக்க கூடவந்து வாழுறதைவிட, நாலு பேருக்க பார்வையில் மதிப்பா, எல்லோரும் உயர்வா பாக்கிற மனோவுக்ககூட பூவு வாழ்ந்தா அவளுக்க வாழ்க்கை நல்லாதானேயிருக்கும்.

அந்த மனோ பூவுவை கலியாணம் கட்டுவானா? அவனெல்லாம் பணக்காரன் ஆச்சே. பெருமூச்சு விழுந்தது.

என்னை யாரு காதலிச்சிருக்கா? இந்த மாரியை யாருக்கு பிடிச்சிருக்கு? பூமியில் வீசுற அழுக்கெல்லாம் தூத்து தொடச்சி, அழுக்காகிப் போகும் இந்த லெட்சணங்கெட்டவன் யாருக்கு வேணும்? அவன் விழிகள் கலங்கின.

வாழ்க்கையென்னும் பயணத்தில்
சரிந்து விழும் போது
தனியே தடுக்கி விழும் போது
சாய்ந்துக்கொள்ள
ஒரு துளி காதல் தேவை

தனியே மரத்தடியில் சாய்ந்திருந்தவனை ரோஸ்ஸிலி கலைத்தாள்.

'மாரி என்னத்த யோசிட்டு இருக்கிய... சோலி ஒண்ணும் இல்லியோ...'

'ஒண்ணுமில்லக்கா...' வெறுமையாக பதில் சொன்னவனைக் கூர்ந்து நோக்கினாள்.

'ஏம்ப்புல ஒரு மாதிரி இருக்கிய?'

'அட ஒண்ணுமில்லக்கா... சும்மா வாழ்க்கையைப் பத்தி யோசிட்டிருக்கேன்...'

'அதெல்லாம் யோசிக்காத. யோசிச்சா மண்டைக்கி கிறுக்குதான் பிடிக்கும். நானும் எங்குட்டியை நெனச்சி கிறுக்கு பிடிச்சித்தான் போறேன். வெளியில் எங்கதையை சொன்னா பரியெட்டு நாறிடும். எம் பெண்ணைப் பத்து பதினேழு பேரு வந்து பெண்ணு பாத்துட்டு போயி என்ன பிரயோசனம்? இப்ப வரைக்கும் ஒருத்தனும் அவளைக் கெட்ட வரேல. பாவம், எங்குட்டி: அவளுக்க மனசெல்லாம் மரத்துப் போச்சி. ஒரு நாளு என் மொவா என்ன சென்னா தெரியுமா மாரி...' அவள் என்ன சொல்ல வருகிறாள் என்பது போல் முகம் பார்த்தான்.

‘எடியேம்மோ, பெண்ணு பாக்க வந்த பத்து பதினேழு பேரோடையும் மனசால ஒரு நாளும் வாழ்ந்திட்டேண்ணு கரஞ்சிட்டு சொன்னா பாத்துக்கோ; அது உண்மைதானே. பெண்ணு பாத்துட்டு போகிறவனிடமிருந்து சேதி வாறது வரைக்கும் அவன்தான் என் புருசனுண்ணு நெனச்சிடத்தானே தோணும். கற்பனைகளுக்கும் உயிரு உண்டுல, ஒருத்தனை மாத்தி மாத்தி இன்னொருவனை மனசுக்குள் கொண்டு வச்ச என் பெண்ணோட மனசெல்லாம் கிழிஞ்சி போச்சில. ஒலகத்துல எனக்க மொவுளுக்கு மட்டும் இந்த நிலையிண்ணு செல்ல முடியாது. பண அந்தஸ்து இல்லா பல பெண்ணுங்க கலியாணச்சந்தையில் பின்னாலதான் தள்ளப்படுறாங்க. இப்ப எல்லாம் பெண்ணு பாக்க யாரையுமே வீட்டுல ஏத்தியதில்ல. அவளுக்குண்ணு ஒருத்தன் பிறந்திருந்தா வருவாண்ணு இருக்கியேன். இப்பிடி அவரவர் வாழ்க்கையில, அவங்கவங்க வாழ்வுக்கான பல வேதனைகள் இருக்கத்தான் செய்யும். அதையெல்லாம் யோசிச்சிட்டிருந்தா வாழியது எப்பிடி?’

ரோஸ்ஸிலி தன் வாழக்கை நிலையைக் கூறிக்கொண்டே போக மாரி அவளைப் பார்த்தான்.

அவள் தலையில், பிரசவக்காரிகள் கொடுத்த அழுக்கு துணி மூட்டையாக இருந்தது. ஒவ்வொரு நிமிசமும் வாழ்வுக்கான போராட்டங்கள் இருந்தாலும் அதெல்லாம் வெளியில் காட்டிக்காம சிரிக்கத் தெரிந்த சென்மங்களே இவர்கள்தான். மனசு நிறைய வருத்தமிருந்தாலும் என்னிக்காவது நம்ம வாழ்க்கை முன்னேறு முண்ணு கொஞ்சம்கூட சோர்வில்லாம உழைக்கிற எங்களைப்போல உள்ளவங்களை யாருதான் பாராட்டுறது? நாங்களும் மனுசங்கள் என்கிற மதிப்பை எங்களுக்கு யாரேனும் தருனுமா? இப்பிடித்தான் இந்த ஒலகம் இருக்குமோ? நீண்ட பெருமூச்சை வெளியிட்டவாறு மரத்தடியிலிருந்து எழுந்தான் மாரி.

கண்ணெதிரே நடந்துவந்தாள் பூவரசி. அவள் முகத்தில் உழைப்பின் களைப்பும், சலிப்பும், உள்ளூரக் குடையும் மனோவின் வலியும் மாரிக்கு தெரிந்தது. ரோஸ்ஸிலி போலவே அழுக்குத் துணிகளைத் தலையில் மூட்டையாக கட்டிக்கொண்டு நடந்தவளையே பார்த்தான் மாரி.

பாவம் பூவு. இந்த நிமுசம் ஒரு பெண்ணா அவளுக்குள் எம்புடு கஷ்டம் இருக்கும். மனோ அப்பிடி இருந்துட்டு, எதுவும்

நடக்காதது போல இப்பிடி தெரியிறாளே... இவா மனசுல கஷ்டம் இருக்காதா? எல்லாம் இருக்கும். ஆருக்கிட்ட அதெல்லாம் போய் சொல்லுவா. இப்பிடித்தான் சில சென்மங்கள் உரிமையில்லா உறவுகளைத் தொட்டுட்டு, விடவும் முடியாம, வெளியில் கொண்டாடவும் முடியாம எல்லா வேதனைகளையும் உள்ளுக்குள் ஒளிச்சி வச்சிட்டு கொஞ்சம் கொஞ்சமா செத்துட்டுதான் இருப்பாங்க. அழுக்குத்துணிகளை துணி அலவும் இடத்தினருகே போட்டுவிட்டு பிரசவ அறைக்குள் போன பூவரசியையே பார்த்து நின்றான் மாரி.

அத்தியாயம் 7

மனோவுக்குத் திருமண தேதி குறித்தான நிலையில், அவன் சற்றும் மகிழ்வில்லாமல் இருந்தான்.

இருவரும் உடலால் நெருங்கிய பின் பல நாளுகள் மனோவைப் பார்க்க, பேச என பூவரசி எடுக்கும் முயற்சிகளை மனோ தவிர்த்துக் கொண்டேயிருந்தான்.

மனோவின் கண்டுகொள்ளாமை மனதின் அமைதியைக் குலைத்த நிலையில் கழிவறையின் சுற்று வட்டத்தில் தெரிந்த புற்களிடையே திட்டு திட்டாக கிடந்த நாய் மலங்களை வாரிக்கோரி மாற்றிக் கொண்டிருந்தாள் பூவரசி. மனித மலங்களைவிட அதீத அருவெருப்பையும், நாற்றத்தையும் கொடுக்கும் நாய் மலங்களை மாற்றுகிறவளை, கார் வெயிட்டிங் செட்டிலிருந்து வேதனையோடு பார்த்துக்கொண்டிருந்தான் மனோ.

'மனுசப்பீயிக்க நாத்தம்கூட பொறுத்துக்குலாம். இந்த நாற்றத்தை யாரு பொறுத்துக்குவா...' தன்னிலே முனங்கியபடி மலம் வாரியவளின் காலில் மறைவில் கிடந்த பீ அப்பி விட, அருகே கிடந்த கல்லில் அந்த பீயை தேய்த்தப்படியே நிமிர்ந்தாள். கார் செட்டில் தெரிந்த மனோவைக் கண்டதும் உயிர் வரை வலி ஏறியது. அவனை நோக்கி வீசிய பார்வையில் பல கேள்விகள் இருப்பதை மனோ கவனித்தானோ என்னவோ?

நீ தொட்டு விட்ட தேகம் வைக்கிற ஒப்பாரி ஒனக்குக் கேக்கலியா? கண்ணுகளில், காதில், கன்னங்களில், கழுத்து நெட்டில் எல்லாம் நீ எம்புடு முத்தங்கள் தந்த? எப்பிடியெல்லாம் என்னைக் கட்டிப்பிடிச்ச? அந்த தவிப்பும் அணைப்பும் இன்னும் ஏக்கமா எனக்குள் இருக்குதுண்ணு உனக்குத் தெரியாதா? நீ என்னைத் தொடுறதுவரைக்கும் என்னை வெறும் மரக்கட்டையிண்ணுதான் நினச்சேன். ஆனா இப்ப பழையதுபோல என்னால வாழ முடியல. நீ தொட்டு விட்ட தேகம் இன்னும் உன்னோட அணைப்புக்கும், முத்தத்துக்கும், அருகாமைக்கும் ஏங்குது. இப்ப எல்லாம் என்னை நீ ஏன் பாக்காதது போல போகிறதைப் பாக்கிறப்ப, எனக்கு வெக்கமாயிருக்கு. என்னை நீ கேவலப்படுத்துறது போல இருக்கு. நானாக வலிய வந்து எப்பிடி என்னைச் சொல்லிக்க முடியும். பெட்டச்சிக்க ஆசையையும், அவளுக்க தேவையையும் இப்ப வரைக்கும் வெளிப்படுத்துற உரிமையை இவ்வுலகம் தரல்லியே. இதெல்லாம் சொல்லாம ஒனக்குப் புரியாதா? இங்க பாரு இப்ப எல்லாம் நான் ஒன் முன்னால வெறும் ஒரு அழுக்கியா, வெறும் ஒரு தூப்புக்காரியா, ஈச்சி அரிக்கிறவளா தெரியிறேன். உனக்கு என்னைப் பிடிக்கலியா மனோ. என்னை உனக்குப் பிடிச்சாம போனாலும் உன்னை எப்பிடி மனோ எனக்கு மறக்க முடியும்? எவ்வளவோ ஒன்னக் காதலிச்சதுனால என் உடம்பைகூட உனக்கு கொடுத்தேன். என் மனசு பூராவும் கரச்சி இருக்கு. எனக்கு நீ ஒரே ஒரு அரவணைப்பு தந்தாகூட ஒன் மாருல ஒதுங்கி கிடந்து அழுது தீத்துருவேன். மனசுக்குள் குமுறியவள் அவனை நோக்கி நடந்தாள். அவள் தேகத்தில் அழுக்கும், வியர்வையும், நாற்றமும், கூடவே ஈச்சிகளும் மொஞ்சிக்கொண்டு சென்றன. கலைந்த தலையும் கலங்கிய விழிகளுமாகக் காதலனை நோக்கி நடந்தாள்.

கார் செட்டில் இருந்தவன், பூவரசி தன்னை நோக்கி வருவதைக் கண்டு அங்கிருந்து எழுந்து டீக்கடையை நோக்கி நடந்தான். கடையில் கூடி நின்றவர்களில் ஒருவனாக கலந்து செய்தித்தாளை வாசிப்பதாக காட்டிக்கொண்டான். தன்னைத் தவிர்க்க அவன் செய்யும் செயலைக் கண்ட பூவரசியின் தேகம் முழுவதும் கூசியது. தன் உடலைக் கண்ட காதல் ஆண், தன்னை தவிர்க்கும் போது அனுபவிக்கும் பெண் வலியால் அவள் மனம் உடைந்து சிதறியது.

நான்கு சுவற்றுக்குள்
அன்பென்னும் செயலுக்காக

ஆடையிழந்த போது
அவமானமாய் தெரியவில்லை
இப்போது... இப்போதுதான்
தேகத்தில் ஒட்டுத்துணியின்றி
கழுதையாகிப் போனது போல்
அவமானம் கொள்கிறேன்

உடல் கண்ட காதலன் காணாதவன் போல் போகுகையில் இவ்வுலகில் முழுவதுமாக தோற்றுப்போன வலியோடு நெளியும் பெண்ணின் வலியால் நெளிந்தவள், 'தூப்புக்காரி...' என்று குரல் வந்த திசையில் வேதனையோடு திரும்பினாள்.

'பிரசவ வார்டுக்கும் போணுமாம். மேடம் விளிச்சாங்க' பிரசவக்காரி ஒருத்தியின் அம்மாக்காரி அழைக்க, மனோவை நோக்கிய பாதங்களை வலியோடு திருப்பிப் பிரசவ அறையை நோக்கி நடந்தாள்.

பயமும், பீதியும், ஏமாற்றமும் தவிர அவள் மனதுக்குள் வேறு ஒன்றுமே புலப்படவில்லை. வாழ்க்கை பெரும் புதிராக தன் முன் எழுந்து நின்றது. நிறம் மாறும் மனிதச்செயல்கள் அவளை அச்சப்படுத்தியது. பிரசவ அறையின் சுவரில் சாய்ந்து நின்றவளின் நினைவலைகளை மீறி பிள்ளை பிரசவிக்க அழும் பெண்ணின் குரல் கேட்டு இன்னும் சுவரோடு ஒட்டினாள் பூவரசி. புத்தம் புதுசாக ஒரு உயிர் உலகுக்கு வர பெண் சென்மம் ஒரு சாவைக் கடந்துதான் பிழைக்கிறாள்.

அவசர சிகிச்சை அறைக்குள்ளிருந்து செவிலியர்கள் இங்கும் அங்குமாக விரைந்துகொண்டிருந்தார்கள். அறைக்கும் வெளியே கூடி கிடந்த உறவினர்களின் முகங்களிலும் கவலையும் கலக்கமும் தொங்கியது. உள்ளறையில் கிடக்கும் பிரசவக்காரிக்கு ஏதேனும் ஆகிவிடுமோ? பிள்ளையும், தள்ளையும் பத்திரமாகக் கை சேருவார்களா என்கிற பீதியில் இருந்தார்கள். சிறிது நேரத்தில் புது உயிர் அழும் சத்தம் கேட்க, அறைக்கதவு திறக்க டாக்டர் வெளியே வந்தார். டாக்டரை உறவினர்கள் சூழ்ந்தார்கள்.

'பெண் குழந்தை. ஆப்பரேசன் பண்ணி பிள்ளையை எடுத்துக்க வேண்டியதாயிட்டு. இப்ப ரெண்டு பேருக்கும் ஒரு ப்ராளமும் இல்ல...' கூடிக் கிடந்தவர்களில் பொறுப்பாக நின்ற பிரசவக் காரியின் தகப்பனுடன் விசயம் சொன்ன பெரிய டாக்டர் அங்கிருந்து கடந்து சென்றார்.

வெளிப்பக்கச் சுவரில் சாய்ந்து இதெல்லாம் கவனித்து நின்ற பூவரசியை ரோஸ்ஸிலி அழைத்தாள். 'பூவு... உள்ள வா...' இருவரும் பிரசவ அறைக்குள் நுழைந்தார்கள்.

ஆடுகளை வெட்டும் இறைச்சிகடையில் பீறிட்டுப் பாயும் ரத்தம் போல் ரத்தம் பொதிந்து போட்டிருந்த துணிகளைப் பார்த்தாள் பூவரசி. ஆனால் எந்த சலனமும் இல்லாமல் பச்சை ரத்தம் கிடந்த இடத்தைத் துடைத்தாள் ரோஸ்ஸிலி.

'என்னத்தப் பாத்துட்டு நிக்கிய. வா, வந்து செணம் மாத்து. இன்னும் பிரசவ ஆப்ரேசன் இருக்கு...' கண்டமும், துண்டுமாக கிடக்கும் ரத்தத்தையும், அவை பொதிந்த துணிகளையும் பார்த்து பீதி கொண்டவள், நெஞ்சில் கை வைத்தாள்.

'நானா இ..தெல்லா..ம்' கேட்டவளை ரோஸ்ஸிலி எரிச்சலோடு பார்த்தாள்.

'வாட்டி வந்து எல்லாத்தையும் சுருட்டி எடு....' ரோஸ்ஸிலி மீண்டும் அழைத்தாள்.

'என்னம்மா பாத்துட்டு நிக்கிய, எல்லாம் தொடச்சி எடுத்துட்டு விலகம்மா' அங்கேயிருந்த செவிலியர் அதட்ட அருவெருப்போடு அவற்றை நோக்கிக் குனிந்தாள். ரத்த நெடி மூக்கில் ஏறி உயிர் வரைக்கும் ஆட்டம் போட்டது. ரத்தத்தில் போட்ட துணிகளை உருட்டி துடைக்கையில் கையில் பிசுபிசுத்த ரத்தம் கண்டு வியர்த்துப் போனாள். அவற்றைத் துடைத்து சுருட்ட சுருட்ட... – இந்த ஒலகத்திலே நான்தான் ரொம்ப அருவெருப்பும் சாபமும் பிடிச்சா பெண்ணாயிருக்கேனோ என நினைத்தாள்.

'இப்பிடி ஒப்பி ஒப்பியிருந்தா காரியம் ஒண்ணும் ஆகாது. இப்பிடி பதுங்கி நின்னா நம்ம சோலி ஓடாது. வெளிப்பக்கம் கிடக்கிய கக்கூஸுக்க பக்கத்துல துணி அலவிய கல்லு கெடக்கு. எல்லாத் தையும் அங்க கொண்டு போயி செணம் அலவு...' ரோஸ்ஸிலி துரிதப்படுத்தினாள்.

ரத்தம் பொதிந்த துணிகளைச் சுருட்டித் தூக்கிக்கொண்டு நடந்தவளின் மனதில் ரத்த நெடியைவிட மனோ அதிகமாகக் கனத்தான்.

துணி துவைக்கும் இடத்தில் துணி மூட்டையை வைத்து விட்டு, அப்படியே அருகில் கிடந்த திண்டில் அமர்ந்தாள். ரத்த மொச்சைக்கேட்டு வந்து குவிந்த ஈச்சிகள் அவள் தேகம்

முழுவதும் விழத்துவங்கின. பூவரசி அவற்றைத் துரத்தவும் இல்லை.

இதுதான் என் வாழ்க்கையா? நெடுங்கேள்வி முளைக்க, பதிலின்றி இருந்தாள். நேரம் போய்கொண்டேயிருக்க, ரத்தம் பொதிந்த துணிகளைப் பார்த்தாள். இப்போது அந்த ரத்த பிசுப்பில் கடுப்பு ஏறி சிவப்பு நிறம் கறுப்பு போலவே தெரிய, ரத்த நெடியின் நாற்றமும் செத்துப்போன எலியின் கேடான நாற்றம் போல் முசும்ப துவங்கியிருக்க, எழுந்தாள். துணிகளை வாளியில் இருந்த வெள்ளத்தில் முக்கினாள்.

வாளியில் இருந்த பச்சை வெள்ளத்தில் மூழ்கிய துணிகளிலிருந்து கசிந்த ரத்தம் முழு வெள்ளத்தையும் ரத்தமாக மாற்றியது. வாளிக்குள் அமுக்கிய துணிகளைத் தொட்டுப் பிசைந்து கழுவ வேண்டும். வெறுமனே முக்கி உதற முடியாது. கட்டியாகப் படிந்து போன ரத்த துண்டுகளை வெள்ளத்தில் கலக்கிவிட இரு கை விரல்களும் அந்த துணிகளோடு சேரவேண்டும். வெள்ளத்தில் முக்க கை விரல்கள் நடுங்கவே செய்தன.

எனக்குள்ளதையே தொட்டு அலவ மடிச்சிய எனக்கு அடுத்தவளுக்கது அருவெருப்பு இல்லாம எப்பிடி போகும்... நினைத்தவள் மறு கணம் தன்னை சமன் செய்ய துடங்கினாள்.

இதுல என்ன அருவெருப்பு இருக்கு; அசிங்கமிருக்கு. குற்றமும், பாவமும் இருக்கு. இந்த உலகத்துல வந்த அம்புடு மனுசங்களும் இந்த ரத்ததில்தானே ஒன்பது,பத்து மாசம் தங்கிட்டு வாறான். வளந்த பெறவு பெரிய மகான் ஆகலாம், பெரிய சாதனைக்காரனா மாறுலாம். ஏன் எல்லாரும் கும்பிடறமாதிரி தெய்வமாகூட ஆகிப் போகுலாம். எல்லா மதங்களும் ஓங்கி ஒறச்சி இந்த ரத்ததை தீட்டுண்ணு சொல்லுதே. எல்லா மதக்காரங்களும் இது மாபெரும் தீட்டுண்ணு சட்டம் போடுறாங்களே. ஆளுகள் வச்சி வணங்குற எல்லா கடவுளுகளும் மனுசங்களா பிறக்க பெட்டச்சியின் கருப்பையில் இந்த ரத்தத்தில் ஒன்பது பத்து மாசம் தங்கியிட்டுதானே வாறான். தெய்வத்துக்கு தீட்டுண்ணு சொல்லி அங்குன இங்குன சண்டைப் போடுறவங்களுக்கு, இந்த ரத்தத்தில் ஆண்டவனுகள் உறஞ்சி போய் பிறந்தது தெரியாதோ. அதுனால இந்த ரத்தம் அருவெருப்பு இல்ல. குற்றமில்ல. தன்னை உறுதிப்படுத்தினாள்.

'அருவெருப்பு நினைக்காம, உலகைச் சுத்தப்படுத்துற உசந்த தொழில் செய்யுறேண்ணு நினச்சி செய்யுண்ணு' மாரி சொன்னதை

நினைத்தாள். நானங்கிலும் கக்கூசுக்குள் மாட்டி போய் இப்பிடியொரு தொழில் செய்யுறேன். ஆனா நித்தமும் மாரியைப் போல சாக்கடைக்குள் முங்கி வாழுற எத்தனையோ பெண்கள், ஆண்கள் இவ்வுலகில் வாழ்றாங்க. அவங்களையெல்லாம் நினச்சி நானும் இந்த ரத்த துணிகளை அலவியெடுக்கும் துணிவைப் பெறணும். எங்கம்ம இது போல உள்ள எம்புடு ரத்த துணிகளை பினஞ்சி விட்டுருப்பா... மனசுக்குள் மனோ கிடந்து செய்யும் வதையை விட இதுவா வலி?

ரத்தமாக மாறி நின்ற வாளிக்குள் கையை விட்டாள். அப்படியே கலக்கினாள். துணிகளைக் கசக்கினாள். அவற்றோடு ஒட்டிய ரத்தத் துண்டுகளைக் கை வைத்து கலக்கிவிட்டாள். அதிலும் போக மடித்த துணியை வாளியிலிருந்து உருவி உதறினாள். அதிலிருந்து சிதறிய ரத்த துண்டுகள் சிதறி தெறிக்கையில் நெஞ்சுக்குள் கலவரம் மூண்டது. உதறிய துணியின் ரத்த துளிகளின் சாரல் முகத்திலும், தேகத்திலும் வந்தடிக்க, மீன் எச்சிலின் மொச்சை மூக்கில் ஏறியது. ரத்தத் துணிகளை ஓரளவுக்கு உதறியவள், அத்துணிகளை அலவு கல்லில் வைத்தாள். வாளியில் ரத்தமாக நின்ற வெள்ளத்தை சரித்து, பாய்ச்சலில் ஓட விட்டாள்.

துண்டும் நுரையுமாக பாய்ச்சலில் ஓடிய வெள்ளத்தை அதிர்ச்சியோடு பார்த்தவள், ‘அம்மோ ஒ...’ கதறியேவிட்டாள்.

•

மருத்துவமனை உணவகத்தில் கூட்டம் அலைமோதியது. பிரபலமானவர் ஒருவரின் மனைவிக்குக் குழந்தை பிறந்ததால் அங்கிருந்த அனைத்து நோயாளிகளுக்கும் விசேச உணவு, பாயசத்தோடு வழங்கப்பட்டுக் கொண்டிருக்க கனகமும் அந்த உணவைப் பெற வரிசையில் நின்றாள்.

ஆஸ்பத்திரியில் வந்திருந்தும் பல நாளுகள் ஆகியாச்சி. எப்படியும் இங்கிருந்து இறங்கி போகிறப்ப ஒரு பெருந்தொகை ஆகியிரும். இப்பிடியே இனி இங்க இருந்தா சரியாகாது. டாக்டருட்ட கேட்டுட்டு நாளைக்காவது வீட்டுல போகணும். நினைத்தவள் விசேசமாகப் பரிமாறிய சாப்பாட்டின் வாசனை மூக்கில் ஏறியதும் தன் மகளை நினைத்தாள்.

எனக்க மொவுளுக்கு இந்த ஆகாரம் கொடுப்புனுமோ என்னவோ? ஆஸ்பத்திரியில் தங்கி இருக்கிற நோயாளிகளை எண்ணம் செய்து பார்சலா கொண்டு இறக்கியிருக்குண்ணுகூட மருத்துவத்துக்குக்

கிடக்கும் ஒரு நோயாளி சொன்னதுபோலக் கேட்டு. எனக்க மொவா காலையிலே ஒண்ணும் தின்னாமதான் சோலிக்கி இறங்கி இருக்கிறா... எனக்கு இந்த ஆகாரம் வேணாம். எனக்கு கிட்டிய பார்சலை வேண்டி எனக்க மொவுளுக்கு கொடுக்கணும். நினைத்து வரிசையில் நின்றாள்.

வெயில் வேறு அடித்து நொறுக்கியது. 'யப்பா என்னே ஒரு வெயிலடிக்குது. பாவம் மொவா பூவு, எந்த கக்கூசுல கிடக்கி யாளோ. நாலாப்பக்கமும் கண்களைச் சுழற்றினாள். தூரமாகத் தெரிந்த பொது கழிவறையின் அருகே கிடந்த அலக்கு கல்லில் போட்டு, பிரசவத்துணிகளை அலவும் மகளைக் கண்ணீரோடு பார்த்தாள்.

என் மொவுளுக்க தலையிலும் இப்படியொரு எழுத்து இருக்குண்ணு நெனைக்கலியே... ஏதாவது ஒரு பாவப் பட்டவன்கூட என் பெண்ணை பிடிச்சி கொடுக்கவும் வழியத்துப் போயிட்டேனே. இப்படியே போனா என் மொவுளுக்கும் என்னைப்போல உள்ள நிலைதானே. எனக்க நோயும் தீராம, என்னால வேலை செய்ய முடியாம ஆயிட்டா குடும்ப பாரமெல்லாம் அவளுக்கு இல்லோ போயிரும். இப்படியே தீனம் பிடிச்சி பாயுல கெடப்பு ஆயிட்டா, என்னைப் போட்டு பரமாரிக்கவே அவா வாழ்க்கை கழிஞ்சிப் போயிருமே. என்ன செய்ய? ஒரு சொந்த பந்தமா உண்டு எங்களுக்குண்ணு ஒதவிக்கு வர. மாரிக்கு என் மகளைப் பேசி முடிச்சிட்டா என்ன? - நினைத்தாள் தீவிரமாக. தன் நோயும் இல்லாமையும், கடனும், மகளின் எதிர்காலமும் யோசித்தவள் தன் மகளை மாரியிடம் ஒப்படைக்கவே நினைத்தாள்.

மாரி என் மொவளை விரும்பிக் கேட்டிருக்கியான் இல்லியா. அவன் அவளை நல்லாதான் வச்சிருப்பான் இப்படி நினைக்கவே மனதுக்குள் நிம்மதி கண்டாள்.

வரிசை நகர்ந்து நகர்ந்து வர, கனகம் உணவு வழங்குபவர்களின் முன்னே போய் சேர்ந்தாள். அருகில் எடுத்த உணவின் வாசம் ப்ரியாணி என்பதை உணர்த்தியது. மகள் இவ்வுணவை ஆசையோடு தின்பதை மனதுக்குள் நினைத்துப்பார்த்தாள். ஆவலோடு உணவுக்குக் கையேந்தினாள். ஆனால் அந்த நொடியே அங்கே நின்ற கண் காணிப்பாளன் ஒருவன் அவளைத் தடுத்தான்.

'யம்மா, இது ஆஸ்பத்திரியில் இருக்கிற நோயாளிகளுக்காக அவர்களை எண்ணி போய் வாங்கியிட்டு வந்து பார்சலா

கொடுக்கிறது. நீ இங்க தூத்து வாருறவா இல்லியா...' பலரின் முன்னிலையில் அவள் உணவு மறுக்கப்பட்டபோது ஆடிப் போனாள். அவமானத்தில் பொள்ளினாள்.

'இ..ல். ல..இப்ப நோய்க்காரியா இங்க..தான்...' குரல் சிதறியது.

'போ..போ மிச்சம் மீதியிருந்தா, தூத்து வாருறவங்களுக்கு தல்லாம்...' இப்படி கனகத்தை உணவு நிர்வாகி ஒருவன் திட்டுவதையும், விரட்டுவதையும் அங்கு நின்று பலரோடு பேசிக்கொண்டு நின்ற மனோ கண்டான். ஆனாலும் அவன் ஒன்றுமே அவனோடு சொல்லிக்கொள்ள முன் வரவில்லை.

'சாப்பாடு வேணுமுண்ணா ஒதுங்கி நின்னு கேட்டிருக்க வேண்டியதுதானே. எதுக்கு நோயாளியிண்ணு கள்ளஞ் செல்லியிட்டு வந்து நிக்குற?' மீண்டும் அவன் அவமானத்தின் வார்த்தைகளை வீச, உள்ளம் உடைந்த கனகம், அவனை ஏறெடுத்துப் பார்த்தாள் கண்ணீரோடு.

'கள்ள..மா, அப்பிடி எனக்..கு கள்..ள..ம் செல்ல தெரிஞ்சிருந்தா என் வா..ழ்க்கையில் நான் இப்பிடி கஷ்டப்பட்டிருக்க தேவையில்ல... எனக்கு ஒங்க சாப்பாடு வேண்டாமே வேண்டாம்.' வரிசையிலிருந்து விலகி கண்ணீரோடு நடந்தவளின் மனதில் தனக்குரிய சாவு வராதா என ஏங்கினாள். ஒரு ஆளு சீரு இல்லாம எதுக்கு இந்த ஒலகத்துல வாழணும்? என் உயிரு போயிடாதா?

வாழ்வுக்கும் சாவுக்குமிடையே தொங்கி கொண்டிருக்கும் வழியற்ற பல சென்மங்களின் வாய் மந்திரம் மரணத்தேடலாகவே இருக்கு.

தளர்ந்து போய் நடந்தவளை, 'தூப்புக்காரி...' என்கிற அழைப்பு கலைக்க, உணவு வரிசையில் முன் நின்று உணவு பார்சல் வாங்கிய முதியவர் ஒருவர் அழைத்தார். அவர் கையில் இருந்த உணவு பார்சலை அவளிடம் நீட்டினார்.

'இந்தா இந்த சாப்பாட்டை வச்சுக்க...'

'வேண்டாமய்யா.'

'அட சும்மா பிடி. எனக்கு இது தேவையில்ல. இதை தின்னாலும் எனக்கு செணம் சீரணமாகி போகாது. என் பேரு லிஸ்ற்றைக் கொண்டு போனாங்களே, ஏதோ ஒரு நேரப்போக்குக்குண்ணுதான் நான் வந்தேன். இந்நா இதைக் கொண்டு போய் தின்னு...' வாங்காமல் அவரைப் பார்த்தாள்.

‘சும்மா கொண்டு போம்மா...’ அவர் அவள் கையில் சாப்பாடைத் திணித்தார்.

ஒணையும் மணையுமா ஆகாரம் தின்னு பல நாளுகள் ஆச்சு. வயிறுக்குள் ஒரே காந்தலு கூடி கூடி போகுது. மருந்தும், மாத்திரையும் போய் போய் குடலில் புண்ணுப் பிடிச்சிருக்கு. எனக்கிது உதவாம போனாலும் எனக்க மொவுளுக்கு கொடுக்குலாம். இல்லிங்கலும் எனக்கெல்லாம் என்ன ரோசம்? அதெல்லாம் காட்டினாலும் யாரு மதிக்கப்போகிறாங்க. உச்ச வேளையில் எனக்க பூவும் வந்த பிறகு அவளுக்ககூட ரெண்டு பிடி தின்ன முடிஞ்சா தின்னுலாம். நினைத்தப்படியே அந்த உணவை நெஞ்சோடு அணைத்துக்கொண்டு நடந்தாள். பாதையில் கிடந்த சிறு குழியை அவள் கவனிக்கவில்லை. அக்குழியோடு கால் இடற, அப்படியே தரையில் விழுந்தாள். கையில் இருந்த உணவு பார்சல் அருகே கிடந்த கல்லின் மேல் பட்டு சிதறியது. அதன் பொதியல் கிழிந்து உணவு சிதறிக்கிடப்பதை வேதனையோடு பார்த்தாள். ‘இரந்து வாங்குனதுகூட கெடைச்சலியே. சிதறிய உணவோடு தரையில் கிடந்தவளைப் பார்த்து மனோ விரைந்து வந்தான். அதற்குள் குப்பை வண்டியில் வந்திறங்கிய மாரி கனகத்தைத் தூக்கினான்.

‘ஏன் இப்பிடி ஏலுக்கெட்டு விழுந்து கெடக்கிய. பய்ய எழும்பி பாரு’ கனகத்தை கைத்தாங்கலாகப் பிடித்து எழுப்பினான் மாரி.

‘அங்க சாப்பாடு தாறாங்கண்ணு ஓடினேன். பாவி பய திருப்பி விட்டுட்டான். வேற ஒரு ஆளு அவருக்க மனசுக்கு பொறுக்காம தந்ததை கொண்டு வச்சி என் மொவுளுக்கு கொடுத்து தின்னுறதுக்குள்ள கீழ விழுந்துட்டே...’ கனகம் இயலாமையில் கூற, மாரி சாப்பாடு பார்சல் கொடுக்கிறவர்களைக் கோபமாகப் பார்த்தான்.

‘நாலு பேரு புகழுறுதுக்காகவே பத்து பேர் பாக்கிறது போல, ஒதவவாற இவனுகளுட்டயெல்லாம் ரகசியமா ஒரு உதவிக்கு போனா செய்ய மாட்டானுவா. இவனுகளுக்கெல்லாம் வெளியில பெரிய ஆளுகள் போல பேரெடுக்கணும். நீ வருத்தப்படாத, பத்து பேருக்க முன்னால வச்சி ஒன்ன திருப்பிவிட்டதை அவமானமா நினைக்கிறியா? அவனுக்கும் ஒரு காலம் வராமலா போகும். கோடி, கோடியா வச்சிருந்தவனும் கடலு வெள்ளம் கரைக்கி வந்ததுனால கை நீட்ட வேண்டிய நிலையை கொண்டு கொடுத்தது

தூப்புக்காரி | 113

தெரியுமா ஒனக்கு.' சுனாமியின் போது கண்ட காட்சியை நினைவுபடுத்தினான்.

'கோடி கோடியா வச்சிருக்கிறவனும் ஒரு காத்து இறுக்கி வீசினாலோ, பெரு வெள்ளம் வந்து முக்கினாலோ, கடலு வெள்ளம் கரைபுரண்டாலோ ஒண்ணுமே இல்லாம ஆயிருவான். இப்பிடியான பேரழிவுகளில் எல்லாமே இழந்து போய் உடு துணிக்கும், அரை வயித்து கஞ்சிக்கும் கை நீட்டின கோடிஸ்வரர்கள் உண்டு. எல்லா புகழும்,பணமும் என்னிக்கும் நிலைக்குமுண்ணு சொல்ல முடியாது. வெள்ளத்துல மிதக்கிய நீருக்குமிழி போல சட்டுண்ணு உடஞ்சிப் போகிற வாழ்க்கையில, அவனவன் என்னதெல்லாமோ நினச்சி துள்ளியான்...' மனோவும் கேட்கும்படி மாரியின் சத்தம் ஓங்கியது.

கனகமோ எதுவும் பேச இயலாதவளாக தன் வார்டை நோக்கி நடந்தாள். விழுந்த உடலை விட, மனம் அதிகமாக வலித்தது.

நடப்பவற்றையெல்லாம் வெறுமனே பார்க்கும் ஒரு வேடிக்கை மனிதனைப்போல் பார்த்து நிற்கும் மனோவை மாரி பாத்தான். அவன் பார்வையில் பூவரசிக்கான விண்ணப்பம் எழும்பி நின்றது.

என் பூவ நீ ஏமாத்திடுவியா? அவா தாங்கமாட்டல. பாவம் பூவு, வாழ்க்கை நெறைய வேதனையை அனுபவிக்கிறவளை சாவு காண வச்சிடாத. ஒன் முழியும் போக்கும் சரியில்லண்ணு எனக்கு மனசுலாகுது. நீ மட்டும் அவளை ஏமாத்தினண்ணு வை, ஒன்ன கொன்னே போடுவேன். என் பூவரசியை நான் காதலிக்கிறேமுல. என் உயிரு மாதிரி வச்சுருக்கேன். அந்த பிள்ள மட்டும் ஒன்னால எதாவது வாழ்க்கை தோசத்துல ஆயிட்டாண்ணா அப்புறம், என்ன நடக்குமுண்ணு என்னால யோசிச்சவே முடியல – மாரியின் அழுத்தமான பார்வை மொழிகளுக்குப் பதில் இன்றி மனோவின் இதயம் வெடித்துவிடும் போலிருக்க, அவன் போக்கில் நடக்கத் துவங்கினான். கனத்துப் போன அவன் மனசுக்கு கொஞ்சம் தனிமைவேண்டும் போல் தோன்றியது. எங்கேனும் மறைந்திருந்து அழுது முடிக்க தோன்றியது. பொதுக் கழிவறையின் மறைவுக்குள் போனான் மனோ.

கழிவறையின் வெளிப்பக்கம் சுத்தம் செய்ய வந்த பூவரசி அப்படியே ஒரு கணம் நின்றாள். அவள் அப்படி நிற்க காரணம், அவள் மூக்கில் ஏறிய மனோவின் மணம்தான்.

கக்கூஸ் நாத்தம் தாண்டி என்னைத்தொட்ட மணம் அவனுக்குரிய மணம். அவன் மாருல சாஞ்சி கெடக்கிறப்ப இப்படித்தான் மணத்தது. ஒவ்வொரு பெட்டச்சியும் தன் மனசுக்குள் குடியமர்த்தி வைத்திருக்கும் ஆணின் மணத்தை அறிவாள் என்பது போலவே அவன் வாசம் உணர்ந்து சுற்றும் முற்றும் தேடினாள். கழிவறைக்குள் நுழைந்தாள். முதுகு காட்டி நின்ற மனோவைக் கண்டதும் அவளின் சோகம் வெடித்து கிளம்பியது. அவளின் அன்பு பொங்கியது. தன்னிலே அழுக்கும், நாற்றமும் முசுங்கிய போதும் அவனை கட்டிக்கொண்டாள். பரந்த அவன் மார்பில் சாய்ந்தாள். கண்ணீர் ஒழுகியது. அவனோ அசையாமல் நின்றான்.

என்னை முத்தமிடு மனோ, கட்டி அணச்சி கதறு. ஒன் அணைப்புக்காக இந்த உடம்பும், மனசும் ஏங்கி போய் கிடக்கு. என் கலஞ்ச தலைமுடியை கோதி விடு, கரஞ்சி மாயுற என் கண்ணுகளை முத்தமிடு. வறண்டுப் போன என் மனசுல முத்து. என் வாழ்க்கை வலிக்குது மனோ. நீ தரக்கூடிய முத்தம்தான் எனக்கு நம்பிக்கை தரும் – மனசுக்குள் குமுறியவளாக அவனை நிமிர்ந்து பார்த்தாள். அவன் கைகளோ அவளை இறுகாமல் தளர்ந்து நின்றன. உதடும் குவியாமல் நின்றன. அவன் கல் போல் நின்றான்.

'மனோ...' அவனைப் பிடித்து உலுக்கினாள். மீண்டும் கட்டியணைத்தாள். அவனோ பிணம் போல் அசைவற்று தெரிந்தான். ஏமாற்றமாக அவனைப் பார்த்தாள்.

'போ...' சிவந்தேறிய கண்களுடன் சொன்னான் மனோ.

'மனோ...' அவள் கத்தினாள். பாறை போல் முகத்தை வைத்துக் கொண்டு வெளியேறினான் மனோ. இவளோ பெரும் அவமானம் சுமந்ததுபோல் பிடைத்தாள்.

ஒரு ஆணானவனிடம் தன் உணர்வுகளை வெளிப்படுத்திய பின்பு அவன் கண்டுகொள்ள வில்லையென்றால் காதலித்த பெண்ணுக்கு அதை விட வேறு என்ன அவமானம் பெரிதாக இருக்கும். நான் ஏமாந்திட்டேனோ? மனசுக்குள் கெதுவினாள்.

பெண்ணுக்கு எப்போது ஒரு ஆணுட்ட முழுமையான காதலும், முழுமையான நம்பிக்கையும் வருதோ அப்போதுதான் தன்னை அவனுக்கு கொடுக்கத் துணிவாள். அப்படி துணிந்து கொடுத்த தன் அன்பை அவன் ஏமாற்றியது போலும், கொச்சைப்படுத்தியதும் போலும் இருக்க, ஏற்றுக்கொள்ள மறுக்கும் அவனால் வலி வலியெனப் பிடைத்தாள்.

உயிருக்குள் எழுதிய உணர்வுகளின்
சத்தத்தை உதாசீனம் செய்தாயோ
உலகழியும் வரை இக்காயம்
காற்றிலும் கனக்குமே

இயலாமையில் தனக்குள் வறண்டு சிரித்தாள் பூவரசி. எப்ப ஆணுக்கு தேவையோ, அப்ப பெண்ணை தேடி வருவான். பெண்ணுக்கு தேவையிண்ணா.

'போ நீ, இனி உன் மாருல கெடக்கவோ, ஒன் முத்தம் பெறவோ நான் ஆசப்படமாட்டேன்' தனக்குள்ளே பிதற்றினாள்.

'சும்மாதானல இருந்தேன்... நீதான்...' இதற்கும் மேல் எதுவுமே இயலாதவளாய் கழிவறைச் சுவரில் சாய்ந்தாள். பேரழுகை பொங்கியது.

நான் ஏமாந்துட்டேன்; காதல் என்கிற பெயரில் ஏமாந்து போனேன். கழிவறை வாசல் வழியே பார்க்கையில் மனோ தூரமாகப் போவது தெரிந்தது. அவள் விழி குளம் மறிந்து வழிந்து கழிவறையில் விழுந்துக் கொண்டேயிருந்தது.

●

இலக்கு இல்லாமல் காரை ஓட்டிக்கொண்டிருந்தான் மனோ. மனசெல்லாம் நெருப்பாக எரிந்தது.

எப்படியெல்லாம் பூவரசி துடிச்சிருப்பா. வெறும் கல்லு மாதிரியே அவளுக்க முன்னிலையில் நிற்க கூடிய சூழல் யாரால வந்தது. இதே நேரம் படிப்பு, அழகு, பணம் என்கிற தகுதிகள் பூவுக்கிட்ட இருந்திருந்தா நான் கோழையாகியிருப்பேனா? அப்பாட்ட அவளைப் பத்தி தைரியமா பேசியிருக்க மாட்டேனா? ஏன் இனி பேசுனா என்ன? ஊரு உலகத்துல நடக்காததா என் வாழ்க்கையில் நடக்குது. பேசணும், வீட்ல போய் அப்பாயிட்ட, அண்ணனுட்டண்ணு எல்லாருட்டேயும் இதைப்பத்தி பேசியே ஆகணும். வீடு நோக்கி வண்டியை வேகமாகத் திருப்பினான்.

●

கட்டிலில் படுத்துக்கிடந்த கனகத்தின் மனதில் பல்வேறு விதமாக வருத்தங்கள் எழும்பின. கழிவறையில் மனோவைக் கட்டிக் கொண்டு அழுத மகளை,தான் படுத்திருக்கும் கட்டிலருகில் இருக்கும் சன்னல் வழியாகக் கண்ணால் பார்க்கும் சூழல் அமைந்ததை நினைத்துக் கலங்கினாள்.

என் பெண்ணுக்கு காதலிருக்கும், ஆசையிருக்குமுண்ணு ஏன் மறந்தே போனேன். அவா என்ன ஆசையில்லா மிசியனா? ஆனா எனக்க மொவா சினேகிச்ச மனோ எம்பிள்ளையை ஏத்துக்கலியே. அதானே மனம் பொட்டி அவன் மாருல விழுந்து கரஞ்சா. அவன் எங்க ஏத்துக்குவான். அவன் வீட்டுல எலை எடுக்க போனப்ப முதக்களனியில போய் சோறு தின்ன இருந்ததுக்கு எழுப்பிவிட்ட அவனுக்க குடும்பமாருவளை எனக்க மொவா மறந்துட்டாளா? கட்டிப்பிடிச்சி அழுது மாயுற அளவுக்கு காதல் வச்சிருக்காளே படுபாவிப் பெண்ணு, அவனுக்கு வேற கலியாணம் முழுத்தது தெரியுமோ என்னவோ? இதுல வந்து போனதுல யாரோ அவனுக்கு கலியாணம் முழுத்த விசயத்தை சொன்னாங்களே இது என் மொவுளுக்கு தெரியுமா? ஒரு வேளை அறிஞ்சிருப்பாளோ. அதான் என்னை விட்டுட்டுப் போகாதேண்ணு அவன் மாருல சாஞ்சி கரஞ்சாளோ எனக்க மொவா. சரியான பைத்தியாறி என் மொவா.

சாக்கடைக்கும், நல்ல வெள்ளத்துக்கும் என்ன சம்மந்தம் இருக்க முடியும்? அவன் எப்பிடியும் விட்டுட்டுத்தான் போகப் போகிறான். எல்லா ஏமாற்றத்தையும் எனக்க மொவா எப்பிடி சுமப்பா? நிராசையில் மனம் இருள துவங்கியது கனகத்துக்கு. அவள் கண்கள் அலமாரியில் இருந்த மருந்து மாத்திரையில் நிலை குன்றியது.

எப்ப வாழ்க்கை கசக்குதோ, அப்ப மனசு சாவைத்தான் தேடுது. தற்கொலை செய்கிறவர்கள் கோழைகள் என்றாலும், மறுபுறம் வாழ்க்கை வருத்தம் மரணத்தைவிட கொடியதாக இருப்பதால் மரணத்தைத் சுகமாகத் தேர்ந்தெடுத்துக்கொண்ட வீரர்கள்தான் போலும்.

இந்த ஒலக மனுசங்க யாருமே எங்களைக் கண்டுக்கலியே. இந்த ஒலகத்துல இனி நான் சீவிச்சணுமா? இதுவரைக்கும் அனுபவிச்சி களிச்ச எம்புடு வேதனை, எம்புடு கண்ணீரு, எம்புடு இழப்பு, எம்புடு கடன். இது போக என் மகளுக்க சீவித வலியை என்னால இனியும் பொறுக்க முடியாது. இந்த நிலையில் நான் வாழலண்ணு யாருதான் கரையப் போகிறா? என்னை நான் அழிச்சியது கோழைத்தனமென பலரும் சொல்லுலாம். இல்ல இது வீரம். என்னை வாழ வச்சாத ஒலகம் எனக்கும் வேண்டாம். நாஞ்செத்துப் போனா இந்த உலகம் உருளாதா?

இப்ப இல்லண்ணாலும், எப்பளங்கிலும் சாவு எனக்கு வாறது உள்ளதுதான். ஆனாலும் எனக்கு ஒக்கேல. எனக்க மொவா தோத்துப்போனா இல்லா, இனி அவா முக்கு முக்கா கரஞ்சிதான் தீப்பா. எனக்கு இனி பழையது போல எழும்பி வேலச்செஞ்சி என் பூவை வாழ வச்ச முடியாது. தீனம் பிடிச்சி இதுல கெடந்து கொஞ்சம் கொஞ்சமா எனக்க மொவுளுக்கு பாரமா வாழியதை விட ஒரேயடியா சாவியதுதான் என் மொவுளுக்கு நான் செய்யிற புண்ணியம்.

கட்டிலில் படுத்துக்கிடந்த கனகம் மெதுவாக எழும்பினாள். ஒரு பக்கமாய் உடம்பு சரிந்துப் போனது. அலமாரியில் இருந்த மாத்திரையைக் கையெடுத்து, ஒன்று... இரண்டு... மூன்று என விழுங்கத் துவங்கினாள். தட்டுத்தடுமாறி வந்து கட்டிலில் அமர்ந்தாள். சன்னல் வழியே மகளைப் பார்த்தாள். என் பூவு எங்கேனும் நிக்கியாளா? மனம் அங்கலாய்க்க தேடினாள்.

'ஒ அன்னா நிக்கியா எஞ்செல்ல மொவா... முகமெல்லாம் கறுத்து இருண்டு, தலைமுடியெல்லாம் கலஞ்சி அழுக்காகி என் பெண்ணு நிக்கியா. ஹோ, சொல்லிக்க முடியா காதல் நொம்பலத்தோடு நிக்கியா...'

உரிமையற்ற உறவுகள் வந்து
இதயக்கதவை தட்டும் போது
வழியற்ற சென்மங்கள் வாசல் கதவைப் பூட்ட
மறந்தால், நாளெல்லாம் கண்ணீரன்றோ

அவன் பெரிய பணக்காரன் இல்லியா..? அவன் உறவு உரிமையில்லா வெறும் சத்தம். எதுக்கு மக்கா அவனுக்கு ஒன் மனக்கதவை திறந்த? இனி என்னிக்கு கரஞ்சி முடிப்ப? மகளின் உருவம் மங்கலாய் தெரிய, நிராசையாக கண்களை சுழட்டினாள். சன்னல் வழியே தெரிந்த நாய்கள் ஒன்றிரண்டாக கூடி, இவளிடமிருந்து களைந்த ப்ரியாணியைத் தின்று கொண்டிருந்தன.

'நல்லா தின்னுங்கா... இனி இந்த கனகத்துக்கு ஒண்ணும் வேண்டாம்; ஒண்ணுமே வேண்டாம்' கனகம் சரிந்தாள்.

வேலை இடையில் தாயினருகே வந்தாள் பூவரசி. தாயின் சாக்காடு அறியாதவள் கட்டிலின் கீழே அமர்ந்திருந்தாள். மனோவின் வருத்தம் சுழல தாயையே பார்த்தவள், கட்டிலுக்கடியில் ஒதுங்கி கிடந்த அழுக்கு துணிகளை அலசிப்போட கையில் எடுத்தாள்.

‘நல்லா உறங்குறியே. நான் வந்ததுகூட தெரியாம ஒறங்குறியே. நல்லா உறங்கு நீ. உறக்கம் ஒண்ணுதானே நமக்கெல்லாம் ஆறுதல்...’

‘பூவு...’ வெளியே ரோஸ்ஸிலியின் குரல் கேட்க எழுந்து வெளியே போனாள்.

•

மருத்துவமனை வளாகத்தில் நடந்தான் மாரி. அவன் கையில் கனகத்துக்கென கடையிலிருந்து வாங்கிய ப்ரியாணி பொதி இருந்தது.

•

வெளிப்பக்கம் வந்த பூவரசி மனோவை கண்ணுக்கெட்டும் தூரம் வரையிலும் தேடினாள். ஏமாற்றமானாள். தாயின் அழுக்குத் துணிகளை வாரியவள், அவற்றோடு வீட்டுக்கு நடந்தாள்.

வீட்டிற்கு சற்று இந்தப் பக்கமாக நின்ற ஆலமரத்தினருகே வந்தாள் பூவரசி. இந்தப் பகுதியில் நிற்கும் இந்த ஆலமரத்துக்கு இங்குள்ள பலரின் வரலாறும் தெரியும். இந்தப் பகுதியில் வாழும் பலரும், ஆலமரத்தோடு நெருங்கிய தொடர்பு கொண்டிருந் தார்கள். பொழுது போக்குக்காக அங்கே பலரும் கூடி வருவார்கள். ஆண், பெண் என்கிற பாகுபாடின்றி பல சிறுவர்கள் விளையாடிக் கொண் டிருந்தார்கள்.

மாலை நேரமானதால் அந்த பகுதியில் தெருவிளக்கு வெளிச்சம் இதமாக வெளிச்சம் காட்டியது. தனக்கு இருக்கும் மன கவலை களுக்கு இதமான சுகம் கொடுக்க சிறிது நேரம் அங்கே இருக்க வேண்டும்போல் தோன்ற பூவரசி அங்கே அமர்ந்தாள்.

ஒரு காலம் இந்த ஆலமரத்தடியில் நானும் எப்படியெல்லாம் விளையாட வருவேன். இந்த ஆலமரத்துக்கும் எனக்கும் மட்டும் தெரிஞ்ச ஒரு காதல் கதை உண்டு.

அப்ப எனக்கு ஒரு பதினஞ்சி, பதினாறு வயசு இருக்கும். பாவடை சட்டைப் போட்ட பெண்ணா இங்க வருவேன். எங்ககூட விளையாட அப்ப எல்லாம் எவ்வளவு கூட்டுக்காரிகள் உண்டு. பாதி பேரும் படிப்பு பத்ராசுண்ணு வெளியிடங்களுக்கு போயிட்டாளுவ. ஒண்ணு ரெண்டு கல்யாணம் கெட்டியிட்டு போகவும் செய்தாச்சி. அப்ப எனக்கு அப்படி ஒரு சினேக்காரன் இங்க உண்டு. அது என்னவோ உலக மகா காதலா அக்காதலை

அந்த வயசுல நினச்சேன். அப்பவும் நானும் – அவனும் ஒரு வார்த்தைக்கூட பேசுனதேயில்ல.

ஒரு நாளு அவன் வீட்டுச்செடியில் பூத்த வெள்ளை ரோசா ஒண்ணை கொண்டு கொண்டு தந்தான். அதுல பாதி இதழும் தொளிஞ்சி போயிருந்து. அவனை நினைத்தவள், ஆல மரத்துக்கும் பக்கத்தில் நின்ற மாமரத்தைப் பார்த்தாள். அதன் அடிப்பாகம் பெரிய தழும்பு தெரிவதைப் பார்த்து லேசாகச் சிரித்தாள்.

காம்ப்பஸ் கொண்டு என் பெயரையும். அவன் பெயரையும் சேர்த்து எழுதி வச்ச தழும்புதானே அது. என்னை மனசுல நினச்சிட்டு, ஏதோ சினிமா கதாநாயகன்போல இல்லா எழுதினான். அதை பாத்த எனக்கும் ஏதோ சினிமாக்காரி கணக்கில் இல்லா பறந்தேன். அப்பதான் அந்த கதிரேசனும் என்னை விட்டு பிரிஞ்சான். அவங்க அப்பாவுக்கு மதுரைப் பக்கம் வேலை மாற்றம் கிடைக்க குடும்பத்தோடு எல்லாருமே அங்கே போயிட்டாங்க. அந்த வயசுல அவனைப் பிரிஞ்சது என் சின்ன மனசுக்கு என்னே ஒரு பெரும் துன்பமாயிருந்து. இத்தனைக்கும் அவனுக்க கூடேயும் ஒரு வார்த்தைக்கூட பேசினதேயில்ல. அவனை மறக்க, நான் இன்னும் ஒரு தடவைகூட பிறக்க வேண்டியதாயிற்று. இந்த இடத்துக்கு வராம மாசக்கணக்கில் இருந்தேன். என் பெயரையும், அவன் பெயரையும் காம்ப்பஸ் வச்சி எழுதுன தடம் மெது மெதுவா மங்கி இப்ப வெறும் ஒரு தழும்பு மட்டும் மரத்துல கிடக்கு.

அதுக்க பிறகு ஒரு மூணு வருசம் கழிச்சி அவன் இங்கே வந்திருந்தான். ஏதோ என்னை அவன் மனசுல பொக்கிசமா வச்சிருப்பாண்ணு நினச்சிருந்தா, அய்யே அவன் என்னை மறந்திருந்தான்.

அதுக்கும் பிறகு கோயில் திருநாளுல வந்தப்ப ஒருக்கா பாத்தோம். எங்கோ கண்டு பழகினது போல பார்த்து லேசா ஒரு சிரிப்பு மட்டும்தான். ஒரு வருசத்துக்க முன்ன, ஒரு வாத்திச்சியை இஷ்டப்பட்டு கலியாணம் செஞ்சிட்டானாம். இதுதான் காதலு. அட, அது ஒண்ணும் கொண்டாடுற புனிதமில்ல. ஒவ்வொரு சந்தர்ப்பத்துல ஒருத்தங்க மேல் வாற ஈர்ப்புதான் காதலுண்ணு கணக்கு சார் ஒரு தடவை சொன்னது உண்மைதானோ. என் மனசுல கதிரோட வலி இப்ப இல்ல. ஆனா அவன் நினைப்பு இல்லண்ணு செல்ல முடியாது. இதுல வருகிறப்ப எல்லாம் அவனுக்க ஓர்மை வரவே செய்யுது. எனக்கும் காதலுக்கும் யோகமே இல்ல்

போலிருக்கு. அன்னிக்கி பிடிச்ச கதிருக்கு அவன் வளர வளர என்னைப் பிடிச்சிருக்குமாண்ணு தெரியல. வளந்த பிறகுதான் தகுதிகளெல்லாம் தன்னாக்குலே வளருது.

கதிருக்கும் எனக்கும் பிரிவு வந்தப்ப மனசுக்கு மட்டுமே வலி... ஏதோ ஒரு பக்கியைவிட்டது போல, ஏதோ பள்ளிக்கூட்டுக் காரியைப் பிரிஞ்சதுபோல மனசு மட்டும் பிரிவின் வலியால அவதிப்பட்டு. ஆனா இப்ப அப்பிடியா? மனசும், உடம்பும் இல்லா வலிக்குது. கதிருக்க கூடவந்தது காதலா இல்ல, வெறும் ஒரு ஈர்ப்பாண்ணு தெரியல. ஆனா மனோகூட மனசும் உடம்பும் சேர்ந்து காதல் வச்சிருக்கு.

கடந்துபோன வாழ்வை நினைத்து அமர்ந்திருந்தவள் எழும்பினாள். மாமரத்தில் எப்போதோ காம்ப்பஸ் வைத்து எழுதிய அந்த பெயர் தடத்தை கையால் தடவி வருடினாள். அரும்பு மீசையும், குறு முடிகளும் முளைக்கும் பருவ இளைஞனாக முகத்தில் வியர்வை வழிய, ஏதோ உலக வரலாற்றில் தன் காதலைப் பொறிப்பது போல் தீவிரமாக அன்று மாமரத்தில் பொறித்துக் கொண்டிருந்தானே கதிரேசன். அப்போது தெரிந்த அந்த கதிரேசனை நினைத்தாள். அவள் கண்கள் கசிந்தன.

பெண்ணுக்கு மட்டும் அன்புண்ணு ஏன் ஒரு பலவீனம்? காதல் கத்தரிக்காயுண்ணு ஒரு ஏக்கம். ஆணுக்கு இது போல எல்லாம் தவிப்பு இருக்காதா? அப்பிடி இருந்தா மனோ என்னைப் புரிஞ்சிருப்பானே. எல்லாருடைய வாழ்க்கையும் ஒண்ணு போல இருக்கிறது இல்ல. அவங்கவங்க வாழ்க்கை அனுபவம் வச்சிதான் உலகைப் பாக்குறாங்க. மனோ என்னை ஏமாத்திருவானோ. அவள் மௌன கேள்வியை எழுப்பி நின்றது. தனியா எங்கிட்ட ஒரு தடவை வந்து கிடைக்க மாட்டானா? அவன் மனசை கீறி பாத்துருவேனே. அங்க நான் இருக்கேனாண்ணு கண்டுப் பிடிச்சிருவேனே – நேரம் போய் கொண்டிருக்க, வீடு நோக்கி நடந்தாள்.

'குட்டே பூவு...' இருட்டு வாக்கில் சத்தம் கேட்டது.

'ஆரு...' திரும்பி பார்த்தாள். அடுத்த வீட்டு முத்தம்ம பாட்டி தெரிந்தாள்.

'நான் தாமுட்டி முத்தம்மா...'

'முத்தம்ம பாட்டி இருட்டு வாக்குல எங்க போன?''

தூப்புக்காரி | 121

‘வெளிக்க இருக்க போனேன். வவுத்துக்கு செரியில்ல மக்கா. இண்ணு அஞ்சாறு தடவை பெய்யாச்சி. ஒரே வவுத்து ஒழச்சலு...’ கடுத்து தரிக்கும் வயிறைப் பிடித்துக்கொண்டு சொன்ன முத்தம்ம கிழவியைப் பார்க்க பாவம் போலவே தெரிந்தாள்.

‘மருந்து ஒண்ணும் வேண்டேலியா?’

‘எனக்கு ஆரு மக்கா மருந்து வேண்டித் தருவாங்க. என் மருமொவுளுவா எனக்கு எங்க போய் மருந்து வேண்டி தருவாளுவா. எப்ப செத்து போவ மாட்டேனாண்ணு மன்றாடியிட்டு இருக்கியவளுவ எப்பிடி மருந்து வேண்டி தருவாளுவ. இங்கேரு ஒனட்ட பேசியிட்டு நிக்க முடியாம பின்னும் வவுறு கடுத்து ஒழையுது’ முத்தம்ம வலியேறிய வயிற்றைப் பிடிக்க, அவளைப் பரிதாபமாகப் பார்த்தாள்.

‘வாறியா மக்கா ஒரு வழி தொணைக்கு. வழியெல்லாம் குண்டும் குழியுமா கெடக்கு’ துணைக்கு அழைத்த கிழவியின் கையைப் பிடித்துக்கொண்டு கழிவிருக்கும் விளைப்பகுதியை நோக்கி நடத்தினாள் பூவரசி.

வெளிக்கிருக்கும் இடத்தைச்சுற்றி அடர்ந்த கொன்னை மரங்கள் நின்றன. மரத்தின் இலைகள் கசங்கி கசக்கும் ஒரு வித நாற்றமாக சுழலுகையில், அதோடு அங்கு கிடந்த பலரின் பீக்களும் சேர்ந்து எப்போதும் இப்பகுதி நாற்றமாகவே கிடக்கும். அடர்ந்த மரங்கள் கூடி கூவைபோல் கிடக்கும் இவ்விடத்தில் பகலிலும் ஆந்தைகள் அழும். பட்டப்பகலில் வந்தாலும் இந்த இடம் அதீத பயங்கரம் போல் தெரிய, அந்த பயங்கரத்தையே பலரும் கால காலமாக மலம் கழிக்கும் இடமாகப் பயன்படுத்திக் கொண்டிருக்கிறார்கள். அதிக விளைச்சல் தரும் எதுவும் பீக்குழியில் இல்லை. நீளவாக்கில் கிடக்கும் ஓரையின் மேல் பகுதியில் பெண்களும், கீழ் பகுதியில் ஆண் களுமாக சென்று அமருவார்கள் ஒரு காலக்கட்டதில்.

இப்பகுதியில் பலருக்கும் கழிவறைகள் வந்து ஐந்தாறு ஆண்டுகள் ஆகிவிட்டது. முன்பு எல்லோருமே விளைப்பகுதிகளையே பயன் படுத்தி வந்தார்கள். பூவரசியின் நாசியில் கொன்னை மரங்களிலிருந்து உதிர்ந்த பழஞ்சருகுகளின் கசந்த வெட்கையும், மலவாடையும் குப்பென ஏறியது.

‘மக்கா நீ கரையில நில்லு. நான் இருந்துட்டு வாறேன்...’

‘இருட்டு வாக்குல எங்கேயும் போய் விழுந்துராத. இப்ப யாரு இதுல வரப்போறா. நீ இதுல எங்கேனும் இரு’ பூவரசி கூறி முடிப்பதற்குள் சட சடவென சத்தம் கேட்க திரும்பினாள். மங்கிய இருளில் உழையும் வயிறைப் பிடித்துக்கொண்டு இருந்தாள் முத்தம்ம.

அவளின் புதிய மல வாடை காற்றில் கலந்து பூவரசியைச் சூழ, முகத்தை வேறு பக்கமாக திருப்பினாள். இருட்டு வாக்கில் தெரிந்த கொன்னை மரங்களைப் பாசமாகப் பார்த்தாள்.

‘எஞ்சின்ன வயசுலேயிருந்து நீங்களும் இதுல நிக்கிறீங்க இல்லியா. என் கூட்டுக்காரிகளோடு இங்கதானே நாங்களும் தூற வருவோம். இப்ப ஒரு அஞ்சாறு வருசத்துக்கும் முன்ன இதுல வந்தோம் இல்லியா. எனக்குண்ணு ஒரு கல்லு உண்டு. அதுலதான் நான் காலை வச்சி இருப்பேன். அந்த கல்லுக்கும் கீழ குனிஞ்சிப்பாத்தா ஒரு கிளாஸ் பச்சவெள்ளம்கூடக் குடிச்ச முடியாது.

குட்டை குட்டையாய் பல ஆளுங்களோட பீ கறுகறுப்பா, மஞ்ச மஞ்சளா ஓவ், அப்பிடி தெரியும். ஆனாலும் அதுக்கும் மேலதான் போய் இருக்கணும். செல நேரம் மறைவுகளில் இருக்கும் எங்களைக் காணாம ஆணுங்கள் இறங்கி வந்து இருப்பாங்க. அப்ப எல்லாம், நாங்க பட படண்ணு எழும்பி பரியெட்டு நிப்போம். எங்களைக் கண்டா சில ஆணுங்கள் திருப்பி போவாங்க. இன்னும் சிலரோ அதெல்லாம் பண்ணாம படப்புகளை நெரிச்சிட்டு வருவங்க. அவங்களுக்கெல்லாம் அப்படி அவசரத்துல வருவாங்க போலிருக்கு.

வயிறு முட்டி வரும் பீயை இறக்கியிட்டு, காலை அவத்தி, அவத்தி வீடு வரைக்கும் வந்து, அதுக்கும் பிறகுதான் கழுவி தள்ளியது. இல்லெண்ணா இந்த விளைக்கும் பக்கத்துல கிடக்குற பாறை இடுக்கில மழை வெள்ளம் எப்பவுமே கெடக்குமே. இப்ப அது கிடக்கா? எட்டிப் பார்த்தாள்.

ம், கிடக்கு போலிருக்கு. அந்த வெள்ளத்துலதான் பல நூறு பேரு ஆணும், பெண்ணும் தூறியிட்டு போயி கழுவியது. பலருக்க பீ கலங்கி கிடக்கும் வெள்ளத்தில் கழுவியதை நினச்சா, இப்ப ஓங்காளமே வருது.

என்னத்த பெரிய ஓங்காளம். இப்பவும் இதுகளோடுதானே எனக்க சீவிதம் ஓடுது.

அப்ப எல்லாம் மாச தீனம் வருறப்ப, சொந்த பீக்களின் மேல் பாயும் ரத்தம். மஞ்சள் பீயில் சிவப்பு உதிரம் பார்க்கவே என்னவோ போலிருக்கும், அக்கம் பக்கம் யாரும் அப்படியான காட்சிகளை பார்க்ககூடாதே என அப்பீக்களின் மேல் மண் வாரி போட, பீக்குண்டியோடு போகிறப்ப அன்னிக்கெல்லாம் கூட்டுக் காரிகளோடு என்னே ஒரு சிரி சிரிச்சோம், நல்ல மழை பெஞ்சா ஓடைப்பீ யெல்லாம் அடிச்சி வாரி, கீழ் பக்கம் கிடக்கும் குளத்துல கொண்டு போகும். பின் ரெண்டூணு நாளு கொன்ன விளை பீக்காடு ரொம்ப நல்ல சுத்தமா கெடக்கும். ஆனாலும் காட்டுச்செடி தடுத்த பச்சைப்பீக்கள் கிடக்கவே செய்யும்.

இந்தப் பகுதியில் ஆணுங்க வந்திருந்தா, அடுத்தப்பக்கம் விளைக்கி எத்திச் சாடி போகிறதுண்டு. அங்க செழிப்பா, அடர்த்தியா, நெருக்கமா வளந்து நிக்கிய மருச்சினி விளைகள் தெரியும். ஆனா இப்ப அந்த இடங்களிலெல்லாம் ரப்பர் மரங்களா நிற்கு.

அப்ப எல்லாம் மருச்சினி விளைகளில் போய் தூறவே விடவே மாட்டாங்க. மருச்சினி கிழங்கு பிடித்திருக்க, அவைகளின் மூட்டில் போய் தூறுனா, பெருச்சாளிகள் கிண்டும். ஆனாலும் வேறு வழியில்லாமல் மருச்சினி விளையின் படப்புக்குள் போய் நூந்து எல்லா கூட்டுக்காரிகளும் ஒத்துமையா தூறுவோம். அந்த நேரம் பார்த்து உடையக்கார ஆளுவா வந்தா, தூறிப்போட்ட பீக்களை சவுட்டி பூத்தியிட்டு ஓடுவோம். நாங்களெல்லாம் வீட்டில் வரக்கு முன்ன, விளையின் உடையக்கார ஆளுகள் எங்கள் வீடுகளில் சொல்லித் தூறுவதைப் பெரும் கலவரமாக்கிக் குற்ற மாக்கி கேவலப்படுத்துறப்ப, எங்களுக்கு பரியெடா இருக்கும்.

விளைப்புறம் போகணுமுண்ணாலே இந்த ஏரியாவில் உள்ள எல்லா குட்டியளும் ஒரு கூட்டமாகவே போவோம். ரெண்டுக்கு முடுக்காம போனாலும் கூட்டமா போய், பீக்குழி விளைகளில் கிடக்கும் பேரக்காய் பறிக்கிறது என்னா, காரக்காய் பறிக்கிறது என்னா, வசம் உண்டெங்கி கிழங்கு பிடிங்கியதும் நடக்கும். கிழங்கு பிடுங்கும் பெருங்களவைப் பயலுவதான் அதிகமா செய்வாங்க. இதில் பெரும் வேதனை என்னாண்ணு சொன்னா, கூடாலே சுத்தும் பயலுகள் நாங்கள் விளைப்புறங்களில் வெளிக்கிருக்க போவதைப் பள்ளி வகுப்புல போய் சொல்லி கொடுத்துருவானுவா. இதுனாலே என்னைப் போல பல குட்டிகள் பரியெட்டு போய் கரஞ்சிருக்கோம். அய்யோ அய்யோ, அதெல்லாம் ஒரு காலம்.

புட்டான் பிடிச்சியது, பக்கி பிடிச்சதெல்லாம் பீக்குண்டிகளோடும் நடந்துருக்கு. இப்ப எல்லாம் புட்டானுகளையும் காணேல. பக்கிகளையும் காணல, பழையது போல பறவைகளையும் காணேல. எல்லாம் எங்க போச்சோ என்னவோ? இந்த போணுனால நெறைய பறவைகள் அழிஞ்சிப் போச்சுண்ணு திருநாளுக்கு பிரசங்கம் வச்ச வந்த ஆளு சொன்னாரு. போணுடைய கதிர்வீச்சால பல பட்சிகள் தொலஞ்சி போகுதுண்ணு சொன்னது உண்மைதான் போல தெரியுது. பல்வேறு சூழல் அழிவுகளையும், வாழ்ந்த வாழ்க்கையையும் நினைத்து நின்றவளை முத்தம்மாவின் குரல் கலைத்தது.

'மக்கா, நாஞ்செத்துப் போவேன் போல தோணுது. வயித் துலண்டு ஒரே ரத்தமும், சளியுமா போகுது...'

பூவரசிக்கு முத்தம்ம கிழவியைப் பார்க்க பரிதாபமாகவே இருந்தது. அடுத்த வீட்டில் வாழும் கிழவிதான் பல நேரங்களில் இவளோடு வந்திருந்து வாழ்க்கை கதைகள் சொல்லுவாள்.

ஒரு காலத்தில் பனை ஓலையில் பெட்டி முடஞ்சி அதை வித்து தன் மக்களை வளத்தவளாம் முத்தம்ம. ஆனா இப்ப அவளை ஆருக்குமே வேண்டாம். அவா பெத்து வளத்த ரெண்டு மகனுகளும் வெளிநாட்டுல இருக்காங்க. அவனுகளுக்க பெண்டாடிமாருவா, கிழவி எப்ப செத்துப்போவாண்ணு போட்டு பாடுபடுத்துறாளுவா.

'ஏன் பாட்டி ஒனக்கு வீட்டுல கக்கூஸ் இருக்குது இல்லியா. அதுல போப்பாதா?'

'அவ்வியளுக்கது எல்லாம் உள்ளதுல போனா நல்ல காலத்துல போகவும் செய்யாது. நான் கக்கூஸ¬ல போனா அங்க விறுத்தி இல்லாம ஆக்கியிருவேனாம்.'

'ஒனக்க மொவுனுவா பேசுவானுவளா?'

'பெண்டாட்டிக்கியதைக் கண்டுட்டா எப்பிடி தள்ளமாருவளுட்ட பேச பிடிச்சும். அதெல்லாம் ஒரு காலத்தோட போச்சி...'

'இனி இது போல வயிறு ஒழஞ்சா இந்த ராத்திரியில எப்பிடி இதுல வருவ?'

'வீட்டுல நிறச்சி தாளுவா கெடக்கு. அதுவளை விரிச்சி இருக்குலாம். விடிஞ்சப் பெறவு எங்கேயும் கொண்டு எறியுலாம். ஒரு கிளாஸ் தேயில வெள்ளம்கூட இது வரைக்கும் காச்சி தரேல

மக்கா. மக்களைப் பெத்தவுடன ஒண்ணுக்குமே தட்டில்லையிண்ணு செல்லுவுனம். எல்லாம் கள்ளம் மக்கா...' அருகே நின்ற கொய்யா மரத்தின் இலைகளைப் பிடுங்கி, மலத்தைத் துடைத்தப்படி எழும்பினாள் முத்தம்ம.

'ரெண்டு பேரக்கொளையைப் பறிச்சி கொண்டு அவிச்சி, எலுமிச்சம் பழத்தைப் பிழிஞ்சி குடிச்சிப் பாத்தாலும் கொள்ளாம் இல்லியா. வயித்து ஒழச்சிக்கி இதுவும் ஒரு மருந்துதானே...'

'வேணுமங்கி, அம்மையிட்ட திருப்பி போம்ப காச்சி கொண்டு தந்துட்டு போட்டா...'

'ஓ. நீ நல்லாயிருப்ப மக்கா.'

முத்தம்ம கிழவி தடுமாறி நடந்தாள். அவள் கையைப் பிடித்தபடி நடந்தாள் பூவரசி. கிழவியின் தேகத்திலிருந்து எழுந்த பேதி சளி மொச்சை மூக்கில் நுழைந்தது.

என்ன ஒரு சுயநலம் பிடிச்ச மனுசங்களா இவளுக்க மருமக்களும், மக்களும் இருக்கிறாங்க. பெத்தவங்களை சொந்த மக்கா பாக்காம போனா பின் யாரு பாப்பா? நினைத்தவள் திடுக்கிட்டாள்.

பாவம் எனக்க அம்ம, ஒத்தெய்ல இல்லா காணும். மணி ஏழு கழியும். இனி எப்ப வீட்டுல போய் அம்மைக்கான கஞ்சி காச்சி, முத்தம்மையிக்கி பேரக்கொளை வெள்ளம் காச்சிட்டு அம்மையிட்ட போவேன் – விரைவாக நடக்க முயன்றாள் பூவரசி. முத்தம்மையின் வீடருகே அவளை விட்டு விட்டு தன் வீட்டுக்குள் நுழைந்தாள்.

வீடு முழுவதும் ஒரே அமைதி. தாயின் வாசமில்லா வீட்டின் வெறுமை அவளை என்னவோ செய்தது. தனது சிறிய வீட்டின் மூலையில் பொலிவிழந்து கிடக்கும் சின்ன கட்டிலைப் பார்த்தாள். மனோ நினைவில் வந்தான். தொண்டை சங்கடத்தால் அடைத்தது.

எனக்கு உரிமையில்லாத உறவா மனோ. ஆசைக்காக மட்டும்தான் அன்னிக்கு என்னை அணைச்சானா? என் போல் அன்புக்காக என்னை அணைக்கலியா? அவன் கொடுத்த முத்தங்களும், அரவணைப்பும், அந்த கூடுகையும், வெறும் பொய்யா? அழுகை பொங்கி வர, கண்ணிலிருந்து ஒழுகிய கண்ணீர் வாயுக்குள் உப்பாகக் கரித்தது.

அத்தியாயம் 8

கனகம் உறங்கி எழும்பட்டுமென்று அவளருகே உணவுப் பொட்டலத்தோடு காத்து நின்றான் மாரி. கிட்டத்தட்ட ஒரு மணி நேரத்துக்கு மேல் நின்றவன், கனகத்தைக் கூர்ந்து பார்த்தான்.

இது என்ன ஒறக்கம்? ஒண்ணும் தின்னாம மணிக்கிடக்குல அப்படி என்ன ஒறக்கம்? பாவம் கனகம், தன் மகளுட்ட என்னே ஒரு நம்பிக்கையில் இருக்கிறா. பெத்தவளுக்கு நம்பிக்கைதானே உயிரு. இவளுக்க நம்பிக்கையிலும் சேர்த்து மனோ மண்ணை வாரி இடியானோ என்னதோ? நான் எதுக்கு இதுகளிடம் இப்படி அக்கரை காட்டுறேண்ணா, ஆருமத்த அனாதைகள் போல் ரெண்டணுமும் வாழ்றதுனால மட்டுமில்ல இந்த அக்கரையும், பாசமும். பூவு மேல வச்ச காதலுதான் காரணம். மனசார சினேகிச்ச பிள்ள கெட்டுப் போனா, எங்காதலால அதை தாங்கிக்கவே முடியாது. அந்த பூவு பிள்ளை மனோவோடு சேர்ந்து வாழ்ந்தா எனக்கொண்ணும் அவளுக்க மேல கோபமே வராது. எங்கேயோ நல்லதா வாழியாண்ணு உள்ள ஒற்ற வார்த்தைக் கேட்டாலே, ஒரு காதலன் என்கிற முறையில் எனக்கு அதுவே பெரும் நிம்மதி. இதுதானே உண்மையான பாசம். வாழ வச்சி பாக்குறதுதானே நிஜமான காதல். காதலிச்சவங்களுக்கு வாழ வழி கொடுத்து அவங்கவங்க வாழ்க்கைப் பாதையில் போக ஒத்துழைக்கிறது தானே பாசம், எங்கூட, எனக்கு மட்டும் என வைராக்கியாம ஒருத்தரை இழுக்கிறது சுயநலம் இல்லியா. இதுனால பூவ நான்

விட்டுக்கொடுக்கணும். அவளுக்க காதல் நிறைவேற என்னால என்ன முடியுமோ அதை செய்யணும். மனோகூட அவா வாழ்ந்தாலே போதும் எனக்கு. ஆழமாக நினைத்தவனின் கண்கள் கசியவே செய்தன.

அவன் மீண்டும் கனகத்தைப் பார்த்தான். அதிர்ந்தான். அவள் வாயோரம் நுரை ததும்பி வழிந்த வடு தெரிந்தது. மெதுவாக அவளருகில் சென்றான்.

'பூவுக்க... அ..ம்மா... கனகம்... பூவரசியிக்க அம்மோ' இவனின் குரல் அவளை அசைக்காததைக் கண்டு, மனம் அதிர்ந்து போனவன், அவளைத் தொட்டு எழுப்பினான் அவள் தேகம் குளிர்ந்திருந்தது. அவன் அதிர்ச்சியில் வாய் பொத்தினான். முதுகோரம் நிழல் விழ, அவன் திரும்பினான். பூவரசி வந்து நின்றாள்.

'பூவு..பூ..வு ஒனக்க கொ..ம்ம...' மாரி முகம் வெளிறிச் சொல்ல, பூவரசி கனகத்தைப் பார்த்தாள்.

'அம்..மோ..ஓ..ஓ' அவள் ஒப்பாரியால் மருத்துவமனையே அதிர்ந்தது. மரணமென்னும் ஓய்வுக்கு போன தாயின் துயரால் துடித்தாள் பூவரசி. இவ்வுலகில் அவளுக்கான ஒரே சொந்தம் அம்மாதானே.

•

மனோவின் முன் கட்டாக அடுக்கி வைத்திருந்த அவன் கல்யாண அழைப்பிதழ்களைப் பார்த்தான். அவனுக்கு பூவரசியின் முகமே கண் முன் வந்தது. சபையிலோ, உறவுகளிலோ தன் காதலை வெளிப்படுத்த முடியாது என்பது புரிந்தது அவனுக்கு.

இனி உள்ள காலம் வரைக்கும் பூவரசியின் மனதில், நான் களங்கப்பட்டுத்தான் போவேன். அவளைப் பொறுத்தவரைக்கும் நான் ஒரு துரோகியாகவே மாறியிடுவேன். என்னை அவளுக்குரியவன் என்கிற உரிமையில்தான் அவளை எனக்கு தந்திருப்பாள். ஆனா இப்ப எல்லாமே மாறிப்போச்சி. வெறும் ஆசையால் அவளை அனுபவிச்சிட்டு விலகி போகிற ஒரு சாதாரண ஆணாகவே நானும் அவள் முன்னிலையில் ஆகி போனேன். நானும் அவளுக்ககூட அப்படியெல்லாம் நடந்திருக்க கூடாது. பாவம் பூவரசி நினைத்துக் கொண்டிருக்க, அவன் அலைபேசி அழைத்தது? யாராக இருக்குமென நினைத்து போனை எடுத்தான்.

‘ஹலோ...ஓ.’

‘அலோ நான் மாரி...’ எதிர்முனையில் மாரியின் குரல் கேட்டு கலவரமானான் மனோ.

‘பூவோட அம்மா செத்துப் போயிட்டா...’ மாரி சொல்ல, மனோ அதிர்ந்தான்.

‘செத்துப் போ..யி..ட்டா..ங்களா?’ நான் வாறது வரைக்கும் ஆஸ்பத்திரியில ஒரு அரவமும் இல்லியே.

‘ஆமா, பூவு இங்க கெடந்து ஒரே கரச்சல். ஒருவேளை அவளுக்க சினேகிதனான ஒங்களைப் பாத்தா கொஞ்சம் ஆறு தலாயிருக்குமில்லியா அவளுக்கு...’

‘என்னை பா..த்தா..லா.’

‘ஆமா. உச்சைக்க பெறவு கனகத்துக்க அடக்கம் வச்சிருக்கு. அதுக்க முன்ன வந்துருங்க’ மனோவின் மறு பதிலைக் கேட்கும் முன் மாரி அலைபேசியை அணைத்தான். மனோ வியர்த்தான்.

நான் பூவரசி கூட பழகினது எப்பிடி இவனுக்கு தெரியும். இப்படி அதிகாரமா எங்கிட்ட சொல்லியானே. வேற கலியாணம் ஒழுங்கானதை இதே மாரி அறிஞ்சாக்கூட என்ன நடக்கப் போவுதோ தெரியேலியே. குழப்பமும் கலக்கமுமாய் தவித்த மனோ அவன் அறைக்குள் சென்றான். அலமாரியில் அடுக்கி வைத்திருந்த காகிதத்தை உருவி ஓவியம் வரைய துவங்கினான்.

மனதின் இறுக்கங்கள் லேசாகி லேசாகி... காகித்ததில் ஓவியமாகிக் கொண்டிருக்க, கண்களில் கண்ணீர் தேங்கி வழிந்தது.

பச்சைப்பசேலென்று சோலையில் விளையாடிய சோடிக்கிளி களில் ஒன்றின் மீது அம்பு பாய்ந்தது. அது கீழே விழுந்து துடிக்க அதன் இணைக்கிளி அதை நோக்கி பறந்து வர, வேடன் அதை வலைக்குள் சிக்கென பூட்டிக்கொள்ள, வலைக்கிளியும், காயம்பட்டு கீழே விழுந்த கிளியும் ஒன்றுக்கொன்று துடிக்கும் கிளிகளின் துயரத்தை உணர்வுபூர்வமாக வரைந்தான் மனோ. ஒன்றுக்கொன்று உதவ முடியாத கிளிகளைப் போலவே தானும், பூவரசியும் இருப்பதுபோல் சித்திரம் வரைந்தான். வலைக் கிளியை அவனாகவும், காயப்பட்ட கிளியை பூவரசியாகவும் வரைந்து முடித்தவன், ஓவியத்தையே பார்த்தான். கீழே கிடக்கும் கிளியைப் பாசமாகத் தடவினான். அதனருகில் பூவரசி என

தூப்புக்காரி | 129

எழுதினான். வலை கிளியின் அருகே மனோ என எழுதினான். கீழே கிடக்கும் கிளியை இதமாகத் தடவினான்.

‘எனக்க பூவே உன்னை எனக்கு பிடிக்கும். என்னைச்சுற்றி போட்டு வச்சிருக்கிற கட்டுப்பாடுகளை மீறி உங்கிட்ட எனக்கு வர முடியாத கோழையாகிட்டேன். அப்பிடியே வந்தாலும் நம்மளை வாழ விடமாட்டாங்க. ஒங்காலுல விழுந்து நான் மன்னிப்பு கேட்கணும். அதுனால நான் வாறேன் பூவு...’

அணிந்திருந்த சட்டையைக் கழற்றினான்... வேறு சட்டையை எடுத்து அணிய முயன்றான். ரோமங்கள் எழுந்து நின்ற மார்பில் பூவரசியின் முத்தங்கள் எழுதப்பட்டிருப்பதைக் கண்டு அவன் தொண்டையில் வேதனைக் கணைகள் குத்திக்கிளறின. பொங்கி வந்த வேதனையை, தன் கையலாகாத செயலை வெளிப்படுத்தும் விதமாக அறையின் சுவரில் கையை ஓங்கி உதைத்தான்.

‘மனோ...’ வெளியின் அப்பாவின் குரல், கூடவே அவன் சகோதரங்கள் நிற்கும் அரவமும் கேட்டது. தன் முகத்தை இயல்பாக்க முயன்றான். வரைந்த ஓவியத்தை பெட்ஷீட்டால் மூடினான்.

‘மனோ...’ அவன் அப்பா மீண்டும் அழைக்க,

‘வா..றேம்..ப்பா’ கதவைத் திறந்து வெளியே வந்தான்.

‘மனோ பெண்ணு வீடு வரைக்கும் போகணும். அங்கிருந்து நாம எல்லாருமா நாரோலில் உள்ள பெரிய துணிக்கடையைப் பாத்து கலியாணத்துக்கான துணிமணிகளை வாங்க போகணும். ஒனக்கு சவாரி எதுவும் இல்லியே.

‘இ..ல்..ல..ப்பா எனக்கு சவாரி உண்டு.’

‘இதை விட ஒனக்கு அப்பிடி என்ன பெரிய சவாரி. வேற டிரைவரை ஏற்பாடு பண்ணிக் கொடு. நாம எல்லாருமா காருல பெயிட்டு வருலாம்...’

‘இல்லப்பா... எனக்கு இன்னொரு முக்கியமான வேலையிருக்கு. எனக்கு வர முடியாது...’

‘என்ன பிள்ளையா இருக்கல நீ..? அவனவன் எப்ப பெண்ணைப் பாக்குலாமுண்ணு இருப்பாங்க. நீ என்னாண்ணா வாய்ப்பு கிடச்சாலும் வேண்டாமுண்ணு செல்லிய...’

‘அ..ப்..பா’ அவன் நாவு குழறியது.

‘என்னல?’ எரிச்சலோடு கேட்டார்.

‘அந்த கனகம் செத்துப்போயிட்டாப்பா…’

‘எந்த கனகம்? ஒ, அந்த தூப்புக்காரியா? அதை நான் அப்பளே அறிஞ்சேன்… அவா செத்தா நமக்கென்ன. நாட்டுல ஆயிரம் சாவு தினம் நடக்கு…’ அலட்சியமாக கூறினார்.

‘அப்பா… பூவு… பாவம்’ அவன் உதடு உலர்ந்தது. மனோவைக் குழப்பாக அப்பா பார்த்தார்.

‘பூவுண்ணா அவளுக்க மொவளா? இப்ப தள்ளையைப் போல ஆசுத்திரி தூக்கபோறாளே அவளா? அவா பாவமுண்ணா நமக்கு என்னல செய்ய முடியும்? நாட்டுல நிறைய பாவங்கள் இருக்கவே செய்யுறாங்க. அதெல்லாம் அவங்கவங்க தலையெழுத்து…’

‘அது அவங்க தலையெழுத்து இல்லப்பா. நாமதான் அவங்களுக்க வாழ்க்கையை எழுதிவிடுறோம்…’

‘மனோ ஒன் போக்கு சரியில்ல…’ தமையன் முடுங்கினான்.

‘அதெல்லாம் செரியாகும். இன்னும் இவன் கலியாணத்துக்கு பதினெட்டு நாளுதான் இருக்கு. இப்ப ஒனக்கு சவாரிக்கு போகணுமுண்ணா போயிட்டு வா. துணி எடுக்க நாளைக்கி போகுலாம். மனோ நீ அப்பாவை மீறி எது யோசிச்சாலும் நான் கண்டுப்பிடிப்பேன். அந்த தூப்புக்காரியிட்ட ஒனக்கு இருக்கிற இதம் பதம் எனக்கு மனசுலாகுது. அவளுட்ட காட்டுற அனுதாபமெல்லாம் எனக்கு பிடிக்கல. ஒங்கப்பனைப் பற்றி உனக்கு நல்லாவேத் தெரியும்.

இனி உள்ள காலத்துல தள்ளையும் இல்லாம வாழப் போகிற அந்த பெண்ணுக்கு இனி இந்த ஊரு மட்டும்தான் சொந்தம். ஒன்னால அதையும் இழந்திட வச்சாத’ அப்பன்காரன் சொன்ன தொனியில் தொங்கிய வன்மம் கண்டு மனோ பதறினான்.

‘வேண்..டா..முப்பா. அவளை ஒண்ணும் செய்யாண்டாம்’ நடுங்கினான் மனோ.

‘போ சவாரிக்கி…’ தகப்பன் அதிகாரமாகக் கூற, மனோ தன் அறைக்குள் நுழைந்து தலைசீவுவதுபோல் நின்றான். நடுத்தளத்தில் அப்பா, சகோதரங்களின் அரவம் மறைந்ததும், பெட்ஷீட்டின் அடியில் இருந்த ஓவியத்தை உருவினான்.

சினிமா நாயகனென்றால் இதற்கு முன் பறந்து எல்லோரையும் அடிச்சிட்டு பூவரசியைக் கூட்டியிட்டு போயிருப்பான். நான் சாதாரண மனோ இல்லியா? விருப்பப்படுறதையும் இழந்துதான் ஆகணும்.

வெளியிறங்கினான். அவன் வாகனம் பூவரசியின் வீடு நோக்கி விரைந்தது.

•

வெளி முற்றத்தில் கனகத்தின் உயிரற்ற உடல் இறுதிப் பயணத்துக்கு எடுத்துச்செல்லத் தயாராக அலங்கரிக்கப் பட்டிருந்தது. மாரிதான் அங்கு பொறுப்பாளி போல் எல்லா விசயங்களையும் ஓடியாடி செய்து கொண்டிருந்தான். வாழ்வில் கிடைக்காத பல்வேறு சௌகாரியங்கள் சவப்பெட்டியில் கிடைக்கப்பெற்றுக் கிடந்த தாயின் உயிரற்ற உடலையேப் பார்த்துக்கொண்டிருந்தாள் பூவரசி.

ஒரு மனுசன் உயிரோட வாழுறப்ப எத்தனை சொந்தங்க, எம்புடு கூட்டுக்காரங்க, ஆனா அதே மனுசன் செத்து போயிட்டா யாருக்காவது அவங்களோடுகூட போக முடியுமா? செத்துப் போயிட்டா பிறகு அது ஒரு தனி வழிதான். எம்புடு பெரும் பணக்காரங்களானாலும், கால நாதனுக்கு லஞ்சம் கொடுத்து தங்களுக்க சாவை தள்ளிப்போட முடியாது. இதெல்லாம் எப்பிடி இவங்களுக்கெல்லாம் மனசுலாகப் போகுதோ... சாவு என்கிற ஒற்றைப் பயணம் உண்டுண்ணு ஏன் மனுசங்க மறந்து போகிறாங்களோ. எனக்க அம்மையிக்க உடம்புலண்டு போன உயிரு, இனி இவளுட்ட வருமா? சுற்றும் முற்றும் தேடினாள் கனகத்திடமிருந்து உருவிப்போன மூச்சை.

என் அம்மையிக்க மூக்குலோட்டு வந்த மூச்சு நின்னு போனதுனால அம்ம பிணமென ஆகி போனாளே. இனி என் அம்ம எழும்ப மாட்டா, பேச மாட்டா, என்னை மோளே பூவுண்ணு விளிச்சமாட்டா. ஆசுத்திரியிக்க நாத்தம், கக்கூசு அழுக்கு, ஆட்களுக்க புறக்கணிப்புண்ணு இனி என் அம்மையிக்கி ஒண்ணுமே அறியாண்டாம். என் அம்ம இனி சீவிதம் கேட்டு இங்க போராடாவே வேண்டாம்... இனி உள்ள காலமெல்லாம் என் அம்மையிக்கி நீண்ட நித்திரைதான். இனி இவா இறங்கி போகிற கல்லறையில் என் அம்மையை யாருமே ஓத்திரிச்ச மாட்டுனம், தூப்புக்காரியிண்ணு நக்கலா விளிச்ச மாட்டுனம். பேத்து துணிகளைப் பிழிஞ்சி இனி என் அம்மையிக்க கை விரலுகள்

ரெத்தமாகி போகாது. இந்த பூவு மொவுளுக்க சீவிதக் கவலை இனி என் அம்மையிக்கி இல்ல. தாயின் மீது விழுந்த பார்வையில் வலியேறி பிடைத்தது.

நீ மாத்திரை விழுங்கிச் செத்துப்போனதா மாரி பதுக்க எனட்ட சென்னான் பாத்துக்கோ. ஏன் இப்பிடி செஞ்ச? மௌனக் கேள்விகளைத் தொடுக்கத் துவங்கினாள் பூவரசி. இதுவரைக்கும் உன் வாழ்க்கையில் காணாத அப்பிடி என்ன பெரிய வேதனையை நீ கண்டுட்டுண்ணு இப்பிடியொரு காரியம் செஞ்ச அம்மா. எப்பவே ஒன் சீவிதம் மரத்துப்போயிருக்கும். பீயும், மோளும், சமூக புறக்கணிப்பும் வாங்கி வாங்கி நீ எப்பவே கொஞ்சம் கொஞ்சமா செத்துப் போயிருப்ப. இப்ப மட்டும் அப்பிடி என்ன பெருசா ஒனக்கொரு புது சாவு. என்னை ஒத்தெய்ல இப்பூமி தேசத்துல விட்டுட்டு ஏன் போன? நீ மட்டும் ஏன் தப்பிப் போன. ஒனக்க பூவு மொவளை ஒத்தெய்ல போராட வச்சிட்டியே. பூவரசி உணர்வலைகளில் வலியேறிப் புரண்டாள்.

‘பிணம் எடுக்க நேரம் ஆவேலியா?’ கூட்டத்திலிருந்து பெரியவர் ஒருவர் கேட்க, மாரி முன் வந்தான்.

தூப்பு வேலையில் மாரியோடு நிற்கிறவர்களும், முன்பே கனகத்தோடு தூப்பு வேலையில் நின்ற வேலப்பன் என நாலைந்து பேரின் தோளில் கனகம் பிணமாகச் சுமக்கப்பட்டாள். தன்னை வெறுமனே தனியாக்கி விட்டு தனி வழிப்பாதைக்கு இறங்கிப் போகிறவளை வாசலில் நின்று பார்த்தாள் பூவரசி.

‘நீ..போறியடியம்மா. ஒனக்க வயித்துல இடம் தந்து, இந்த ஒலகத்துல பெறக்க வச்சி, பீயும், மோளும் வாரி வளத்தியே... உனக்குண்ணு நான் ஒண்ணும் செய்யக்கு முன்ன என்னை விட்டுட்டு போறியே. எனக்குத் தெரிஞ்சி நீ ஒரு பெரிய சாதனைக்காரிதான். கண்ணால காணிய பல தடைகளை வென்று வருகிறவங்களையெல்லாம் சாம்பியன்களா, சாதனையாளர்களா கொண்டாடுறாங்க. ஆனா கண்ணுக்கும் தெரியாத எத்தனையோ வலிகளை, தடைகளை உடச்சி என்னை வளத்த ஒன்னவிட எனக்கு வேற யாருடியம்மா சாதனைக்காரி...’

கனகம் இறங்கிப்போனதும் தனக்கான எதுவுமே இவ்வுலகில் இல்லாதது போல் தோன்ற, அப்படியே சுவரில் சாய்ந்தாள். கனகத்தின் இறப்புக்கு வந்தவர்கள் அவளைப் புதைக்க கல்லறைத்தோட்டம் சென்றுவிட பூவரசி மட்டும் தனியே ஆனாள்.

பூவரசியின் வீட்டு முற்றத்தில் வந்து இறங்கினான் மனோ. அவனைக் கண்டதும் எழும்பத்தான் நினைத்தாள். விரைந்து சென்று கட்டிக்கொண்டு ஓவென அழதான் நினைத்தாள்... தன் வலிகளைச் சொல்லிச் சொல்லி அழவே தவித்தாள். ஆனால் அவளால் ஒன்று கூட செயல்படுத்த முடியவில்லை.

'பூவு...'

மனோ அழைக்க, சுவர் சாய்விலிருந்து அவள் எழும்பவே இல்லை. நிமிர்ந்து அவனைப்பார்த்தாள். அவளின் கசங்கிய நிலை அவனை கலங்க வைத்தது.

'வா பூவு...' கண்களில் கண்ணீர் மினுங்க, அவளை தன் கைகளை விரித்து அழைத்தான்.

எல்லாமே செத்துப்போச்சய்யா. வேண்டாம், வேண்டாமுண்ணு என் உணர்வுகளை அடக்கி அடக்கி இப்ப நானும் எங்கம்மையைப் போலவே செத்துப்போயிட்டேன். பூவரசியைப் பத்தி ஒனக்கு என்ன தெரியும். என் உணர்வுகள் வெறும் நிமிடங்கள் மாத்திரம்தான். அப்ப நீ பேசல பாத்தியா. கக்கூஸ் முக்குல வச்சி கெட்டிப்பிடிச்சி கரஞ்சேன் இல்லா... ஓடி ஓடி பேச வரம்ப ஒளிச்சி ஒளிச்சி போனயில்ல. அப்ப எல்லாம் வெட்கப்பட்டு மரத்த உணர்வு என் அம்ம செத்துப்போனது போல செத்துப்போச்சி. எனக்கு தோணுறப்ப பேசாத நீ, என் அம்ம செத்தாக்குல வந்து நின்னு அழச்சா எப்பிடி ஓடி வருவா...

'பூவு...' மனோ மீண்டும் அழைத்தான்.

'ஒக்காரு...' சுரத்தையின்றி கூறினாள்.

'பூவு...' மனோ அவன் கையில் இருந்த ஓவியத்தை அவள் காலடியில் வைத்துக் கைகூப்பி நின்றான். அவன் கைக்கூப்பலில் தெரிந்த விண்ணப்பம் கண்டாள் பூவரசி.

தப்பிச்சி போகிறியோ..? அதுக்குதான் கை கும்பிட்டு நிக்கிறியா. எப்போ பெண்ணுக்கிட்ட ஆணு கை கும்புடுறானோ அப்பவே அவன் தப்பிக்க போகிறான் என்றுதானே அர்த்தம். விழி பிதுங்கி அவனைப் பார்த்தாள்.

'ஒங்கம்ம செத்த துக்கத்துல இருக்கிற இந்த நேரத்துல இன்னொரு துக்கத்தையும் நீ ஏற்றுக்கணும். என்னை ஒன் மனசுல பூத்தியிரு பூவு.'

தன் முன் கை கும்பிட்டுக் கண்ணீர் முகமாக நின்று பேசுகிறவனை இயலாமையில் பார்த்தாள்.

மனசார காதலிச்சவனை மனசுக்குள் பூத்திவிட எவ்வளவோ கஷ்டம் அனுபவிக்கணும். அப்பிடிப் புதைக்கிறது இன்னொரு மரணம்தானே. இஷ்டப்பட்டவனை மனசுக்குள் அழிக்கிறப்ப எம்புடு ரெத்தம் பாயும், மெல்லிய மனசு எம்புடு கிழியும், அப்படி பூத்தித் தள்ளூறதுக்கு பதில் செத்துப்போகலாமே.

'என்னால ஒன்ன கல்யாணம் பண்ண முடியாது பூவு...' அவன் சொன்ன சேதியால் பூவரசி அப்படியே இருந்தாள். அதீத அதிர்ச்சியான தகவலாக இருந்தபோதும் அவள் பாறை போல் இருந்தாள். நிராசையில் அவனைப் பார்த்தாள். கத்தத் தோன்ற வில்லை. கண்ணீர்விட முடியவில்லை.

அதிர்ச்சியும் – வலிகளும் பட்டுப்பட்டு பாறையாகிப் போனவளின் வாழ்வில் ஒரு அதிர்ச்சியா..? ரெண்டு அதிர்ச்சியா? எல்லாம் அனுபவித்து பாறைபோல் இறுகிப்போனாள் போலும். மாபெரும் விரக்தி மட்டுமே அவளுக்குள் பின்னிப்பிணைந்து இருளடிக்க, இவ்வுலகம் ஏன் எனக்குரிய வாழ்க்கையைத் தரவில்லை என்கிற ஏமாற்றத்தில் அவனைப் பார்த்தாள்.

'நான் ஒன்ன காதலிக்கலண்ணு பொய் சொல்லமாட்டேன். எனக்கு ஒன்னப்பிடிக்கும் பூவு. ஆனா இந்த சமூகத்துல எங்காதலை வெளிப்படுத்தி ஒங்கூட வாழ முடியல...'

அப்ப ரகசியமா காதலிக்கத்தான் எனட்ட வந்தியா? போல நீ, எனக்கு யாருமே வேண்டாம். காதலுண்ணா ஒனக்கு தெரியாது. ஆனா எனக்கு தெரியும், வற்புறுத்தி சண்டைப் பிடிச்சி ஒன் வாழ்க்கையில நான் வர மாட்டேன். ஒனக்குரிய வாழ்வுக்கு போண்ணு ஒன்ன வழியனுப்பி வைக்கிறது எங்காதலுக்கு நான் கொடுக்கிய மதிப்பு. எனக்குண்ணு இவ்வுலகில ஒரு அந்தஸ்த்து இருந்திருந்தா நீ என்னை விட்டு போமாட்டேண்ணு எனக்குத் தெரியும். வெறும் ஒரு சாதாரண தூப்புக்காரியிக்க மகளா பிறந்து, அவளைப் போல தூப்பு வேலைக்கி போகிற பெண்ணை நீ எப்பிடி கலியாணம் கெட்டுவ?

மனதில் அவனோடு பேசியவள், வாய் திறந்து அவனோடு எதுவும் பேசவில்லை.

சுவர் சாய்ந்து இருந்தவள் எழும்பினாள். வீட்டுக்குள் போனாள். வெளிக்கதவைச் சாத்தினாள். அசையில் கிடந்த தள்ளையின்

சேலையை எடுத்துத் தளத்தின் மூலையில் விரித்தாள். அதன் மேல் கால்களை ஒடுக்கிச் சுருண்டு கிடந்தாள்.

என் மனசு கொஞ்சம் உடையாதா? நான் மனோவின் பிரிவுக்காக சத்தம் போட்டுக் கரையணும். அவன் தொட்டதையும், அணைச்சதையும், அவனுட்ட வச்ச காதலையும், இப்ப விடைகேட்கிறானே அதெல்லாம் நினச்சிக் கரையணும். அப்பதான் எனக்கு அவனை மறக்க பெலம் கிட்டும். அவனோடு அடி வைச்சி என்னைத் தொட்டயில்லா... கெட்டுண்ணு போகல நான். அப்பிடி வலுக்கட்டாயமா அவனோடு போய் வாழுறதும்; பிணம்கூட வாழுறதும் ஒண்ணுதான். இந்த பூவால அவனை விட்டுக்கொடுக்க முடியும்... முடியும். திரும்பத் திரும்பக் கூறியவளின் மன இறுக்கத்தில் லேசாகக் சோக காற்று வீச அவள் மன இறுக்கம் உடையத்துவங்கியது. வெறுமனே கழிந்து போகும் காதல் வலியும், தாயின் பிரிவும் அவளை ரணப்படுத்தின.

'அம்மோ....ஓ...எடியே...' ஓவென ஒப்பாரி வைக்கத் துவங்கினாள். அவளின் அழுகைச் சத்தம் வெளியே நின்ற மனோவின் காதிலும் விழ, செயலற்றவன் போல் காரில் ஏறினான். அவன் கார் புறப்படும் சத்தம் கேட்டது பூவரசிக்கு.

'எங்க அம்மையைப் போல நீயும் போறியா மனோ... போ போ' தாயின் அழுக்குச் சேலையில் அவள் கண்ணீர்த் துளிகள் விழுந்துகொண்டேயிருந்தன.

கல்லறைத்தோட்டத்தில் கனகத்தை அடக்கம் செய்து விட்டு வந்தவர்கள் ஒவ்வொருவராகக் கிளம்பத் துவங்கினார்கள். ரோஸ்ஸிலி பூவரசியின் அருகில் வந்தாள்.

'பூவு...' அவள் தலையை இதமாகத் தடவினாள்.

'எதுக்கும் ஒரு பத்து நாளு கழிச்சி ஆசுத்திரியில தூத்து துடச்ச வா. எல்லாமுமா கடனுகளும் நிறைய கூடிக் காணும். என்னதான் டாக்டரு கொஞ்சம் கருணையா லீவு தந்தாலும் கடனுல பாசம் காட்ட மாட்டங்க. அப்பிடி கடன்களில் பாசம் காட்டுற அளவுக்கு யாருக்கும் மனசு இருக்கிறதில்ல. சும்மா இப்பிடியே கரஞ்சிட்டு இருக்காம மனசைத் தேத்திட்டு வெள்ளமோ, தண்ணியோ குடிச்சப்பாரு. நான் போட்டா, பிறவு வந்து ஒன்னைப் பாக்கியேன்...'

'ம்...' ரோஸ்ஸிலியும் போய் விட, அந்தச் சின்ன வீட்டுக்குள் இப்போது பூவரசியோடு மாரி மட்டுமே இருந்தான். மீண்டும் ஒரு

பெரிய அமைதி அங்கு நிலவியது. மாரி தயக்கமாக பூவரசியைப் பார்த்தான்.

‘கூடி கிடக்கிய கடனுக்கு வேண்டி, நீ வேலைக்கி போணு முண்ணு இல்ல. நான் அந்த கடத்தையெல்லாம் தீக்குலாம். ஒனக்கு எல்லாத்துக்குமே நான் இருக்கேன்’ தலைகவிழ்ந்து பாவம் போல் சொன்ன மாரியை உள்ளம் உருகப் பார்த்தாள் பூவரசி.

ஒரு நாளு ஒன்ன பாசமா பாத்தேனா நான். வெறும் அழுக்கைத் தவிர ஒனட்ட ஒண்ணுமே இல்லண்ணு நினச்சேன். ஆனா ஒன் மனசு அழகு மாரி. அழுக்குத் துணியைப் போட்டு, அழுக்குல நின்னாலும் நீதான் அழகான மனுசன். ஆடம்பரத் துணி உடுத்தியிட்டு வெளியில் பெரிய ஆளுகளைப் போல காட்டிக்கிற பலருக்குள் ஒரு அழுக்கான மனசு கிடக்கு. ஒரு சின்ன மணம்கூட ஒனட்டண்டு வராம நாறிப்போனாலும், நீதான் ஆணு. நீதான் சௌந்தரியம் உள்ள மனுசன்.

பூவரசியின் விழிகளின் ஈரம் காணச் சகியாத மாரி, வீட்டுக்கும் வெளியே போனான். சாப்பில் கிடந்த பீடி எடுத்துப் பற்றவைத்து உதட்டில் சொருகினான்.

மனோ உன்னை விட்டு விலகியிட்டான், அவன் வேற ஒரு பெண்ணைக் கலியாணம் செய்யப்போகிறான் என்கிறதை நீ எப்பிடி பூவே தாங்குவ. சுண்டில் வைத்து இழுத்த பீடி புகையை வெளியில் கறக்கிவிட்டபடியே குழம்பி நடந்தான் மாரி.

அத்தியாயம் 9

கனகம் இறந்த பதினைந்து நாட்கள் கழிந்து மருத்துவமனை வேலைக்கு வந்தாள் பூவரசி. பழையது போல் மருத்துவமனை வளாகத்தைச் சுத்தப்படுத்தத் துவங்கினாள். வெயிலின் தாக்கம் முதுகைச் சுட்டெரிக்க வைத்ததுபோல் காந்தலைக் கொடுத்தது.

புற்களுக்கிடையே தென்பட்ட நாய் மலங்களைச் சொரண்டி வாரியவள் மனோவைத் தேடாமலில்லை. எங்கும் தேடினாள். அவனின் தடயம் தெரியவில்லை. மனம் வலிக்காமல் இல்லை பூவரசிக்கு.

ரோஸ்லிலி எங்கே எனப் பார்த்தாள். பக்கத்தில் இருக்கும் டீக்கடையில் ஒரு பெண்ணோடு ஏதோ தர்க்கம் சொல்லிப் பேசிக் கொண்டிருந்தாள் ரோஸ்லிலி. மெதுவாக, சாதாரணமாகப் பேசிய பேச்சில் வீரியம்கூடத் துவங்கியது. சத்தம் பெரிதாகிப் போக பூவரசி அவர்களைப் பார்த்தாள். அப்படி அவர்களுக்குள் என்ன தர்க்கம் என்பது போல் நோக்கினாள்.

'இங்க பாருங்க ஒங்க மொவுனுட்டேயும் குத்தமுண்டு. அவன்தான் என் வீட்டுல வந்து எங்குட்டியிட்ட பேசியிட்டு இருப்பான்' ரோஸ்லிலி கூறினாள்.

'ஊசி இடம் கொடுத்தாதானே நூலு நுழையும்' மற்றவள் பதில் கூறினாள்.

‘பய்ய பேசுங்கா’ ரோஸ்ஸிலி கெஞ்சுவது போல் சொன்னாள்.

‘இதுல பய்ய பேச என்னயிருக்கு? என் மொவன் பாடுபட்டு உழைக்கிற எல்லா பைய்சாக்களும் கொஞ்சம் நாளாகவே வீட்டுல வந்து சேரல. ஒனக்க மொவா யாருட்ட வேணுமுண்ணாலும் காசு பிரிக்கட்டு. ஆனா எனக்க மொவனை விட்டுரச்செல்லு...’ மற்றவள் வேண்டுமென்றே சத்தம் போட்டு சொன்னாள்.

‘அய்யோ இப்பிடி சத்தம் போட்டு பேசி என் மொவளைப் பரியெடுக்காத. என் பெண்ணு அப்பிடிப்பட்ட பெண்ணு இல்ல’ பதறி பதறி சொன்ன ரோஸ்ஸிலியைப் பரிதாபமாக பார்த்தாள் பூவரசி.

பெண்ணைப் பெத்த ரோஸ்ஸிலி கோழையா நிக்குறா. ஆனா ஆணைப் பெத்தவா பெரிய மத்தவளா வீரசாலியா நிக்கிறா. ஏண்ணா அவா பெத்த ஆணுட்ட பெரிய சாமானம் இருக்கு இல்லியா. அவளுக்க மொவன் ஆயிரம் பேருட்ட போனாலும் குத்தமில்ல. ஆனா ரோஸ்ஸிலிக்க மொவா மட்டும் குத்தக் காரி போல நின்னு துள்ளியா. இல்லண்ணாலும் இது ரெண்டு வகை நீதி எழுதுற ஒலகம்தானே. அவனவன் எத்ர பேருக்க கூடப் போனாலும் அது மானப் பிரச்சனையாகாது. பெண்ணு ஒருத்தனுட்ட பேசினாலே போதும், அவா ஏதோ பெரும் காமக் கொடூரி போலும், ஒழுக்கங் கெட்டவள் போலும் தீர்ப்பு சொல்லி விடுறாங்க. ரோஸ்ஸிலிக்க வீட்டுல போய் பேசுற அவளுக்க மொவன் குத்தக்காரன் இல்லியாம். ஆனா ரோஸ்ஸிலிக்க மொவா மட்டும் குத்தக்காரியாம். ரோஸ்ஸிலிக்கி சரியா கொடுக்கத் தெரியல. பெண்ண பெத்தவா இல்லா, அதான் பாவம் போலப் பதறிப்பதறி பேசியா.

‘இனி எனக்க மொவன் அதுல வந்தா ஒனக்க மொவுளுக்க சாமானம் இருக்காது...’ ஆணின் தள்ளை மீண்டும் எகிற, ரோஸ்ஸிலிக்கும் கோபம் பொங்கியது.

‘என் வீடு தேடி வாற ஒனக்க மொவனை விலக்கி வை. அவன் மட்டும் இனி என் வீட்டுல வந்தா அவனுக்க சாமானமும் இருக் காது...’ ரோஸ்ஸிலி பொங்கினாள்.

‘என்னத்தட்டி செல்லிய தேவிடியா...’ மற்றவள் எகிறினாள்.

‘நீதான் தேவிடியா...’

‘த்தூ... ஆசுத்திரியை தூத்துவாரி, கண்டவளுக்க தூமத்துணிய பிழிஞ்சி பெழைக்கிற ஒனக்கும், ஒன் மொவுளுக்கும் என் மொவன் கேக்குதா?’

‘ம், பெரிய மொவன் கண்டாலும்தான் உண்டு. அவனை ஒனக்க சீல முந்தியில முடிஞ்சிட்டு நட... போறாயில்ல...’ ரோஸ்ஸிலி திட்டினாள்.

‘எனக்க மொவனைப் பத்தி பேசினா உன் நாக்கை இழுத்துப் பிடிச்சி அறுத்துருவேன். மொவளை ஒருத்தனுக்குக் கெட்டிக் கொடுக்கக் களியாட்டா வெட்டி அரிஞ்சி ஆத்துல கொண்டு போடு. இப்பிடி அந்நிய பயலுகளுக்க காய்ப்பிரிச்சி பெழப்பு நடத்தாத...’ கொஞ்சம்கூட மனசே இல்லாமல் சண்டைப் போடுகிறவளிடம் இனியும் எதிர்க்க முடியாது போல் தளர்ந்தாள் ரோஸ்ஸிலி. இருவரின் சண்டையைப் பார்த்துக் கூடி வந்தவர் களிடம் மற்றவள் ரோஸ்ஸிலியின் மகளைப் பற்றி அசிங்கமாகச் சொல்லிக் கொடுத்தாள். அவமானம் பிடித்து இறுக்கியவளாய் கழிவு தொட்டியினருகே சென்று அமர்ந்து அழத் துவங்கினாள் ரோஸ்ஸிலி. பூவரசி அவள் அருகே சென்று அமர்ந்தாள்.

‘என்னத்துக்கு இப்பிடி கரைய ரோஸ்ஸிலியக்கா...’

‘எனக்க குட்டி அவா செல்லியது போல எல்லாம் இல்லட்டி பூவு. அவளுக்க மொவன் என் வீட்டுல ரெண்டு நாளு வந்தது எல்லாம் உள்ளதுதான். அப்ப நானும் வீட்டுலதான் இருந்தேன். வீட்டுக்கும் பிறம விளையாட்டு களிச்சிய பெரிய கிரவுண்ட் கிடக்கு. அங்க கிரிக்கெட் விளையாட அவனும் வருவான் போலிருக்கு. எக்குட்டியிக்க கூட அவளுக்க மொவுனும் படிச்ச பச்சத்துல எங்க வீட்டுல வந்து வெள்ளம் வேண்டி குடிச்சான். அப்பதான் என் மொவுளுட்ட அந்த பயலும் சிரிச்சி பேசினான். இதைக் கண்ட யாரோ அவளுட்ட போய் வேறு விதமாச் சொல்லி கொடுத்துருக்கு போல இருக்கு... அதெல்லாம் கேட்டு நம்பினவா, என்னை தேடி வந்து என்னமாதிரி அசிங்கமா திட்டுறா...’ அதற்கு மேல் பேச முடியாமல் விம்மினாள் ரோஸ்ஸிலி.

‘கரையாதக்கா... இந்த ஒலகத்துல நாள் தோறும் கரஞ்சி சாகவா நாம பெறந்தோம். நம்ம கண்ணீரும் வேதனையும் யாருக்குமே ஒரு பொருட்டு இல்லக்கா. ஏதோ நம்ம எல்லாம் அழுது மாயவே பிறந்தோம் என்பதுபோல, நமக்கு அழுகையை மட்டுமே தர சிலரு நம்மகூட பழகிப் பிரியிறாங்க போலிருக்கு.

ரோஸ்ஸிலியக்கா, நமக்கான வாழ்வை இவ்வுலகத்திலிருந்து கரஞ்சி வாங்கிட முடியாது. நமக்க சீவிதம் போராடியங்கிலும் வேண்டத் தெரியணும். இல்லண்ணா எல்லாத்தையும் விட்டுக்கொடுக்கத் தெரியணும். அப்பதான் நாம யாருட்டேயும் தோத்து போகலண்ணு தோணும்,' மனோவை மனதில் வைத்துச் சொன்னாள்.

'ஆனாலும் அவா கேட்ட வேளங்களைக் கேட்டியா?'

'ஓ, கேட்டேன். அவா ஆணைப் பெத்தவா இல்லியா. பெரிய கொம்பு வச்சவனைப் பெத்தவா இல்லியா... அதான் அவளுக்கு அப்படியொரு பவுறு...' பூவரசி கூறிய நேரம், 'தூப்புக்காரியளே...' இருவரும் நிமிர்ந்து பார்த்தார்கள். மாடியில் கண்காணிப்பாளர் சுகந்தி நின்று கொண்டிருந்தார்.

'என்ன கதை உங்க ரெண்டு பேருக்கும். ரெண்டு பேரும் ரெண்டு பக்கமா போங்கா...' இருவரும் இரு பக்கமாக தங்கள் துப்புரவு பணிகளைச் செய்ய பிரிந்தனர்.

●

உச்சி வெயிலில் அழுக்குத் துணிகளை அலக்கிக் கொண்டிருந்தாள் பூவரசி. பசி மயக்கம் அவளை சோர்வு படுத்தியது. திரும்பும் திசையெல்லாம் தாயின் ஓர்மைகள் நின்று வலியை ஏற்படுத்தியது.

இவ்வளாகம் முழுவதும் சலிக்காமல் ஓடி ஓடி உழைத்துத் தெரிகிறவள், எங்கேயாவது தென்படமாட்டாளா என மனம் ஏங்கியது. காற்றாய் கலைந்த தாயின் நினைவு கண்ணீரையே தினமும் வரவழைக்கிறது.

வெயிலின் தாக்கமும், பசியின் களைப்பும், வாழ்க்கை வலிகளின் கனமும் அவளை தடுமாற வைக்க, துணி அலவிக்கொண்டிருந்த பூவரசி அப்படியே அழுக்கு துணிகளின் மேல் சரிந்தாள்.

ஆஸ்பத்திரி குப்பையை வார வந்த மாரி, பூவரசி எங்கேனும் நிற்கிறாளா எனத் தேடினான். துணி துவைக்கும் இடத்தினருகே கழிவுகளோடு விழுந்துகிடக்கிறவளைக் கண்டு துடி துடிக்க ஓடினான் மாரி.

பூவரசி கண்கள் திறந்து பார்த்தபோது அவள் ஆஸ்பத்திரியின் பொது சிகிச்சைப்பிரிவின் கட்டிலில் படுத்துக்கிடந்தாள். அவள்

எதிரே சன்னல் கம்பிகளைப் பிடித்தபடி மாரி நின்றிருந்தான். அவன் கண்கள் ரத்தமாகச் சிவந்து இருப்பதையும் கவனித்தாள்.

'ஏன்... எனக்கு என்ன ஆச்சி மாரி...' அவளுக்கு ஏதோ ஒரு பீதி உள் மனசில் கறங்கியது.

'ஒ..ண்ணு..மில்ல...' மாரி சமாளித்தான்.

'மாரி எனக்கு என்ன ஆச்சி... நீ மறச்சாலும் எனக்கு என்னவோ ஆயிருக்கு...' பதறினாள்.

'ஒனக்கு புள்ள உண்டாயிருக்கு...' சட்டென்று உடைத்தான் மாரி.

'பிள்ளையா? அய்யோ எனக்கா...' அவள் தேகத்தில் ஓடிய ரத்தம் உறைந்து போனது போலிருந்தது. அன்னிக்கு அவனோடு கூடிய கூடுகையின் பின் மாசமாகுளிக்கல என்பதை நினைத்தாள். தாயின் சாவும், அவனின் ஏமாற்றமுமாக நாட்கள் தள்ளிய போதும் அவளுக்குள் இப்படியொரு விசயம் ஊர்ஜிதமாகவில்லை.

'மா..ரி என...க்கு எப்பிடி?' அவனோடு கதறினாள். மாரி மௌனமாக நின்றான். அவன் மௌனத்துக்குள் பல எண்ணங்கள் சுழன்றன.

என்னத்த இந்த ஆண்டவனும், பெண்ணுங்களை மட்டும் இப்பிடியொரு விசயத்துல வெளியில் காட்டிக் கொடுத்திடுறான். ரெண்டு பேரு தப்பு பண்ணினாலும் அதுல மாட்டிக்கிறது பெண்கள்தானே. இரண்டு பேருக்க கூடுகையில் பெண்ணு மட்டுமே தண்டனை அனுபவிக்கிற நிலமையை ஏன்தான் கடவுளும் வச்சானோ. இந்த நிலையில் பூவரசி இனி என்ன செய்வா? வசமா குழந்தையை அழிச்சிவிட்டாதான் நல்லது. இவளுக்க எதிர்காலம் நல்லா இருக்கணுமுண்ணா அது ஒண்ணுதான் வழி. பூவரசியின் அருகே வந்தான்.

'பூவு...' இதமாக அழைத்தான்.

'இதை அழிச்சிடுதியா?' அவன் கேட்க பூவரசி நிமிர்ந்தாள்.

'ஏ..ன்?'

'பின்ன இது எங்கொழந்தையிண்ணு மனோ வந்து நிப்பாண்ணு நினைக்கிறியா?'

மனோதாண்ணு இவனுக்கு எப்படி தெரியும்? கேள்வியோடு அவனைப் பார்த்தாள்.

'எனக்கு எப்பிடி தெரியுமுண்ணு பாக்கிறியா? எனக்கு எல்லாமே தெரியும் பூவு. அப்பவே எனக்கு தெரியும். தெரிஞ்ச எல்லாத்தையுமே என் மனசுக்குள் கொண்டு சுமக்க நல்லா கஷ்டப்பட்டேன். ஆனாலும் எல்லா நொம்பலங்களையும் என் மனசுக்குள் அடக்கினேன். ஆனா ஒனக்கு இப்பிடியொரு சம்பவம் உருவாகுமுண்ணு நினைக்கல. இனி அதையும், இதையும் நீ யோசிக்காம அழிச்சித் தள்ளியிரு. அவனுக்கு வேற கலியாணம் முடிஞ்சுண்ணு ஒனக்கே தெரியும் இல்லியா. இப்பிடியொரு நிலையில் வாழ்வும் சாவுக்கும் இடையில் வெறுப்பான சூழலில் பெத்துப் போடுற குழந்தை நாளொரு காலம் சமூகத்துக்கு ஒரு வியாதி போலண்ணு நினச்சி அழிச்சி விட்டுரு...'

'அ..து..க்..காக நான் அழிச்ச மாட்டேன்... இதை நான் பெத்து வளப்பேன்...'

'பூவு ஒன் வாழ்க்கை கெட்டுப் போயுருமுடி...'

'இனி எதை என் வாழ்க்கையிண்ணு செல்லிய? இதை அழிச்சித் தள்ளியிட்டு இனி ஒருத்தனைப் புதுசா தேடி அவனுக்கு ஒண்ணோ, ரெண்டோ பெத்துப் போட்டுட்டு காலம் பூராவும் இந்த குழந்தையைக் கொன்ன துரோகத்தை நினச்சி செத்து செத்து வாழச் சொல்லுதியா மாரி...' வியாகுலம் பொட்ட கேட்டாள்.

'அது இல்ல... இப்ப நீ வீரமா பேசுவ. அதுக்கப்புறம் ஏதோ ஒரு நாளு இந்த குழந்தைக்கான அப்பங்காரன் இல்லாம போகிறப்ப இந்த ஒலகம் போட்டு குத்தி குடையுறப்ப அழிச்சி விட்டுருக்க மாட்டேனாண்ணு நினைப்ப. காலம் முழுக்க அப்பா பேரு இல்லாம வாழப் போகிற ஒரு குழந்தையை நினச்சிப்பாரு. அப்பதான் அழிக்கிறதைப்பற்றி ஒனக்கு நல்ல ஒரு எண்ணம் வரும்...'

ஒகோ, அப்பாண்ணு ஒண்ணு இருக்கோ. குழந்தையிண்ணு வந்தா அதுக்கு அப்பன் வேணுமே?

'என்னத்த யோசிச்சிய? கேட்டவனிடம் விரக்தியாகப் புன்னகைத்தாள்.

'இந்த ஒலகத்துல அப்பன் இல்லாம நிறைய காட்டுக்குட்டிகள் பெறக்கிறாங்க மாரி. ஆத்ர அவசரத்துக்கு, வெறும் ஆசைக்காக மட்டுமே பெண்ணை கட்டிப் பிடிச்சிட்டு அவனவன் ஓடிடுவான்.

ஆனா அதே பெண்ணு வயித்துல வளரிய கொழைந்தைக்கு மட்டும் அப்பனா தன்னை ஏத்துக்கவும் மாட்டான். இதுனால வாழ்வுக்கும் சாவுக்கும் இடையில் இந்த ஒலகத்துல வாழ்க்கையை தொலச்ச பல பெண்ணுங்கள் இப்பவும் உலக மூலைகளில் வாழுறாங்க. அவங்களையெல்லாம் யாருமே மனுச சென்மமா பாக்குறதும் இல்ல; மதிக்கிறதும் இல்ல. வெறும் காமப்பொருளா நினச்சி ஒதுக்கி வைச்சிடுறாங்க.'

'முறையான அப்பனைக் காட்டிக்கொடுக்க இல்லாம போகிறப்ப, ஒனக்கும் அந்த நிலைதான் வரும். அப்படியொரு நிலை ஒனக்கு வேணுமா?'

'இருக்கட்டு மாரி. அப்பிடிப்பட்ட பெண்ணுங்களுக்க இடத்துல நானும் வாழ்ந்து பாக்கிறேன். இந்த உலகத்துல இப்பிடிப்பட்ட பெண்ணுங்களைப் போல வீரசாலி பெண்ணுங்க யாருமே இல்லண்ணுதான் எனக்கு சொல்லத்தோணுது. காதலிலோ விபத்திலோ இப்படிப்பட்ட பிள்ளைங்களை வாங்குன பெண்ணுங்களில் பலரும் தனி மனிசியா தங்களுக்க பிள்ளைங்களை வளத்து, இன்னொரு கலியாணமும் பண்ணாம வாழுறாங்க. ஊரு ஒலகம், என்ன சொன்னாலும் அதையெல்லாம் பெருசா எடுத்துக்காம, களங்கம் சுமந்தும் வாழுறாங்க பாரு, அதான் பெருசு' – சொல்ல பூவரசியின் கண்கள் கலங்கின; உதடும் துடித்தது.

'வீர சூரமா பேசியிட்டு, நீ என்னத்துக்கு கரைய?'

'எனக்கு கரச்சி வருது மாரி...'

'அப்ப நீ குழந்தையை அழிக்கேல...'

'இல்ல...'

'நீ கஷ்டப்பட போற...'

'தெரியும்...'

'எல்லாரும் ஒன்ன வெறுப்பாங்க; ஒதுக்கி வைப்பாங்க...' மாரி சொல்ல, தீர்க்கமாக அவன் முகம் பார்த்தாள்,

'நீ..யும் என்னை ஒதுக்குவியா?' அவனோடு கேட்டாள். அவளின் கேள்வியால் மாரி அழும் தருவாயில் ஆனான்.

'இல்ல... என்னால ஒன்ன வெறுக்கவோ, ஒதுக்கவோ முடியாது. உன்னை அந்த அளவுக்கு என் மனசுல வச்சுருக்கேன். நீ மட்டும்

சம்மதிச்சா... இந்த கொழந்தைக்கு அப்பனா மாற எனக்கு சம்மதம்' படாரென கூறிவிட்டான் மாரி. இப்படியொரு வார்த்தையை மாரியிடமிருந்து கொஞ்சம்கூட எதிர்ப்பார்க்கவில்லை பூவரசி.

'மா...ரி' நா தழு தழுத்தாள்.

'ஆமா பூவு. ஒன் மேல எனக்கு என்னாண்ணே தெரியல அப்படியொரு பாசம் புள்ள' அவன் கண்கள் கலங்கின.

அவனின் பாசம் கண்டு இயலாமையில் கண் மூடினாள் பூவரசி. இதுக்கெல்லாம் எனக்கு தகுதியுண்டா என ஏங்கினாள்.

இவன் இல்லியோ மனுசன். இப்படியும் ஆணுங்கா இருப்பானுகாங்கள் இவ்வுலகில். எல்லாமே பொதுவுடமை என்கிற மனசு வரம்ப, எல்லா ஜீவராசிகளும் சொந்தங்களாகி போகிறதுபோல், பெத்தாலும், பெறாட்டாலும் யாரோ ஒருத்தருக்க பிள்ளை தன் பிள்ளை போலவே தோணும். மாரிக்கும் மனோவின் பிள்ளைக்கு அப்பனா தலைநிமிர முடிகிற காரணம், என் மேல வச்சிருக்கிற பாசம்தான். எதுவுமே பாடபுத்தகத்தில் படிக்காம போனாலும் மனிதம் தெரியுது மாரிக்கு. பெட்டச்சிக்கு மட்டும்தான் தெரியும் தன் பிள்ளைக்கு யாரு தவப்பன் என. அடுத்தவன் பிள்ளையைக்கூட பெத்து சொந்த மாப்பிளையிட்ட அவனுக்க பிள்ளைகள் போல் கொடுக்கிற பெண்ணுங்களின் பரிதாப ஆணுங்கள் உள்ள உலகம்தான் இது. ஆனா மாரிக்கு மனோவின் பிள்ளையெனத் தெரிந்தும் அப்பனா நான் வாறேன் என சொல்லியானே, இவனை விட பெரிய ஒரு ஆணை எங்க போய் பாக்க முடியும்?

கட்டிலில் கிடந்தவள் மெதுவாக எழும்பினாள். மாரியின் அருகே சென்றாள். அவனின் அழுக்கு படிந்த முகம் பார்த்தாள். அவன் காலில் அப்படியே விழுந்தாள்.

'அய்..யோ பூவு என்னது இது' மாரி பதறினான்.

'இந்த ஒலகத்தைச் சுத்தப்படுத்துறனதுனாலதானே நீ அழுக்காகிப் போகிற. சாக்கடையில எறங்கி, எறங்கி நாத்தம் பிடிச்சி போறியே, ஒங்காலில யாரங்கிலும் இன்னிக்கும் வரைக்கும் விழுந்துருப் பாங்களா மாரி. மதிப்பு மிக்க ஒன் பாதங்களை யாராவது தொட்டாங்களா? இந்த ஒட்டு மொத்த ஒலகம் சார்பா ஒங்காலில் நான் விழுறேண்ணு நினச்சிக்க. ஒதுக்கி ஒதுக்கி அழுக்கன் அழுக்கன் என புறந்தள்ளி போட்டிருக்கே முழு உலகம் சார்பா

தூப்புக்காரி | 145

ஒங்காலிலே விழுறேண்ணு நினச்சிக்க...' மாரி நெகிழ்ந்து போனான்.

'நீயும்... அப்பிடிதானே பூவு...' சொன்னவனை கையெடுத்து கும்பிட்டாள்.

'ஒரு நாளுல ஒன் வீட்டுல என்னையும் கூட்டியிட்டு போறியா மாரி...' மாரியின் மகிழ்ச்சிக்கு எல்லையே இல்லாமல் போனது. அவன் காதல் வானில் பல கோடி நட்சத்திரங்கள் கண் சிமிட்டின. வறண்டு போன மன வனத்தில் பூவரசி மணமோடு பூப்பதை மனதார முகர்ந்தான்.

•

மருத்துவமனை வளாகத்தில் இரண்டு வாரங்களுக்குப் பின்பு மனோவின் கார் வர, பூவரசி கலைந்து தடுமாறினாள். அந்த காரையே பார்த்தாள். அதிலிருந்து மனோவும் அவன் புது மனைவியும் இறங்கினார்கள்.

அய்யோ இவன் என்னைப் பாக்கப்பிடாது. இவன் கண்ணுல நான் தெரியவேபிடாது. எங்க ஒளிச்சிருக்க... சுற்றும் முற்றும் தேடினாள் ஒளிவிடம்.

இவனைவிட என் வாழ்க்கையில் நான் உயர்ந்திருந்தா, இங்க பாரு நான் நல்லாதான் இருக்கேன் அவன் கண்ணு முன்னால போய் நின்னுருக்கலாம். நான்தான் இன்னும் பீ கூட நிக்கியேனே... மாரி கையில் போய் சேரும் வரையிலும், எங்கடன் தீரும் வரையிலும், நானும் ஒரு நிலையில் உயர்கிற வரையிலும் இவன் என்னைப் பாக்கவே கூடாது. ஒளிச்சணும்... ஒளிச்சணும் – அருகே தெரிந்த கழிவுத்தொட்டியின் பின்னே சென்று அமர்ந்தாள். அதனருகில் குமுறிக்கிடந்த நாய் மலம் காலில் அப்ப, அப்படிக்கொரு மொச்சை ஆய்ந்தது.

கழிவுத்தொட்டியினருகே பிரசவித்த பெட்டை நாயொன்று ஆவலோடு வந்தது, அதோடு அது பிரசவித்த ஒன்றிரண்டு குட்டிப் பட்டிகளும் வந்தன. அந்த பட்டிகளின் முகத்தில் பசியின் கோரம் தாண்டவமாடியது. கழிவுத்தொட்டியிலிருந்து ஏதேனும் கிடைக்குமா என்கிற தேடலில் மொச்சிய நாய்களைக் கண்டு பூவரசிக்கு கண் கலங்கியது.

உலர்ந்து வற்றிய தாய் நாயின் காம்புகளைச் சூப்பிய படியே குட்டி நாய்கள் பின்னங்கால்களைச் சுற்றின. தாய் நாயோ கால்களை

உதறியபடியே கழிவுத்தொட்டியில் முகத்தை நீட்டி முகர்ந்தது. இந்த தாய் நாயின் நிலையைப் பார்த்து, பூவரசிக்கு கண்ணீரை அடக்க இயலவில்லை.

நானும் இந்த நாயைப் போலத்தானோ? அறிவை மட்டும் பெண்கள் இழந்து போனா, தெருப்பட்டிகள் போலவேதான் ஆக வேண்டியிருக்கு. சபலம் எடுத்த காலத்தில், இந்த பெட்டை நாயை விடாம விரட்ட எம்புடு கடுவன் நாயுகள் இருந்திருக்கும். ஆனா இப்ப இந்த பெட்டை பட்டி அதன் மக்களோடு அனுபவிக்கும் இந்த வலியும் – துன்பமும் எந்த நாயுக்கு தெரியும்? சபலம் வந்தா ஓடி வருவான் அன்பில்லா ஆணு. அதுக்கப்புறம் இந்த பெட்டை நாயைப்போலத்தான் பெண்ணுக்க கெதியும்.

கழிவுகளில் தனக்கான உணவு கிடைக்குமா என உணவு தேடும் பெண் நாயின் கண்ணில் பூழை தள்ளியிருக்க அய்யோ இது என்ன அலங்கோலமெனத் தவித்தாள். வக்கி போன பெண் நாயின் வயிறு நிறஞ்சாலே பிள்ளைகளுக்கு பால் கொடுக்க முடியும். நாய் மீது பரிதாபம் கொண்ட பூவரசி, கழிவுத்தொட்டியில் ஏதேனும் கிடைக்குமா என்று அருகே கிடந்த சின்ன குச்சிக்கம்பால் கழிவுத்தொட்டியைப் பிராண்டினாள். அழுகிய இலையில் தெரிந்த உளுத்துப் போன இட்லியை உருவி அதன் முன் போட்டாள். தன் கண் முன் தெரிந்த இட்லியை ஆவலோடு கவ்வ வந்த நாய் மீது கல் ஒன்று வந்து அதன் காதோரம் விழ, அது லொள்ளென்று கத்தியபடியே இட்லியை விட்டுவிட்டு துடித்துக்கொண்டு திரும்பி ஓடியது. அதன் பின்னே அதன் பிள்ளைகளும் கத்தியபடியே ஓடிய காட்சியைக் கண்ட பூவரசியின் மனம் அதிகமாக வலித்தது.

‘சும்மா பெத்து கூட்டியிட்டே போவுது. ஒரு காரெங்கிலும் அடிச்சிட்டு போவாதா. எங்கும் தூறி முடிச்சிட்டு கிடக்குதுவா. பத்து அம்பதங்கிலும் இந்த ஆசுத்திரிக்குள்ள குட்டியிட்டு பெருக்கியிட்டு காணும். இதுவளையெல்லாம் ஒழிச்சிக் கட்டுனாதான் நிம்மதி’ கூறியபடியே வாசல் அருகே நிற்கும் வாட்ச்மேனை வெறித்தாள் பூவரசி.

பசி பசியிண்ணு வந்த அதுகளோட வேதனையை மனசுலாக்காம போயிட்டியே. பசி எம்புட்டு கொடுமையானது. அதை அனுபவிச்சிப் பாத்தாதானே தெரியும். அவங்கவங்க நிலையைத் தாண்டி அடுத்த ஜீவனுகளின் கஷ்டங்களை ஆருமே நினைக்கிறது இல்லியே... நினைச்சிருந்தா இப்பிடி கல்லெடுத்து விரட்டியடிக்க

தூப்புக்காரி | 147

தோணுமா? உச்சையிக்கி அதுகளைத் தேடி கண்டுபிடிச்சி சோறு கொடுக்கணும். மனதை ஆசுவாசப்படுத்தியபடியே கழிவுத் தொட்டியின் பின் பகுதியிலிருந்து எட்டிப்பார்த்தாள்.

மருத்துவமனையின் வராண்டாவில் மனைவியுடன் கம்பீரம் குலையாமல் நடக்கும் மனோவைக் கண்டாள்.

துரோகம் பண்ணியிட்டு எப்பிடித்தான் நிமிந்து நடக்க முடியுதோ? ரகசியமா என்னை இருட்டுக்குள் தள்ளியிட்டு எப்பிடி நிம்மதியா இவனால வாழ முடியுது? இப்படித்தான் கேக்க நாதியத்த பல சென்மங்களுக்கு கொடுக்கிற வேதனை வெளியே தெரியாமத்தான் போகுது. வெளியே தெரிவிச்சிட்டாலும் யாரு மீண்டு கேப்பாங்க. என் விசயம் வெளியில் தெரிஞ்சாலும் என்னைத்தான் காறித்துப்புவாங்க. ஏதோ தேவிடியா அளவுக்கு ஒதுக்கி வைப்பாங்க. தப்பு செய்தா இரண்டு பேருக்கும் ஒண்ணு போல தண்டனை இல்லியா இவ்வுலகில். அவனை இதுல என்ன சொல்லக்கு? நாதியத்த என் புத்தியைத்தான் செருப்பால அடிச்சணும்.

பூவரசியின் விழி குளம் நிரம்பி வழிய, மனோவும் அவன் மனைவியும் மங்கலாகத் தெரிந்தனர். மருத்துவமனையின் சுவருகளில் அவன் வரைந்து போட்டிருக்கும் ஓவியங்களை பெண்டாட்டிக்குக் காட்டிக்கொடுத்தவனைக் கவனித்தாள்.

என்னையும் காட்டிக் கொடுத்தாலும் கொடுப்பான். நாங்க காதலிச்சோம் என்று சொல்லாம, என்னை காதலிச்சவாண்ணு செல்லிக்கொடுப்பான். அப்பத்தானே அவனுக்கு பெருமை. புதுசா ஒருத்தியைக் கலியாணம் பண்ணியிட்டு வரும் ஆணுங்கள் ஊரில் பழகாத பெண்ணுங்களையும் பெண்டாட்டியிட்ட என்னைக் காதலிச்சவாண்ணு காட்டிக்கொடுக்கிறது கதை எல்லாம் நடக்கத்தானே செய்யுது. அதுனால இவன் என்னைப் பாக்க கூடாது. அன்னா அவனுக்க கண்ணுகள் வெளிப்பக்கத்தில் என்னைத் தேடுது. இதுலோட்டுதானே நிப்பாண்ணு நல்லா தேடியான். வேண்டாம், பாக்காண்டாம். இனி பெண்டாட்டியிக்க கூட வெளிநாட்டுக்கு இல்லியா போறதா ரோஸ்ஸிலியக்கா சொன்னா. போகட்டும், எங்கேயும் போய் நல்லாயிருக்கட்டும்.

நினைத்தவள் தலையை இன்னுமாக இழுத்து, குனிந்து குறுகி தன்னை மறைத்தாள். நாய் மலம் மிக அருகில் நாற்றமெடுத்த போதும் அங்கிருந்து அவள் வெளியேறவில்லை.

மனோவின் மனைவி வராண்டா பகுதியில் நின்றிருக்க, அவளருகே ஆஸ்பத்திரியின் பெரிய மேடம் ஏதேதோ சிரித்து பேசிக்கொள்ள, மனோவின் கண்களோ அவ்வளாகம் முழுவதும் பூவரசியைத் தேடிக் கறங்கின.

இன்னிக்கிவிட்டா இனி என்னிக்கி பூவரசியை பார்க்கப் போகிறோனோ? எங்கண்ணுல பட்டா ஏதோ ஒரு வார்த்தை பேசுலாமுண்ணு நினைக்கிறேன். எங்க போனா, அவா கூட உள்ள ரோஸ்ஸிலி மட்டும் அன்னா நிக்கியா, அவளுட்ட கேக்கட்டா பூவு எங்கண்ணு நினைக்கவே அங்கு மாரி வந்தான். அவன் கறுத்த உடம்பில் அழுக்கு ஒட்டியிருந்தது. மனோவுக்கோ மாரியைப் பார்க்கும் வலுவில்லாமல் நின்றான். மனோவைக் கண்ட மாரிக்கு அளவற்ற ஆத்திரம் பொங்கியது.

'என்னா புது மாப்பிள சொகம் தானா?' கோபத்தை உள்ளடக்கி நய்யாண்டியாக கேட்டான்.

'கலியாணத்துக்கு வராம போயிட்ட...' மனோ சமாளித்தபடி கேட்டான்.

'ரெண்டாம் கலியாணத்துக்கா...' வெடுக்கென கேட்டவனால் மனோ தடுமாறினான். மனைவியின் காதில் போய் விழுமோ என அஞ்சினான்.

'மா..ரி...'

'எனக்கு எல்லாமே தெரியும். ஆரும் காணாம தழுவியிட்டு, ஆருமத்த பெண்ணுக்கு பிள்ளையும் கொடுத்துட்டு இப்ப ஊரறிய பல லெட்சங்கள் வரதட்சணை வாங்கி பெண்ணு கெட்டியிருக்கியே. அது பின்னா ரெண்டாம் கலியாணம் இல்லாம முதக் கலியாணமா? இனி பெண்டாட்டியிக்ககூட சொகுசா வெளிநாட்டுல போய் வாழப்போற... அப்படியிண்ணா பூவுக்கு என்ன பதில் வச்சிருக்கிய?' மாரி பூவரசியின் விசயம் சொன்னது மனோவை அப்படியே தூக்கிவாரிப்போட்டது.

'மாரி நீ..சொ..லியதெல்லாம் உண்மையா?'

'பின்ன கள்ளமா சொல்லியேன். உண்மைதான், அதுக்காக உடனே அவளை நீ ஏத்துக்குவியா? அவா வயித்துல இருக்கிய பிள்ளைக்கு அப்பன் என ஊரறிய விளிச்சி சொல்லுவியா. அவளுக்கு ஒனக்க அனுதாபம் வேணாம்ப்புல. அனுதாபம் காட்டி காட்டியே பல பெண்ணுங்களை வஞ்சிச்சி போடுற உன் போல

உள்ளவங்களெல்லாம் எப்பதான் மாறப்போறிங்களோ... காலா காலமா பாசம் எங்குற பலவீனத்துல தன் ஒலகத்தை கட்டி பாக்குற கோழை பெண்ணுங்களும் எப்பத்தான் திருந்தப்போறாங்களோ' மாரியின் பேச்சில் உள்ளம் குத்துண்டான் மனோ.

'மாரி நீ நினைக்கிறது மாதிரி இல்ல நான். நான் அவளை லவ் பண்ணுறேன்...'

'த்தூ..அப்பிடிண்ணா நீ அவளைக் கட்டிக்கிட்டியா? பொறக்க போற பிள்ளைக்கு அப்பாண்ணு சபையில சொல்லுவியா... நீ எங்க சொல்லுவ. சொல்லக் கூடிய தைரியம் இருந்திருந்தா எப்பிடி இன்னொரு பெண்ணைக் கெட்டியிருப்ப. இங்கப்பாரு, அவளுக்க வயித்துல ஒன் பிள்ளையிருக்குண்ணு உள்ள அனுதாபம் காட்டி, ரகசியம் ரகசியமா அவளுக்ககூட வாழுலாமுண்ணு ஒரு நினைப்பு ஒரு வேளை உனக்கு காணும். அதெல்லாம் ஆவாது இனி. ஒன் ரகசிய சினேகமும், ரகசிய அணைப்பும் இனி அவளுக்கு வேணாம்புல. அவளுக்க கொழைந்தைக்கு ஊரறிய, ஒலகறிய நான் அப்பனா இருப்பேம்புல...' அழுத்தமும், ஆணவமுமாகக் கூறிய மாரியின் குரல், குப்பைத்தொட்டியின் பின்னிருந்த பூவரசியின் காது வரைக்கும் வந்து விழ, அவள் உடல் சிலிர்த்தது. மனோவோ அவன் முன் தலைகுனிந்தான்.

'இந்த அழுக்கனும், அந்த தூப்புக்காரியும் சேர்ந்து அந்த குழந்தையை வளப்போம். இந்த ஒலகத்துக்கு அழுக்கு வார இயந்திரங்களைக் கண்டுப்பிடிக்கிற அளவுக்கு அந்தப் பிள்ளையைப் படிக்க வைப்போம். இனி எங்குமே தூப்புக்காரனும் தூப்புக்காரியும் இருக்க மாட்டாங்கல. அழுக்கு வாருறவங்களை ஏதோ அழுக்கு சாதியிண்ணு ஒதுக்கிவைக்கிறீங்களே, என் பூவு தூப்புக்காரியிண்ணுதானே நீயெல்லாம் விட்டுட்டு போன. அழுக்கு வார ஒரு கூட்டம் இருக்குண்ணுதானே நிசாரமா அழுக்காக்கிட்டு இருக்கீங்க. இனி இப்படியொரு ஆளுகள் இங்க இல்லாம போவாங்க. அவனவன் அழுக்கை அவனவனே சுத்தப்படுத்துற ஒரு காலம் வரும்...' மாரியின் கோபம் அதிகமாகிப் போனது.

'மாரி...பய்ய பேசு... அவா நிக்கிறா...'

'எவா ஒனக்க பணக்கார பெண்டாட்டியா? அவளும் அறியட்டும் ஒனக்க யோக்கியத்தை...' மறைந்திருந்த பூவரசிக்கு நடுக்கம் வந்தது. மாரி ஏன் இப்பிடி சண்டைக்கு நிக்கியான். இவனே ஊரு

உலகத்துக்குக் காட்டிக்கொடுத்துருவான் போலிருக்கே... மறைந்திருந்தவள் வெளியே விரைந்தாள். பெரிய மேடம் என்கிற சுபா மனோவின் மனைவியும், மாரி மனோவிடம் சத்தம் போடுவதைக் கண்டு அவர்களிடம் நடந்தார்கள்.

'மனோ என்ன பிராப்பளம்' மேடம் கேட்க, மாரி கோப முகத்தை இறுக்கினான்.

'நீ எதுக்கு மாரி சத்தம் போடுற? போ நீ ஒன் வேலையைப் பாரு' பூவரசி மாரியிடம் கூறினாள்.

'இங்க டூட்டி நேரத்தில் இப்பிடி ஆளாளுக்கு எதுக்கு இப்பிடி வந்து நிக்கிறிங்க? மாரி நீ வேஸ்ற் வாரியிட்டு அப்பவே போனதானே... இப்ப எதுக்கு மனோகூட சண்டைப் போடுற?'

'இல்ல மேடம், சண்டையெல்லாம் இல்ல...' பூவரசி சமாளித்துக் கூறினாள்.

'ஓ, இவா பெரிய குயின் மாதிரி இல்லா பேசுறா. ஒன்னபப்பத்தி நான் நல்லா புரிஞ்சுட்டேன். எவனுட்ட போய் பிள்ளை வாங்குன. டூட்டி டாக்டர் ஒன்ன செக்கப் பண்ணியிட்டு எங்கிட்ட எல்லாமே வந்து சொன்னாங்க. யாருகூட போன?' முகம் கறுத்து இளக்காரமாக கேட்ட பெரிய டாக்டரின் கேள்வியால் சுருண்டாள் பூவரசி.

'எங்கூடதான் பூவரசி வந்தா...' மாரி தலைநிமிர்ந்து கூறினான். மனோவோ தலையைக் குனிந்தான். கீழ் கண்ணால் பூவரசியைப் பார்த்தான்.

'ஒங்கம்மா கூட்டிவிட்ட கடனெல்லாம் உனக்கு தெரியும்தானே. அவளுக்க மருந்து செலவு, அது இதுண்ணு எவ்வளவு பாக்கி கிடக்குண்ணு தெரியும்தானே. ஏதோ பாவமுண்ணு கொஞ்சம் இரக்கம் காட்டினா, நீ காட்டியிருக்கிற வேலை ரொம்ப நல்லாயிருக்கு. எல்லா கடன்களையும் பொறுப்புகளையும் வச்சிட்டு, அவசரத்தனமா கள்ளத்தனமா பிள்ளை வாங்கியிட்டு நிக்ற உன்னை இந்த சமூகம் இனி என்ன சொல்லுமுண்ணு நெனச்சியா நீ...' மருத்துவரின் வார்த்தைகள் மனோவைக் குத்திக் கிழிக்க அவன் மௌனமாய் தனக்குள்ளே துடித்தான்.

'டாக்டரே உங்க தனிப்பட்ட கடனுக்காக பூவோட தனிப்பட்ட வாழ்க்கையில உங்க அதிகாரத்தைக் காட்டாதிங்க. உங்க கடனை யெல்லாம் ஆறு மாசத்துக்குள்ளால நான் தீக்குலாம்' மாரி முன் வந்தான்.

‘ஆறு மாசமெல்லாம் முடியாது. இப்பவே தர முடியுமா?’

‘நெனச்சவுடன புரட்ட, நாங்களெல்லாம் உங்களை மாதிரி கெடையாது. கொஞ்சம் கால அவகாசம் தாங்க. எல்லாத்தையுமே திருப்பி தல்லாம்...’

‘கால நேரம் பாக்காம எல்லாத்துக்கும் முந்த தெரியுது இல்லியா? இதுக்கு மட்டும் ஏன்?’

‘ஆசை வரும்போது யோசிக்க நேரமிருக்காது மேடம். இது உங்களுக்கே தெரியும்...’ மாரி அழுத்தமாகக் கூற, டாக்டரின் முகம் இறுகியது.

‘அழுக்குல வாழுற உனக்கெல்லாம் அழுக்காத்தான் பேச தெரியும். ஏனுண்ணா உன் சிந்தனைப் முழுவதுமே அழுக்காகவே இருக்கும். மனோ நீ உன் ஒய்ஃபைக் கூட்டியிட்டு கிளம்பு. இவங்ககூட எல்லாம் பேசிட்டு நின்னா, நம்ம மதிப்பை நம்மளே அழிக்கிறது மாதிரிதான்...’

மனோ தன் மனைவியின் கையைப் பிடித்துக்கொண்டு நடந்தான். மருத்துவர் சுபா தன் அறைக்கு நடந்தார். மாரியும், பூவரசியும் ஒருவருக்கொருவர் பார்த்து நின்றார்கள்.

‘நாமெல்லாம் அழுக்கு சாதியாயிட்டோம் புள்ள. இவளுக்க ஆசுத்திரியில ஒங்கொம்ம நாய் மாதிரி ஒழச்சாளே அவளுக்கு என்னதாவது செய்திருப்பாளா? கூடிக் கிடக்கிய கடத்துல ஒரு சௌசின்னியம் செஞ்சிருப்பாளா? அழுக்கை தொடண்ணு எல்லாரும் சொல்லியாங்க. அதுனால அழுக்கு சேகருமுண்ணு ஒதுக்குறாங்க. தெருப்பட்டியளைவிட மிச்சமா நம்மளை எல்லாம் நடத்துறாங்க. அழுக்கு நாத்தமுண்ணு மூக்கைப் பொத்தி, வாயைப் பொத்தி, ஒதுங்கி போகிறவங்களுக்கு நம்ம மனசுக்க வலி தெரியாது புள்ள. அழுக்குல மண்டி, அதையே நித்தமும் தின்னு வாழுற இந்த சாக்கடை பயலுக்க வாழ்க்கையின் ரணம் தெரியாம நானெல்லாம் அழுக்கன் என சொல்லியிட்டு போறாளே... நான் இறங்கி சுத்தம் செய்யாம போனா இந்த உலகம் புழுத்து நாறுமுண்ணு மனசுலாக்க முடியுதா? கொஞ்சமா போடுற சம்பளத்துல ஒரு உழைப்பு யாத்தினங்கள் உண்டா? கையுறை, காலுறை, நல்ல சோப்பு கீப்பு உண்டா? கணக்குப்பாத்தா நல்லதா ஒரு குப்பி பிராந்தியிக்க சம்பளம்கூட எனக்கெல்லாம் இல்ல. உள்ளான அழுக்கெல்லாம் வாரி மாத்த, சாக்கடை அழுக்கை முங்கி கோரியெடுக்க வாயுல வெள்ளம் ஊத்தினாதான் முடியும்.

இதெல்லாம் என்னை ஒதுக்கி வைக்கிறவங்களுக்கு தெரியுமா? என் சாதியில உழைக்கிற பெண்ணுங்களுக்கும் இதுதான் நிலை. அதுகளுக்க மாச தீன நாளுகளில் காலுலோட்டு பாஞ்சாலும் சாக்கடையை வாராம விடுறதில்லை இவ்வுலகம். நேரடி சம்பளமோ வேலை உத்திரவாதமோ இல்லா நிலையிலும் இவ்வுலகை சுத்தப்படுத்த இறங்குற நான் அழுக்கனாம் அவளுக்கு... நாளெல்லாம் அழுக்கில நின்னு சொறிப்பிடிச்சி, தோலு கடுத்து போய் நாலு பேருக்க மத்தியில் தலைகுனிஞ்சி வாழுற நானும் சரி, பிறப்புல இல்லாம போனாலும் என்னைப் போலவே தொழில் செய்யுற நீயும் சரி இந்த ஒலகத்துக்கு மதிப்பத்தவங்களாக போயிட்டோம்...' வாழ்க்கை ரணங்களில் ஆவேசமும் அழுகையுமாக மாரி பேசிக்கொண்டே போனான்.

'ஏதோ நாத்தம் பிடிச்சவங்க மாதிரியே ஒதுக்கியே பழகியிட்டாங்க. இது மனுசங்க நமக்கு தந்த தண்டனை... இந்த தண்டனை ஒனக்கு இனி வேணாம். அவா கடனை எப்பாடு பட்டங்கிலும் நான் அடச்சிடலாம். இனி நீ இங்க தூத்து தொடச்சது மதி. ஒனட்டண்டு வாற பிள்ளையை மாத்திர மல்ல, அழுக்கு வாரிய குடும்பத்துலண்டு வாற எல்லா பிள்ளை களையும் படிச்ச வச்சணும். ஏதேனும் தொழில் இயந்திரம் கண்டுப்பிடிச்ச வச்சணும். இப்படி இனி ஒரு அழுக்கு மனுசங்க இல்லண்ணு நிருபிக்கணும்...' மாரி உறுதியாக சொல்ல, அவன் கண்கள் ரத்தம் போல் சிவந்தன.

'நீ வா பூவு. ஒரு நாளுல என் வீட்டுல கூட்டியிட்டு போக சொன்னயில்ல. அந்த நல்ல நாளு இண்ணாகவேயிருக்கட்டு...' மாரி அவள் கையைப் பிடித்துக் கூட்டிச் சென்றான். அவளும் அவனோடு நடந்தாள். கால்களில் எப்போதோ அப்பிய நாய் மலம் உலர்ந்திருக்க அவனோடு நடந்தாள். பெரிய வாசலில் கார் வெளியேறுவது தெரிந்தது. ஒதுங்கி நின்று வழிவிட்டார்கள் இருவரும், மாரியின் கையைப் பிடித்துக்கொண்டு நடந்த பூவரசியை யாருக்கும் தெரியாமல் பார்த்த மனோவின் மனசு கண்ணீர் சிந்தியது. அதுவே அவன் அவளை சந்தித்த கடைசி சந்திப்பாக இருந்தது.

●

வானில் முழுமதி உலவிக்கொண்டிருக்க, அதன் பளீரொளியின் கீழ் வெண் மேகங்கள் உலவிக்கொண்டிருந்தன. மின்னித் துலங்கும் விண்மீன்களை எண்ணியபடியே மாரியின் வீட்டு திண்ணையில் அமர்ந்திருந்தாள் பூவரசி.

அழுக்கினால் உடம்பில் நாற்றம் வீசிக்கொண்டிருந்தது. வாழ்க்கையின் நிலை அடித்து ஒதுக்கி மாரியிடம் கொண்டு சேர்த்திருக்கும் வித்தையை நினைத்து வியப்பே வந்தது. காலவெள்ளம் இனி எங்கு கொண்டு சேர்த்தாலும் கவலை இல்லை, தலையளவு முங்கியாச்சி இனி என்ன பயம்? – தனக்குள் நிமிர்ந்தாள் பூவரசி.

நெருப்பிட நெருப்பிட
தங்கம் மேன்மையுறும்
துன்புற துன்புற
மனித மனம் மேன்மையுறும்

‘பூவு...’ அழைத்தப்படி வந்தான் மாரி. அவன் கையில் வீட்டுக் கான மளிகைச்சாதனங்கள் இருந்தன.

‘நீ இன்னும் அப்பிடியே இருக்கிறியா? எழும்பி மேல கழுவு. எதையோ யோசிச்சிட்டு இருந்தா தலைதான் புண்ணாகிப் போகும். ஒனக்கு இந்த ஊருல இருக்க கஷ்டமாயிருந்தா வெளியூருல எங்கேயும் போய் வாடகைக்கி வீடு ஏதங்கிலும் பாத்து இருப்பமா?’ அவன் கேட்டான்.

‘அங்கெல்லாம் வேணாம்...’

‘பூவு, நாம சேர்ந்து வாழுறதுல ஒனக்கு விருப்பம்தானே. ஏதோ வேறு வழியில்லாம வந்து மாட்டிக்கிட்டோமேண்ணு நினைக்கலியே. இங்க பாரு, நமக்கு இந்த தாலி, கெட்டிமேள முண்ணு எதுவுமே வேணாம். ஆயிரம் பொருத்தம் பாத்து சேர்ந்தவங்க பலரும் கொஞ்சம்கூட பொருந்தாம விலகிதான் போய் கிடக்கிறாங்க. தாலியும், வேலியும் இல்லாம நீ சுதந்திரமா எந்த குத்தலோ, குடச்சலோ இல்லாம இருக்கணும். ஏதோ தப்பு பண்ணியிட்டேன். அதுனால இந்த மாரியிக்ககூட அடிமைப்பட்டு வாழுறது போல ஒரு வாழ்க்கை நீ ஒருநாளும் வாழவே கூடாது. உன் சுதந்திரம், சந்தோசத்தை மனசுல வச்சிட்டுதான் நமக்குள்ள தாலி வேணாமுண்ணு சொல்லியேன். மனசுதான் நமக்கு முக்கியம். யாரோட வற்புறுத்தலும் இல்லாம வாழ்றோமுண்ணு உள்ள ஒரு நினைப்பு மட்டும் போதாதா நமக்கு? இதுவரைக்கும் நீ கரஞ்ச கரச்சியும், கண்ணீரும் போதும் பூவு. ஏதோ பெரும் தப்புக்காரி போல ஒன்ன நினைக்காத. இந்த மாரி மட்டும் யோக்கியனா இருக்கேண்ணா நினச்சிய. தேக கூடு அப்பப்ப மறியவே செய்யும். அதுனால அப்பப்ப எனக்கும் நடக்கத்தான் செஞ்சி...’ சொன்னவனை பூவரசி கூர்ந்து பார்த்தாள்.

‘நீ அப்பிடி பாக்காத, நான் உண்மையைதான் சொல்லியேன். ஒடம்பும், மனசும் பல நேரங்களில் ரெண்டாகி போகுது. கட்டுப்பாடு, ஒழுக்கம் அது இதுண்ணு சொன்னாலும் கூடுமானவரைக்கும் எல்லாருமே இதை மீறியிட்டுதான் இருக்கிறாங்க...’

‘அது தப்பு இல்லியா...’

‘பல பல ஆசைகளையும் கனவுகளையும் சுமந்து, தன்னைச் சுற்றிய எல்லா கடமைகளையும் செஞ்சி, ஒழைச்சி சலிக்கிற தேகத்துல ஐம்பூதங்களுக்க இயக்கங்களும் கிடக்கவே செய்யுது. தேகத்திலும் நெருப்பு உண்டு பூவு. அந்த நெருப்பு பல நேரங்களில் காமமா மாறவும் செய்யுது. ஆனா அதுக்குண்ணு ஒரு அறம் தெரியணும். தன்னைச் சார்ந்தவங்களை வஞ்சிக்காம, துரோகிக்காம இருக்க தெரியணும். இல்லண்ணா அந்த மனுச வாழ்க்கையில பிரயோசனமே இல்ல.’

மனோவை நினைத்தாள் பூவரசி. எப்படியும் கலியாணம் கட்டிக்க மாட்டேன் என அப்போதே அவனுக்குத் தெரிஞ்சிருக்குமே. அப்படியிருந்தும்? அவன் நினைவை உதறினாள்.

‘நாளெல்லாம் அழுக்குல கிடக்கிய தேகம் அப்பப்ப வஞ்சனையில்லாம போயிருக்கு...’

‘அப்ப நீ நிறைய பெய்ரிக்கியா?’ கேட்டவளைப் பார்த்து சிரித்தான்.

‘ஏன் சிரிச்சிய?’

‘அதெல்லாம் விடு பூவு. அதெல்லாம் பழைய கதை. எந்தக் காலத்துக்கும் இந்த மாரி ஒங்குழந்தைக்கி, இல்ல நம்ம பிள்ளைக்கு நல்லவொரு அப்பனாயிருப்பேன். ஆனா நீ விரும்பாம உனக்கு ஒரு புருசனாயிருக்க மாட்டேன். எப்ப நீ விரும்புறியோ அப்பதான் உனக்கும் எனக்கும்’ சொன்னவனின் வாயைப் பொத்தினாள் பூவரசி.

அழுக்கன், அறிவத்தவண்ணு நெனச்சவன் இப்பிடி பேசியானே. ‘நீ தைரியமா எங்கூட வாழுலாம்’ நிமிர்ந்து நின்று கூறியவனின் அழுக்கு கைகளைப் பிடித்து முத்தமிட்டாள் பூவரசி. மாரியின் கண்களில் ஆனந்தக் கண்ணீர் வழிந்தது.

அத்தியாயம் 10

'இங்கெல்லாம் அப்பிடி என்ன வாயைப் பாக்குறிங்க? சாக்கடையில அப்பிடி என்ன அழகு தெரியுது. கொஞ்சம் தள்ளுங்க சார்... சாக்கடை கழுவணும்.'

தன்னை கலைத்த துப்புரவாளர் குரல் கேட்டு, தன் வாழ்வை, பூவரசியின் வாழ்வை, மாரியை என நினைத்து நின்ற நீண்ட நினைவுகளிலிருந்து மீண்டான் மனோ. அன்று மாரியின் கையைப் பிடித்துக்கொண்டு நடந்த பூவரசியை அதன் பின் இன்னும் பார்க்க வில்லையே, என்கிற ஏக்கம் நெட்ட பழைய நினைவுகளிலிருந்து தன்னை உலுக்கினான்.

எவ்வளவு நேரம் இந்த சாக்கடையோரம் நின்றானோ தெரிய வில்லை. மணியைப் பார்த்தான்... சரியாக ரெண்டரை மணி நேரம் நின்றிருந்தது புரிந்தது. இவ்வளவு நேரம் நின்றும் மாரி இப்பக்கம் வராமல் போய்விட்டானே. சந்தைக்குள் போனவன் வேறு வழியாகப் போய்விட்டானோ... நிச்சயமாக அது மாரியோ, இல்லை அவன் சாடையில் வேறு யாருமோ தெரியலியே. மெதுவாக நடக்கத் துவங்கினான்.

எதிரே நடந்து வருகிறவனைப் பார்த்தான். இது மாரி இல்லியே. அவனுக்க சாயல் இருக்கு. ஆனா அவன் இல்ல. இவனைதான் மாரியிண்ணு நினச்சி இவ்வளவு நேரம் இதுலே நின்னுருக்கேன். இவ்வளவு நேரம் இங்க இருந்ததிற்கு பதில் ஊரில் போய் இறங்கி

இருக்கலாம். இனி ஊருக்குதான் போகணும். அங்க போய்தான் பூவை, அவள் பெற்ற என் பிள்ளையை, மாரியை என எல்லோரையும் பாக்கணும்.

வடசேரி பேருந்து நிலையம் சென்று, மார்த்தாண்டம் பஸ்ஸுக்குள் மீண்டும் ஏறி அமர்ந்தான்.

சுமார் ஒன்றரை, இரண்டு ஆண்டுகள் கழித்து, தான் வாழ்ந்த இடத்தை நோக்கிப் போகையில், விட்டுப்போன மண்ணின் வாசனை அவனைப் பரவசமூட்டியது. என்னதான் ஆனாலும் சொந்த மண் பாசம் யாரையுமே விட்டுவைப்பதில்லை. தாய் மடியைக் காண்பதுபோல் ஒரு சுகம் வாழ்ந்த மண்ணைப் பார்க்கும் போதெல்லாம் எழுந்துவிடுவதுபோல் மனோவுக்கும் அப்படியொரு உணர்வு மேலோங்கியது. இத்தனை நாளும் அந்நிய தேசத்தில் வாழ்ந்தவனுக்கு, தான் பிறந்து வளர்ந்த மண்ணை நோக்குகையில் இது என் மண் என்கிற எண்ணமும் தலை தூக்கியது.

வழி நெடுகிலும் அவன் வண்டி ஓட்டிய இடங்களைப் பார்த்தான்; சந்தித்துப் பழகிய பல மனிதர்களை ஆங்காங்கே கண்டான். அதில் சிலர் மட்டும் அடையாளம் கண்டு பேசினார்கள். இவனோ மாரியின் வீட்டை நோக்கி நடந்தான். தனது குழந்தையைப் பார்க்க வேண்டும் என்கிற பேராவல் எழுந்தது.

என்னை வரவேற்பார்களா? என்னோடு பேசுவாங்களா? ஒருவிதக் குழப்பத்துடன் மாரியின் வீட்டை அடைந்தான். அதே பழைய வீடு, அதே திண்ணைப்பகுதி... அதன் வெளியில் பூவரசியை எதிர்பார்த்தான். ஆனால் காணவில்லை. வீட்டின் முன் பக்கத்தில் நின்ற தென்னை மரத்தின் இடைப்பகுதியிலிருந்து வீடு சுவரில் கட்டிவிட்டிருக்கும் அசையில் பெண் குழந்தையின் சின்ன ஆடைகள் தென்பட்டன. 'ஒ,பெண் குழந்தையா?' எப்படியேனும் தன் மகளைக் காண வேண்டுமே என்கிற பேராவலில் மாரி வீட்டு திண்ணையில் அடியெடுத்து வைத்தான். ஆனால் கதவு பூட்டப் பட்டிருந்தது.

'ஆரது?' பின்பக்கம் குரல் கேட்கவே திரும்பினான். முன் பக்கம் நின்ற மரம் ஏறி, தேங்காய் பறிக்க வந்த முதியவர் நின்றார். அவருக்கு மனோவை அடையாளம் தெரியவில்லை.

'ஆருண்ணு கேட்கியேன் இல்லா, ஆரு...'

'நான்தா...ன்'

‘நான் தாண்ணா கண்ணு தூச்சமில்லப்பா. ஆருக்க மொவன் நீ.’

‘ரெண்டு வருசத்துக்க முன்ன இங்க இருந்தாரே போஸ்ற் மேன்...’

‘ஓ, நீ போஸ்ற் மேனுக்க மொவனா? இப்ப ஆளு தெரியுது. எப்பிடி பிள்ளாயிருக்க, எல்லாரும் இங்கண்டு போயிட்டிங்களே. ஒங்கப்பா, ஒன் பெஞ்சாதி பிள்ளைங்க எல்லாம் சௌக்கியமா இருக்காங்களா?’

‘ஆமா தாத்தா...’

‘நானெல்லாம் ஒங்கப்பனை விசாரிச்சேண்ணு செல்லு, அப்ப எல்லாம் மாசம் தப்பாம உங்க வீட்டுல தேங்கா வெட்ட என்னை விளிப்பாரு ஒங்கப்பன். இப்பெல்லாம் முன்னையப் போல மரமேறக் களியவும் இல்ல. ஆனாலும் பழவுன தோசத்துக்கு ஒண்ணு, ரெண்டுண்ணு விளிச்சியவங்களுக்குப் போவேன். இப்பெல்லாம் பனை, தென்னெல்லாம் எங்க நிக்கி? எல்லா விளைகளையும் அழிச்சி ரப்பர் மரங்களை நட்டுவிட்டாங்க இல்லியா. அதான் தேங்கா, மாங்கா இல்லாம போச்சி. முன்னெல்லாம் குளத்தங்கரையில போனா சுத்தி வயலும், வாய்காலுமா அப்படியொரு செழிப்புல பச்சை பச்சையா அழகா தெரியும். ஆனா இப்ப அப்படியெல்லாம் ஒரு அழகுமே இல்ல. கெழங்கு வச்ச நிலங்களும் வயலு நட்ட நிலங்களும், வாழை, பயறுண்ணு விளைஞ்ச மண்ணுகளெல்லாம் கட்டடமாகவும், ரப்பர் மரங்களாகவும் மாறிப்போனதுனால எம் பிராயத்துல தின்னு வளந்த ஒரு நல்ல வகைகளை நீயெல்லாம் தின்னுருக்கமாட்ட. இனி ஒன் பிள்ளைங்களோட காலத்துல ஒரு பிடி மண்ணுகூட கிடைக்காது போலிருக்கு. என்னெல்லாமோ முன்னேறியிட்டுண்ணு சொல்லியாங்க... ஆனா மனுசங்களுக்க மண்ணோட உள்ள வாழ்க்கை போச்சே. அது போனா பின்ன என்ன முன்னேத்தமுண்ணு செல்லு...’ பெரும் வலியை கொட்டுவது போல் கொட்டிய பெரியவரைப் பார்த்தான் மனோ. மண் சார்ந்தும், விளைச்சல் சார்ந்தும் அவர் வைக்கும் உண்மையான வருத்தத்தைப் பகிர்ந்துகொள்ள முடியாதபடிக்கு அவன் மனதில் பூவரசியே வந்தாள்.

‘வெறும் அக்கானியும், கிழங்கும் தின்னு வளந்த என் ஒடம்புல இப்ப கெடக்கிய பெலம்கூட, ஒன்னப்போல உள்ள சின்ன பிராயத்துப் பயலுகளுக்கு இல்ல. ஒரு நல்ல ஆகாரம்கூட இப்ப உள்ள பிள்ளையளுக்கு இல்ல. குப்பியளுல கலர் கலரா கலக்கி

வச்சியதும், பொரிச்சி வச்சிருக்கியதுமா வாங்கி தின்னுதுவா. அதெல்லாம் வெறும் விசம் பிள்ளா. இப்ப எல்லாம் அம்பது வயசு வரைக்குமே ஒரு மனுசன் வாழியது பெரிய விசயமாயிருக்கு.

எனக்கு இப்ப அறுபத்தி நாலு வயசாகுது. இந்த மரத்துல ஏறுற அளவு இன்னும் தெம்பு இருக்கு. இனி பத்து மூடு மருச்சினி கௌச்ச போணும். மேல வீட்டுல உள்ளவருக்க தோப்புலபோய் மாங்கா பறிச்சணும். நான் இப்பவும் ஒழச்சிட்டுதான் இருக்கியேன். இப்பவும் எனக்கு தெம்பு இருக்கு. அப்ப இருந்த குளுமையையும் செழிப்புகளையும் என் மனசு இப்ப எல்லாம் தேடி மெய்யாலே நோவுதுப்பா. நாங்க கண்ட உணவுகளும், வாழ்ந்த வாழ்க்கையும் இப்ப உள்ள பிள்ளைங்களுக்கு கிடைக்கலியே... இப்படியே போயி போயி வருங்காலத்துல வெறும் ரப்பர் பாலையும், கட்டடங்களையும் பொடிச்சித் தின்ன வேண்டியதுதான். வெறும் பணத்துக்காக மண்ணையும், காற்றையும், குடி நீரையும் அழிச்சிட்டு வந்தா பிறகு பசிக்கிறப்ப பணத்தைத்தான் பிச்சுத் தின்னணும். இப்படியே ஒலகம் போச்சுண்ணா ஒரு வகை வேண்டி தின்னக்கூட இருக்காது. நிலத்தை வளப்படுத்தாம போனா நாளொரு காலம் சீவிதம் பெரும் போராட்டமாவே போயிரும். அப்படியொரு நிலை இங்க வரத்தான் போவுது...'

கிழவரின் வார்த்தைகளில் நிலமழியும் வருத்தமும், ஆவேசமும் கிடப்பதை மனோ புரிந்துகொண்டான். ஆனாலும் தன் மனநிலையில் நிற்கும் பூவரசி, குழந்தை, மாரி என்கிற தேடலை மறைத்துவிட்டு அவரோடு இயல்பாகப் பேச இயலவில்லை.

கிழவர் மரமேறக் கூடிய திளாப்பைக் கால்களில் நுழைத்தார். இவனுக்கோ அவர்களை விசாரிக்கவே மனம் எகிறியது.

'ஒங்க வீடெல்லாம் வித்தாச்சப்பா...'

'இல்ல பெரியவரே, இனிதான் விக்கணும்முண்ணு அப்பா சொல்லியிருக்காரு...'

'எல்லாரும் இப்ப அங்க தாமசம் ஆயிட்டியளா?'

'ம்...'

'இங்க இப்ப ஆரப்பாக்க வந்த?'

'சும்மா வாழ்ந்த வீட்டையும், சுற்றத்தையும் பாத்துட்டு போலாமுண்ணு...'

'அப்பிடியா?'

'தா...த்தா...'

'என்னப்பா?'

'இங்க மாரி...' கேட்கும் போதே மனம் படக்கடித்தது.

'அவன் போய் ஆறு மாசமாச்சி...' பெரியவர் சாதாரணமாக பதில் கூற மனோ அப்படியே அதிர்ந்து சிதறிப்போனான்.

'தாத்...தா... நீரு சொல்லியது...'

'அட ஆமப்பா..பாவம் அந்த மாரி. அவனால ஆருக்குமே ஒரு தொந்தரவுமில்ல. அதுகளா சேர்ந்து வாழ்ந்துட்டுருந்துதுவா. ஒரு பெட்டப்பிள்ளையும் பிறந்து. மாரியால ஆருக்குமே ஒரு ஒத்திரவமும் இல்ல. அதுகளை ரெண்டையும் நல்ல முறையில் வச்சி பாக்கவும் செஞ்சான். ஆனாலும் இதெல்லாம் ஆண்டவனுக்கு பொறுக்கேல போலும். சாதா உள்ளது போல சாக்கடையை கழுவியிட்டு சோறு தின்ன போனவன், ரோட்டுல குறுக்க சாடியிருக்கான் போல, என்ன நினப்புல போனானோ எதுக்க வந்த வண்டியைக் கவனிக்காம போயிருக்கான். அம்படந்தான். எதுக்கே வந்த டிம்போ அடிச்சி போட்டு, அஞ்சி உப்புக்குக்கூட உதவாம அந்த இடத்திலே மாரி பய சம்மந்தி ஆகி போனான்.'

முதியவர் சொல்லச் சொல்ல நடுங்கினான் மனோ.

கறுப்பான உருவத்தில், திடமாக உறுதியாக உழைத்தவன் மாரி. நெஞ்சு நிறைய நேர்மையும், உண்மையும் கொண்டவன் மாரி. பூவரசியையும், என் குழந்தையையும் வளர்த்துக்காட்டுவேன் என, என் என்னெதிரே நின்று சவால் வச்சவன், இப்போது இந்த உலகில் இல்லையா... இல்லையா? – மாபெரும் வலியோடு ரணம் கொண்டு துடித்தான் மனோ.

'மாரி செத்தப்பிறகு பாவம் அந்த பெண்ணுதான் ஆருமத்தவளைப் போல ஆனா. பிறந்ததும் ஒரு கடுவனா இருக்காதா? பெட்டையைப் பெத்து வச்சிட்டு யாருமத்து எத்ர நாளு இருக்க முடியும்? மாரியை இடிச்ச டிம்போக்காரன் எள்ளு போல சக்கறம் கொடுத்து கேசை ஒதுக்கியிருப்பான் போலிருக்கு. அவா அதை தனக்க குட்டியிக்க பேருக்கு பேங்குல போட்டுருப்பா. இப்ப பழையது போல அதே ஆசுத்திரியில தூத்து துடைக்க போயிட்டு இருக்கியா...'

அதே தூப்புக்காரியா இப்பவும் என் பூவு?

‘இந்த மரத்துல அப்பப்ப பத்து போல தேங்காப்பிடிச்சும். அதை நான்தான் வெட்டிக்கொடுக்கியது. கிடச்சிய தேங்காய்களை அவா வீட்டு திண்ணையில் கொண்டு போட்டுட்டு போவேன். இடையும் முறையும் வெட்டுக்கூலியா பத்து ருபா தருவா. நான் அதை கூடுதலும் வேண்ட மாட்டேன். தீர முட்டிப் போகிறப்பதான் வேண்டுவேன். என்ன இருந்தாலும் பாவம் அந்த பெண்ணு, அதுக்க கஷ்ட நஷ்டங்களைச் செல்லி கரைய ஒரு நாதி இல்ல பாரு’ அவர் பூவரசியைப் பற்றி சொல்ல, உடைந்து உருகுலைந்தான் மனோ. அவன் கால்கள் தளர்ந்து போயின. மாரியோடு வாழ்கிறாள் என்று நினைத்து நிம்மதி கண்ட மனதின் அத்தனை இதம் பதங்களையும் ஒரு நிமிடத்தில் இழந்தான்.

•

மருத்துவமனையில் பெரியவாசலில் நின்றான் மனோ. அவனால் உள்ளே நுழைய முடியவில்லை. எங்குமே அழுகைச்சத்தம் கேட்டுக்கொண்டிருப்பது போல் சூழலில் கனம் கூடி போனது. மருத்துவமனைச்சுவர்களில் வண்ணம் பூசும் வேலை நடந்து கொண்டிருப்பதால், அவன் வரைந்த ஓவியங்கள் அழிக்கப்பட்டுக் கொண்டிருந்தன.

கண்களை அகலமாக விரித்துப் பார்த்தான். பூவரசி எங்கே? அதோ அந்த மூலையில் ஒண்ணு ரெண்டு பேர்கள் தெரிகிறார்களே. அங்கே பூவு தெரியிறளா?

ஆசுத்திரியிக்க உள்ளால போய், அவளைத் தேடிக் கண்டுப்பிடிச்சி முகம் பாத்து பேச கூடிய அளவுக்கு என் மனசுல பெலமில்ல. நினைத்த அவன் மனம் இன்னொரு கேள்வியை முன் வைத்தது.

ஏன் அவளைக் கூட்டியிட்டு போனா என்ன? மீண்டும் தன்னோடு தர்க்கம் செய்தான்.

இந்த நினப்பு அன்னிக்கே வந்துருக்க வேண்டியது. அப்பா, குடும்பம், சமூகம் என பாத்து பாத்து என் உண்மையான சந்தோசத்தை இழந்து போயிட்டேன். இனி கடைசிவரைக்கும், நான் சாகுற அந்த நிமுசம் வரைக்கும் இது எங்கூடவே கிடக்கிற குற்றவலி. வெளியில் யாருக்குமே தெரியாம எனக்கு நானே கொஞ்சம் கொஞ்சமா செத்துட்டு இருக்கிற மரணவலி. இனி வரப்போகிற என் வாழ்க்கையில் எத்தனை கோடி, கோடி பணம்

வந்தாலும், புகழ் வந்தாலும் வசதி வாய்ப்புகள் வந்தாலும், என் மனசாட்சியின் கூர்முனை வாள் மாதிரி என்னை குத்திக் கிழிச்சிட்டே இருக்கும்.

என்னை மனசார நேசிச்ச என் பூவு தெருவுல நிக்கிறா. ஏன் என்னால ஓடிப்போய் அவளைக் காப்பாத்த முடியல. அன்னிக்கும் அவளை விட்டுட்டுத்தானே போனேன். இந்த சமூகம் ஏற்படுத்தி வைத்திருக்கிற கட்டமைப்புகளைத் தாண்டி எனக்கு பூவை ஏத்துக்க முடிஞ்சுதா. முடியேலியே. இதுனால எனக்கு இந்த வலியும் குற்ற உணர்வும் என் வாழ்க்கையின் சாபமா எங்கூடவே கிடக்கும். இது வெளியில் யாருக்கும் தெரியாம போகட்டு. மனசார காதலிக்கிற பெண்ணையோ, ஆணையோ ஏமாத்துனா, ஏமாற்றம் அடஞ்சவங்ககூட நிம்மதியா வாழுவாங்க. ஆனா ஏமாத்தம் கொடுத்தவங்களால அந்த நிம்மதியைப் பெறவே முடியாது. பெருசா வாழுறதைப்போல வெளியில காட்டிக் கிட்டாலும், செஞ்ச துரோகத்தின் நீறல் தனக்குள்ளே கிடந்து தங்களையே பொசுக்கிக் கொல்லவே செய்யும். வலியும், நோவுமாக சிந்தித்து நின்றவனின் பார்வையில் பூவரசி தென்பட்டாள். அவன் கால்கள் மருத்துவமனை வளாகத்தில் நுழைந்தன. அவள் போகும் திசையை நோக்கி நடந்தான்.

எந்தவித அழகோ வசீகரமோ இல்லா நிலையில் வீறிட்டு அழும் தன் மகளைத் தோளில் போட்டுக்கொண்டு ஓய்வக அறையை நோக்கிப் போகும் தன் காதலியைக் கண்டு அன்பின் அலைகள் எழுந்தது மனோவுக்கு.

இந்தக் கொழந்தையை இவள் பெத்துருக்கவே கூடாது. மனசாட்சியற்று அழிச்சிவிட்டிருந்தா இன்னிக்கி இவளின் பாடு பெரும்பாடாக முடிந்திருக்காது. என்னைக் காதலிச்ச தண்டனையை இப்படி அனுபவிக்கும்படியாக அக்குழந்தையை பெத்தெடுக்காமலே போயிருக்கலாம் – குமுறினான் மனோ.

ஓய்வக அறையின் பின் பக்கச்சுவரில் போய் நின்றான் மனோ. அங்கு பொருத்தியிருந்த சன்னல் பாளி வழியே தன் குழந்தையை, பூவரசியைப் பார்க்க எத்தனித்தான்.

‘எதுக்கு இப்பிடிக்கெடந்து கரையிற? ஒரு வருசம்கூட கழிஞ்சிட்டுண்ணா ஒன்ன அரைக்கிளாசுல கொண்டு இருத்துவேன். இப்ப ஒண்ணரை வயசு இல்லியா ஆகுது எஞ்செல்ல மோளுக்கு. இப்ப எதுக்கு மக்கா இப்பிடி கரையிற?’

குழந்தையை அமர்த்தும் படி பேசினாலும், அதன் அழுகை திவராமலே போனது. குழந்தையின் முதுகை தட்டியபடியே தோளில் தூக்கிப்போட்டாள். அதன் எச்சிலும் கண்ணீரும் அவள் தோளில் வழிந்தது. எச்சிலில் புரண்ட தாயின் தோளை குழந்தை சப்பத் துவங்கியது. வியர்வையிலும் அழுக்கிலும் ஊறிய பூவரசியின் தோளில் படிந்த உப்புக் கரிச்சலை சப்பிய குழந்தை மெது மெதுவாக கரச்சலை அமர்த்தியது.

'ம்... நல்ல மொவதான் நீ. ஒங்கொம்மையிக்க அழுக்கு தோளுல படிஞ்சிக்கிடக்கிய வேர்வை உப்புல அம்புடு ருசி கண்டு வச்சிய இல்லியா...' இப்படியொரு காட்சியைக் கண்ட மனோ செத்தது போல் நின்றான். வறுமையின் கொடுமையால் பெற்ற மகளுக்கு பால் கொடுக்க சத்தற்று, தன் உழைப்பின் வேர்ப்பைக் கொடுக்கும் பூவரசியை எப்படி அவனுக்கு பொறுக்க இயலும்?

'பெண்ணே பூவு, மொவுளுக்ககூட என்ன கதை பறஞ்சிட்டு இருக்கிய?' ரோஸ்ல்லி கேட்டாள்.

'வாச்சருக்க கையில கொடுத்துட்டு பொது கக்கூசைக் கழுவப் போனேன். கொஞ்சம் நேரம் ஆகிப்போச்சி. வயிறு பசியெடுத்துருக்கும் போலிருக்கு. ஒரே கரச்சலெடுத்தாண்ணு வாச்சர் என்னை விளிச்சி எங்கிட்ட இவளைத் தந்தாரு. எடுத்து தோளுல போட்டு என்னா ஏதுண்ணு கதை பறஞ்சேன். அவா பாட்டுக்கு தள்ளையிக்க தோளுல படிஞ்ச விசர்ப்பு உப்பை நக்கியிட்டு அமர்ந்து போகிறாக்கா...'

'வீட்டுல யாரங்கிலும் பாக்க ஆளு உண்டுண்ணு சொன்னா, அங்க தள்ளியிட்டு வல்லாம். இது நீயும் என்ன செய்வ? இந்த அழுக்கிலே கொண்டு போட்டு வளர்க்கிற. இங்க உள்ள அழுக்கும், நோயாளிக்களுக்க முசும்பும், எல்லாருக்க மிச்சமும் மீதியும் தின்னும் அளவுக்கு ஒன் மொவுளுக்க தலையிலும் எழுதியிருக்கு. இப்பிடியே வளந்தா ஒங்குழந்தைக்கும் தீனம் வருமுட்டி. ஒனக்கே சத்தான வகை தின்னயில்ல... இந்த லெட்சணத்துல இப்பவும் ஒன் பாலை சூப்ப கொடுக்கிய. ஒண்ணரை வயசு ஆகுது இல்லா. இனியங்கிலும் பால் குடியை நிறுத்தப்பாரு.'

'இனி ஒண்ணைப் பெத்து போட்டு அதுக்கா பால் கொடுக்க போறேன். இவா மட்டும்தானே எனக்க குழந்தை. அவா குடிச்சியது வரை குடிச்சட்டுக்கா...'

‘ம். அங்க குடிச்ச என்னத்தயிருக்கு. வெறும் தோலு இல்லியா இருக்கு…’

‘அட விடுக்கா. எல்லாருக்கும் நல்ல இடத்துல பெறப்பு கிடச்சிடுமா என்ன? வானத்துலண்டு வாற மழைத்துளி கடலிலேயும் விழுது சாக்கடையிலும் விழுது. அது எங்க விழுதோ அதைப் பொறுத்துத்தான் அந்த துளிக்கு மதிப்பு கிடைக்குது. மழவெள்ளம் என்ன சுத்தமான வெள்ளமாயிருந்தாலும் சாக்கடையில வந்து விழுந்தா அது சாக்கடை வெள்ளம்தானே. நம்மளும் எப்பிடியோ இப்படியொரு அழுக்கு வாரிகளாக பிறந்துட்டோம். நம்மளுட்டண்டு வாற பிள்ளைகள் நம்மளைப் போலதானே வளத்த முடியும். என்னவோ எனக்கு எல்லாமே மரத்துப் போச்சுக்கா…’

‘ஒன் தலையெழுத்து இல்லேண்ணா அந்த மாரி பயலுக்கு இப்படி ஆயிருக்குமா? நீ வீட்டுல இருந்து பிள்ளையைப் பொன்னு போல வளத்துருப்ப. அவன் பாடுப்பட்டு ஒழச்சி கொண்டு தந்துருப்பான். ஆருமத்த மாரியும் சந்தோசமா வாழ்ந்திருப்பான். இதெல்லாம் ஒங்கர்மம். அந்த கர்மத்தை வாழ்ந்து தொலை. இல்லாம இனி என்ன செய்யிறது?’ ரோஸ்ஸிலி ஆதங்கப்பட்டாள்.

‘ரோஸ்ஸிலியக்கா, நம்மளைப் பத்தி மட்டும் யோசிச்சா நமக்கு நம்ம துன்பம் மட்டும்தான் பெருசா தெரியும். ஆனா அக்கம் பக்கம் யோசிச்சா அவங்க துன்பங்களை விட நம்ம கஷ்டம் பெருசு மாதிரி தோணாது. கை, காலு இழந்தவளும், புத்தி பேதலிச்சவங்களும் ஏதோ ஒரு வகையில் போராடி வாழ்ந்துட்டுத்தானே இருக்காங்க’ ரோஸ்ஸிலி தன் மீது கொள்ளும் அனுதாபம் பொறுக்காமல் அவளுக்கு தேற்றரவு கொடுத்தாள் பூவரசி.

என்னதான் சொன்னாலும் மாரியின் இழப்பால் பூவரசி உடைந்துதான் போனாள். இயலாமையின் நீறலில் ரோஸ்ஸிலியைப் பார்த்தாள்.

‘மாரி மட்டும் என் வாழ்க்கையில கிடச்சிருக்கணும் இல்லியா ரோஸ்ஸியக்கா. அவனை இழந்த இடத்தை இனி எப்போதும் ஈடு செய்ய முடியாது. அவனை இழந்தது எனக்கு பெரிய வேதனைதான். அவனைப் பாக்க ஆசையாயிருக்கக்கா. அவன் இல்லாத ஒவ்வொரு நாளும் எனக்கு அதீத சுமையாகிப் போகுது. ஒவ்வொரு நிமிசமும் எனக்கு அப்படி நம்பிக்கை தருவான். அழுக்கு தொடைக்க இனி ஒரு காலம் மக்கள் இல்லாம

போகணும்; அப்படியொரு காலம் வரத் தேவையான கல்வியை என் பிள்ளைக்குக் கொடுக்க ஆலமானம்படுவான். இனி உள்ள காலம் அழுக்கு வார மக்கள் இல்லாம போகிறதை நினச்சி அப்படி கனவு காணுவான். இனி நீ ஆசுத்திரி வேலைக்குப் போகக் கூடாதுண்ணு எங்கையைப் பிடிச்சி கூட்டியிட்டுப் போனவன் என்னை விட்டுப்போன காரணத்தினால, மறுபடியும் தூப்புக்காரியா வந்துருக்கேன் பாத்தியா. மனசுல எங்கோ தோத்துப்போனது போல தோணுது. இப்பிடியே எங்காலம் இழுவலியா, கஷ்டமா, வறுமையா போச்சுண்ணா, ஏதோ ஒரு காலம் என்னைப் போலவே எனக்க மொவுளும் தொறப்ப எடுத்துருவாளோண்ணு எனக்கு பேடியாயிருக்கு ரோஸ்ஸியக்கா...' கிடுங்கினாள் பூவரசி.

'நீ ஏன் இப்பிடியெல்லாம் நினைக்கிற. காலம் மாறத்தானே செய்யும். எனக்க பெண்ணுக்கு ஒரு வாழ்க்கை வருமாண்ணு நினச்சேன். இப்ப பாரு அவா கலியாணமாகி நல்ல நிலையில இருக்கியா. நமக்கும் நமக்கேத்த வாழ்வும் கிட்டும் பூவு. நீயோ ஒரு சின்ன வயசுக்காரிதானே, இன்னொரு கலியாணம் கெட்டுனா என்ன?' ரோஸ்ஸிலி கேட்க, விரக்தியாக சிரித்தாள் பூவரசி.

'எனக்கு அதுல நம்பிக்கையில்ல...'

'அப்பிடிண்ணா நீயும், ஒனக்க மொவுளுமா இந்த ஒலகத்துல தனியா வாழுவிங்களா?'ரோஸ்ஸிலி கேட்க, அவள் குரல் மௌனம் காத்தது. நெஞ்சோ பலவாறு சிந்தித்தது.

இனி என் உலகத்துல நான் மாத்திரம்தான். என் வாழ்க்கை ஒத்தெய்லதான். இதுல வலி உண்டு; இழப்பு உண்டு. இன்னும் எனக்கு வேதனையும் கண்ணீரும் எல்லாமே உண்டு. ஒவ்வொரு நிமிசமும் தோத்துட்டு இருந்தாலும் அதுக்குள் என்னை கட்டுப்படுத்திவிட யாருமே இல்லண்ணு ஒரு நிம்மதி மாத்திரமே உண்டு. அன்பு ஒரு பலவீனம். அதை இறுகப்பிடிச்சா இன்னும் நான் ஏமாந்து போயிடுவேன். கோழையாகிடுவேன்..நான் இன்னும் தோத்து போயிடுவேன். வாழ்க்கையில் வந்த கதிரேசன் ஓர்மையில் வந்தான். மனோ வந்தான். ஆனால் மாரி மட்டுமே மனசில் நின்றான்.

'சும்மா எதையும் யோசிச்சிட்டு இருக்காம கொழைந்தைக்கு ஆகாரம் கொடுத்து ஒறங்க வை. அங்கேரு ஒன் மகளைப் பாரு...' ரோஸ்ஸிலி சொல்ல, மகளைப் பார்த்தாள்.

‘பசி மயக்கத்துல இங்கேரு ஒன் தோளுல அயந்து கிடக்கியா. அய்யோ பாவம். என்னங்கிலும் கொடுத்து பிள்ளையை உறங்க வச்சிட்டு வா. நான் முன்னால போய் ரூமுகளில் கிடக்கும் அழுக்கு பெதப்புகளை அலவ எடுத்துட்டு போறேன் இன்னா…’

‘ஓ…’ ரோஸ்ஸிலி போக, பூவரசி தன் மகளை மடியில் சரித்தாள். காலையில் கொண்டு வந்த பிஸ்கெட்டை எடுத்தாள். தூக்கு வாளியில் காய்த்து எடுத்து வந்த தேயிலைக் காப்பிக்காக வாளியின் மூடியை திறந்தாள். பிஸ்கெட்டை தேயிலை காப்பியில் முக்கி மகளின் வாயில் ஊட்டுகையில், மகளின் சாயலில் மனோ தெரிய, தன்னை உதறினாள். பிஸ்கெட் பிடிக்கவில்லையோ என்னவோ, குழந்தை மீண்டும் அழ துவங்கியது.

எல்லா காட்சிகளையும் வெளிப்பக்கம் நின்று பார்த்திருந்த மனோ, பூவரசியை ஓங்கி அழைக்க தன் நாவை தூக்கினான். ஆனால் அவன் குரல் எழும்பவில்லை.

அமராமல் அழும் மகளை தூக்கினாள் பூவரசி. ‘எதுக்கு இப்பிடி கரையிற. வவுறு கடுச்சுதோ… செணம் ஒறங்கு மோளே. வாச்சர் தாத்தாயிட்ட கெடத்தியிட்டு அம்மையிக்கி துணி அலவ போணும். நல்ல மொவா இல்லியா… ஒறங்கு. வாவா வோ. எம்பிள்ளே வா..வா வோ… ஆராரோ ஆரிரரோ’ என தாலாட்டு பாடுகையில் குழந்தையின் கண்கள் அயர்ந்து வந்தன.

எல்லா வேலைகளையும் இழுத்துப்போட்டு செய்யுற ரோஸ்ஸிலியும் மூஞ்சு நாறுவா. இனி உறங்குனவளை வாச்சருட்ட கொண்டு கிடத்தியிட்டு அவளுக்க ஒப்பம் போய் நின்னு துணி அலவணும். மகளைத் தோளில் போட்டுவிட்டு வெளியில் இறங்கினாள். அவள் எங்குமே திரும்பி பார்க்க வில்லை.

தன் மகளைத் தோளில் போட்டு நடக்கும் பூவரசியோடு பேசாமல் இனியும் முடியாது என்று அவள் பின்னே நடந்தான் மனோ. பேசணும். பூவுக்கூட பேசியே ஆகணும். என் மகளை எங்கையால தூக்கணும் என்று நினைத்தபடியே நடந்தவனை கார் செட்டில் நின்ற அவன் பழைய நண்பர்கள் அடையாளம் கண்டு பேசினார்கள். அனைவரையும் சமாளித்துவிட்டு நிமிருகையில் பூவரசியைக் காணவில்லை. அதற்குள் எங்கே போனாள்?

பொதுக்கழிவறையின் வெளிப்பக்கம் கிடக்கும் அலக்கு கல்லில் கழிவுத்துணிகளை கசக்கிப் பிழிகிறவளை கண்டான்.

இன்னும் நடந்தான். பொதுக்கழிவறையின் வெளிப்புற சுவரில் சாய்ந்தான். அவளையே நோக்கினான். நெஞ்சு பொறுக்கவில்லை அவனுக்கு. அழுத்தும் வலிகளை உடைத்து அவள் முன் கதற வேண்டுமென தோன்றினாலும் குற்ற உணர்வின் கொடுமையால் விறைத்து நின்றான்.

அழுக்குத்துணிகளிலிருந்து அடித்து ஊற்றும் அழுக்கு அவளின் நாலுப்பக்கங்களிலும் சூழ்ந்துகிடந்தது. ஓங்கி அடித்தபோது, துணியின் அழுக்கு அவள் தேகத்தில் சிதறியது. எங்கும் அழுக்காகிப் போனவளை பாசம் ஒழுக, ஒளிந்து நின்று பார்த்தான். சோர்ந்து போன கண்களும் ஒட்டிய கன்னங்களுமாகத் தெரிந்தவளின் மீது உண்மையான பாசம் ஒழுகியது.

'பூ...வு...' உதடுகள் பிரிந்தது. ஆனால், சத்தம் எழும்பவில்லை.

தன்னை யாரோ அழைப்பதுபோல் இருக்க, துணி அழுக்கிலிருந்து நிமிர்ந்தவள் சுற்றிலும் பார்த்தாள். அப்படி எவரும் தென்பட வில்லை என்பது தெரிந்தது. அழுக்கு ஊறிய கால் சொறியலைக் கொடுக்க காலைத்தூக்கி அழுக்குக் கல்லில் வைத்து சொறியத் துவங்கினாள். அவள் காலுகளை மனோ பார்த்தான்.

அழுக்கு தின்ற கால்கள் விசமேறியது போல் கறுத்து, புண்களின் வடுக்களால் நிறைந்திருந்தது.

'ரோஸ்ஸிலியக்கா, நமக்கெல்லாம் சாவு செணம் வரும். இந்த அழுக்குகளோட கிருமியெல்லாம் நம்ம உடம்புல சீக்கிரம் வந்துரும். இஞ்சேரு எனக்கு கொஞ்ச நாளாகவே ஒடம்பெல்லாம் ஒரே ஊரலு...'

'எனக்கும் அப்பிடித்தான். எல்லாம் சுத்தமாகணும் என்கிறவங் களுக்கு நம்ம சுத்தம் பற்றி என்ன அக்கறை? நம்ம வாழ்க்கையைப் பற்றி என்ன யோசனை? இஞ்ச உள்ள டாக்டருகளும் அப்பிடித்தான். அவங்களுக்கு பாக்கிறப்ப எல்லாம் ஆசுத்திரியும் வளாகமும் கண்ணாடி போல பள பளண்ணு இருக்கணும். ஆனா நம்மளுக்க பளபளப்பு அழிறதைப் பற்றி நினைக்கிறதேயில்ல. என்ன செய்யுறது. நம்ம வாழ்க்கை நிலை அப்படியாகிட்டு. இஞ்சேரு பூவு, நீ உனக்க குட்டியைப் பெருசா படிச்ச வச்சணும் இன்னா...'

'பாப்பம்...'

‘என்னத்த பாப்பம் செல்லிய. மாரி ஒனக்க மொவளை வச்சி என்னெல்லாம் சொப்பனம் கண்டான். அதெல்லாம் நீ மறந்துட்டியா?’

‘ஒண்ணும் மறக்கலக்கா. அவன் என் ஓர்மைக்கி வந்தாலே எனக்கு முடியாம ஆகுது. அவன் செத்துப்போயிட்டாண்ணு நினச்சா என் தன்னம்பிக்கையெல்லாம் சுருண்டு போகுது. என்னைப் பொறுத்தவரைக்கும் அவன் சாகலட்டியக்கா. எங்கூடவே வாழியான். அப்பிடி நினைக்கிறப்ப எனக்குள்ள புது பெலம் வருது. வாழுறப்ப அவனை யாருமே கண்டுக்கல. நாங்கூட முதலில் எல்லாம் அவனைக் கண்டுக்கலியே. இப்ப பாரு எனக்குள் நிறஞ்சி போய் இருக்கியான்…’ மாரியை நினைத்து ஒழுகிய கண்ணீர், அவள் அலவி விடும் அழுக்கு வெள்ளத்தில் போய் விழுந்தது.

கழிவறையில் சுவரில் சாய்ந்து நின்ற மனோவின் காதில் பூவரசியின் காதல் யாருடன் இருக்கிறது என்கிற தகவல் போய் சேருகையில் அவன் தளர்ந்தான். அவள் அருகே போய் உரையாட நினைத்த அவன் மனம் சுருண்டு மடங்கிப்போனது.

எதுக்கு இனி பூவோட பேசணும். அவளுக்க மனசுல இப்பவும் எப்பவும் மாரிதான் இருக்க போகிறான். இனி நான் பேசினாலும் என் பேச்சு அவளுக்கு தாகத்துக்கு உதவாத வெள்ளம் போல தானிருக்கும். பூவைப் பொறுத்தவரைக்கும் அவளுக்க மனசுல நான் எப்பவுமே களங்கப்பட்டுப்போன ஒரு கோழை மட்டுமே. மாரிதான் அவளுக்க மனசுல எப்பவுமே மணப்பான். அவளுக்கு துன்பத்தை யும், துயரையும்தான் எங்காதல் கொடுத்துருக்கு. ஆனா மாரி அப்படியில்ல. காற்றுக்குப் பேசத் தெரிஞ்சா என் மனஸ்தாபப்பட்ட வலிகளைக் கூறியிருக்கும். இனி வாய் திறக்க வழியில்லா எங்காதலு எனக்குள்ளே கிடக்கட்டு. நான் போறேன் பூவு… இனி ஒன்ன நான் பாக்க வரல… என் நினைவு மரிக்கும் வரை என்னில் நீ வாழுவ… கலங்கிய மனதுடன் அங்கிருந்து நகர்ந்தான் மனோ.

குனிந்து நின்று துணிகளை தொப்பியவளுக்குள் எப்போதோ ஒட்டிய ஒரு வாசம் கடந்துபோவதைப்போல் தெரிய நிமிர்ந்தாள். முதுகு காட்டி நடக்கும் உருவத்தைப் பார்த்தாள்.

ஓ, இது அவன் தானா? ஆமா அவனேதான். எப்ப வந்தான்? எம்புடு நாளாகுது அவனைப் பாத்து. நடு வெள்ளத்துல் விட்டுட்டு

போனது போனானே, அதுக்க பிறகு இப்பவா வந்தான். பாவி மனசில் அவன் எண்ண அலைகள் எழ, இவனை நான் எதுக்கு நினைக்கணும். இவனை மறக்கப் போராடுன கடின நிமிசங்களை திருப்பி பார்த்தாள். ஒவ்வொரு நிமிசமும் வலியும் அவமானமும் எழுதி விட்ட பாசமுமாக சேர்ந்து குற்றுயுராகிக் கிடந்த நிமிடங்களை நினைத்தாள்.

அந்த வேதனைகளை நான் மறக்கல. அன்பு என்கிறது வெறும் கடைச்சரக்கா? வாங்கவும் விற்கவும் முடியுமா அதை. பிராணனுக்கு உள்ளிருந்து வரும் அன்பை அழிச்ச, பட்ட பாடுகள் இருக்கே... அய்யோ அது சாவை விட வலி. அந்த நிர்கதியான நேரத்தில் மாரி மட்டும் வரேலண்ணா இந்த ஒலகு என்னைக் கல்லாலே அடிச்சி கொன்னுருக்கும். பெருமூச்சு விட்டாள். என்னதான் ஆனாலும் ஒரு காலம் சினேகிச்சவன் இல்லியா? ஒருக்கா விளிச்சட்டா மனோண்ணு அவன் போன திக்கில் பார்த்து நின்றவளை, 'தூப்புக்காரி...' என்று விளித்து சுகந்தி மேடம் கலைத்தாள்.

'பொது கக்கூஸ் கழுவறதில்லைண்ணு அறிந்தேன். நீ வா, அந்தப் பக்கம் கழுவ வேண்டியிருக்கு...' சுகந்தி தூப்புக்காரி என அழைத்தது மனோவின் காதில் சென்றடைந்தது.

தூப்புக்காரி என்கிற ஒனக்க அடையாளம் ஒன்ன விட்டுப் போகாதா? ஒங்கொம்மையோடு முடியக்கூடிய பெயரு உனக்கும் வந்துருக்கே... இனி உனக்கும் இந்த பெயரு தானா? – வெறுமனே நடந்தான்.

'தூப்புக்காரி ஒங்கொழந்தை கரையுது...' தூங்க வைத்த குழந்தை முழித்து அழும் சத்தம் இங்கு வரை கேட்டது. வாச்சர் அதை வந்து சொல்லவும் செய்தார். சுகந்தி மேடம் அழைத்த கழிவறைக்கு போகவா? காவலர் அழைத்த மகளிடம் போகவா? முடிவில் கழிவறை கழுவவே போனாள். மகளின் அழுகை காதில் விழுகையில், அவள் தாய்மையில் வலி ஏறியது ஆனாலும் தன்னை இறுக்கினாள்.

'நல்லா கரைஞ்சுக்கோ மோளே. அப்பதான் வாழ பெலம் கிடைக்கும்...' மகளுக்கு சொன்னாள் தேற்றரவு.

மருத்துவமனையின் வெளிவாசலில் வந்த மனோவின் காதிலும் தன் மகளின் அழுகை கேட்டுக்கொண்டேயிருந்தது. ஒன்றுக்கும்

இயலாதவன் போல் வாசலைத் தாண்டினான். அவன் போய் கொண்டேயிருந்தான்.

கழிவறை கழுவிக்கொண்டிருந்தவளை வெளிப்பக்கம் நின்று அழைத்தாள் சுகந்தி மேடம்.

'பூவு ஒன்ன பெரிய மேடம் கூப்புடுறாங்க...'

'எதுக்கோ ?' நெற்றி சுருக்கினாள்.

'என்னமோ ஒங்கூட பேசணுமாம்...'

எதைப்பற்றி பேசணுமோ? இன்னும் கடம் கொஞ்சம் கிடக்கவே செய்யுது. என்னைப் பற்றி யாரங்கிலும் என்னங்கிலும் போட்டுக் கொடுத்துனுமோ என்னவோ? குழப்பமாய் நடந்தவள் மருத்துவரின் அலுவலக அறையின் வெளியே நின்றாள். அவள் வந்ததைக் கண்டு பெரிய மேடம் கதவை திறந்தாள்.

'வா பூவு...' சுபா மேடம் அழைத்தார்.

'செல்லிவிட்டிருந்திங்களே..என்னாண்ணு செல்லுங்க மேடம். நான் இஞ்ச நிக்கியேன். கக்கூஸ் கழுவுன அழுக்கு தேகமெல்லாம் கிடக்கு... ஒரே நாத்தமடிக்குது...'

'ஏதோதோ பேசியிட்டு நிக்காம வாம்மா உள்ள' மேடம் இப்போதெல்லாம் பூவரசியிடம் அதிக அன்பு கொண்டுள்ளவராகவே இருப்பாங்க. நினைத்தவள் தயங்கித் தயங்கி உள்ளே சென்றாள். பூவரசி உள் நுழைந்ததும், மேடத்தின் எதிர் இருக்கையில் அமர்ந்திருந்த தம்பதியர் எழுந்து வெளியே சென்றனர். பூவரசி எந்த விவரமும் புரியாமல் பெரிய மேடத்தைப் பார்த்தாள்.

'உட்காரு...'

'வேண்டாம் மேடம். என்னாண்ணு செல்லுங்க...'

'அழுது கேக்கிறது ஓம் பெண்ணு தானா?'

'ஆமாங்க...'

'எதுக்கு இப்பிடி அழுது...'

'அவளுக்க பக்கத்துல நான் இருந்து, பவுச்சாம ஆகாரம் கொடுத்தா அவா கரையாம இருப்பா. ஆனா அதுக்குள்ள யோகத்துல அவ பெறக்கலியே மேடம்...'

'பிறக்கல சரிதான். ஆனா அப்படியொரு வசதியில் வளர வாய்ப்பு வந்தா ஒங்கொழைந்தியிக்கி கொடுப்பியா?' கேட்ட மேடத்தின் வார்த்தைக்குள் கிடக்கும் பொருள் புரியாமல் அவளைப் பார்த்தாள்.

'பூவரசி நான் சுத்தி வளைக்காம விசயத்துக்கு வாறேன். நீ இங்க வரும் போது ரெண்டு பேர் வெளியே போனாங்களே பாத்தியா?'

'ஆமா மேடம் பாத்தேன்...'

'அதுல இருந்த லேடி என் பிரண்ட். எங்கூட படிச்சவா. கலியாணம் முடிந்து ஒன்பது வருசமாகுது. இது வரைக்கும் அவங்களுக்கு குழந்தைப் பெறக்கல. இனி பிறக்கக்கூடிய வாய்ப்பும் இல்ல. இதுனால ஒரு குழந்தையைத் தத்தெடுத்து வளக்க முடிவு பண்ணியிருக்காங்க. அதான், ஒனக்க மகளை தத்து கொடுப்பியாண்ணு கேட்கிறேன். நீ என்ன சொல்லுற?' பெரிய டாக்டரின் கோரிக்கையைக் கேட்டு பூவரசிக்குத் தலைச்சுற்றியது. உடல் முழுவதும் நடுக்கம் கொண்டது.

'மேடம் எனக்குண்ணு இந்த..ஒல..க..த்துல இருக்கிற ஒரே ஒரு சொந்த..ம் எனக்க மொவா மட்டும்தான்...' கண்ணீர் கரைபுரண்டது.

'பூவரசி நீ சொல்றது சரிதான். உன் துணைக்கென்று உன் மகளை வளத்தினா அவளுக்க எதிர்காலம் இருட்டாகுமுண்ணு நினச்சிப்பாத்தியா? சத்தான உணவு, நல்ல தரமான ஆடைகள்கூட வாங்கிக்கொடுக்கிற நிலை உனட்ட இல்ல. இப்பவே இந்த நிலையில் வாழுற நீ, நாளை உன் மகள் வளரும் போது அவளை எப்பிடி நல்லவிதமா வாழ வைப்ப. இப்பிடி தூத்து வாரி ஏதோ கொஞ்சம் படிக்க வைப்பண்ணு வை. அதுக்கப்புறம் அவளுக்கான மேல் படிப்பு, அவளுக்கான திருமணம், இதெல்லாம் எப்பிடி கொடுப்ப? பாசம் என்கிற பெயருல நாள்தோறும் உன் மகளை இருட்டுலதான் போட்டு பூட்டப்போகிற. உன் மகளைப் பெரிய ஆளா வளக்க உனக்கும் ஆசையிருக்கும். ஆனா அது உன்னால முடியாது. எந்தப் பக்கம் வாழ்க்கைக்கான வழி திறக்குமோ அந்த வழியா போகத் தெரியணும் பூவரசி. அங்கப்பாரு உன் மகளை...' தன் அறையின் சன்னல் வழியே காட்டிக்கொடுத்தார் பெரிய டாக்டர் சுபா.

'அடித்து கொளுத்துற வெயிலுல, அழுக்குல கிடந்து அழுறதை நல்லாப்பாரு. வேண்டா வெறுப்புல அவளை வாச்சர் வச்சிட்டு

நிற்கிதையும் பாரு. இப்படியொரு வாழ்க்கை அனுபவிக்கவா உன் மக பிறந்தா...'

'டாக்டர் நீங்க எனக்க உயிரைக் கேட்டாலும் தந்துருப்பேன். என் மகளை மட்டும் கேக்காதீங்க. அவா எங்கூட இல்லேண்ணா இந்த ஒலகத்துலே எனக்குண்ணு ஒண்ணுமே இல்லாம ஆயிரும் டாக்டர்...' பூவரசி கசங்கி அழ துவங்கினாள்.

'பூவரசி நான் ஒன்ன வற்புறுத்தல. உன் விருப்பப்படி நீ முடிவெடுத்தாப் போதும். இப்பவே அவங்களுக்கு கோடிக்கும் மேல் சொத்து சுகம் இருக்கு. ஒன் பெண்ணை நல்லா படிக்க வைப்பாங்க... அவா வாழ்க்கை ரொம்ப நல்லாயிருக்கும்' டாக்டர் சொன்னார்.

'என் பெண்ணு என்னை விட்டு போயிடுவாளே டாக்டர். அவா எங்கூட இருக்கட்டும் டாக்டர்' கையெடுத்துக் கும்பிட்டாள்.

'குட். அது ஒன் விருப்பம். உன் குழந்தையை நீ கொடுக்காம போனாலும் அவங்க வேற இடத்துல போய் எடுத்துக்குவாங்க. இன்னிக்கி ஈவினிங் சென்னை கிளம்பிப்போயிடுவாங்க. அதான் அதுக்கு முன் ஒனட்ட இதைப்பத்தி கேட்டேன். கொடுக்க விரும்பலண்ணு சொன்னயில்ல. இனி குழம்பாம ஒன் வேலையைப் போய் பாரு. இதுல பிரச்சனையொண்ணும் இல்ல...' பூவரசி குழம்பிய மனநிலையில் வெளியே வந்தாள். அவள் வாழ்ந்த சீவிதம் கண் முன்னாடியது.

ஒரு உடுப்பு துணிக்காக எனக்க அம்ம எத்தனை பேருக்கிட்ட வாத்தொறந்து கேட்டு எனக்கு உடுக்க தந்திருக்கா. ஒழுகிப்பாயும் வீட்டுல என்னை ஒண்டி வச்சிட்டு வளத்தா எனக்க அம்ம. என் சின்னப் படிப்புக்காகவே என் அம்ம எவ்வளவோ கஷ்டப்பட்டா. சோத்தரியைத் தவிர எனக்க அம்ம வேற ஒண்ணுமே கொழுப்பா காட்டித் தந்தில்லை. வறுமையும் – பசியும் – பட்டினியுமா, பலரும் தூப்புக்காரி என ஒதுக்கிப்போட்டு வாழ்ந்த வாழ்க்கையில் என்னெல்லாம் அவலங்கள் கிடைத்தோ... அதைதான் இனி நான் எனக்க மகளுக்குக் கொடுக்க முடியும். முப்பத்தியஞ்சி வயசுல மாப்பிளைச் செத்தும், இன்னொரு ஆணை நிமுந்துகூட பாக்காம உழைப்பில மட்டுமே நம்பிக்கை வச்சி வாழ்ந்தா எனக்க அம்ம. ஒழுக்கத்தை உயிரு போல மதிச்சி வாழ்ந்தா அம்ம. அம்மையிக்க அந்த வாழ்க்கைக்கு எங்களுக்குப் பட்டினிதான் கிட்டுச்சி. எனக்க மொவுளுக்கும் இனி அதுதான் என்னால கொடுக்க முடியும்.

மாப்பிளை பிடிச்சி வாழுறவங்களையும் குத்தம் சொல்ல தோணல. சீவிதம் வறுமையால புரளுறப்ப ஜீவனைப் பிடிச்சி போட சில பெண்கள் தங்களுக்க உடலைத்தான் வித்துட்டு இருக்கிறாங்க. வாழ்க்கையோட கஷ்டம் நாலாபக்கமும் நெருக்கிறப்ப ஒழுக்கம் என்கிற கோட்டையை அதிக நேரம் பிடிச்சிட்டு நிக்க முடியாது. உன்னிப்பா பாத்தா அதுவும் குத்தமில்ல போலதான் இருக்கு. வறுமையால் சீவிதம் நசுங்கி போகிறப்ப உயிரா, உடலாண்ணு பாக்கிறப்ப உயிருதான் பெருசா தெரியும். அதுனாலதான் பல பெண்களுக்க ஒழுக்க ஓட்டைகள் எல்லாம் பிஞ்சி போவுது. வாழ்ந்துதானே ஆகணும். எனக்கெல்லாம் அதுக்கும் ஒக்காது. எங்கோ தொடங்கி எங்கோ விரியும் சிந்தனைகளின் குழப்பத்தில் அலுவலக அறையிலிருந்து இறங்கிய பூவரசியின் கால்கள் படியோடு தடுமாற, கீழே விழப்போனாள். கைப்பிடியை தான் விழாமலிருக்கப் பிடித்தாள். பூவரசி விழப்போவதை, கீழே நின்ற ரோஸ்ஸிலி கவனித்தாள்.

‘எதுக்கு இப்பிடி லெவிலு இல்லாம நடக்கிய. விழுந்தெடுத்து செத்துப்போனேண்ணு வை, ஒனக்க பிறகு ஒனக்க மொவுளுக்கு யாருட்டி உண்டு. உனக்குண்ணு என்னங்கிலும் ஆனா, அவளை எந்த நாயி திரும்பி பாக்கும். ஒங்கண்ணு முழிச்சிருக்கிறப்பவே காக்கை மலத்தியும், கமத்தியும் போட்டு கொத்துது. உனக்கு என்னதங்கிலும் ஆனா அதுக்க நிலையை நினச்சிப்பாரு. வெள்ளமோ, தண்ணியோ குடிச்சி ஒரு தெம்பா வாழப்பாரு…’

ரோஸ்ஸிலி கூறிக்கொண்டு போன வார்த்தைகள் பூவரசியின் சிந்தனைகளில் சுழன்றடிக்க துவங்கியது.

ரோஸ்ஸிலியக்கா சொன்னது போல, நாஞ்செத்துப்போனா, மாரியைப் போல மாண்டு போனா, என் மொவுளுக்கு ஆருமே இல்லியே… அய்யோ அவள் மனம் அலறியது.

தன் மகளின் அழுகைச் சத்தம் பெரிதாகி கொண்டே போக, மருத்துவமனையின் காவலரிடம் சென்று தன் மகளை வாங்கினாள். ‘முகத்தில் இப்படியெல்லாம் கண்ணீரைப் பாச்சிட்டு எதுக்கு மோளே கரையிற? இப்பிடி மூக்களைப் பாச்சி அழுற மொவுளுக்கு இந்த அம்மைக்க கூட இருந்தா இதுதான் கிடைக்கும், என் மொவா வேற ஒரு பணக்கார இடத்துக்கு போறியா? கரச்சியும் கண்ணீரும் இல்லாத இடத்துக்கு போறியா’ மகளிடம் கேட்க, தாயின் கேள்வி புரியாத குழந்தை ஊனைக் காட்டி சிரித்து மறிந்தது.

முகத்தில் பாஞ்சி நிற்கும் கண்ணீரின் ஈரத்தையும், மூக்கிலிருந்து வழியும் மூக்களையையும், விசர்ப்பையும் தன் சேலை முந்தானையால் துடைத்தாள். மருத்துவர் சுபாவின் அறைக்குத் தன் மகளைக் கொண்டு போனாள்.

•

சாயங்காலம் ஐந்து மணி. இதயம் முழுவதும் அப்படியொரு கனம் சூழ்ந்து நின்று அமுக்கியது.

எல்லாமே கையை விட்டு போயிட்டே இருக்கு. இதுதான் பூவுக்க வாழ்க்கையா? ஒவ்வொண்ணையும் வழியனுப்பவா நான் பிறந்தேன். என் காதல் போச்சி, எனக்கொரு காவலா காதல் கொடுத்த துணை போச்சி, என் அம்மாகூட என்னை விட்டு போனா. இனி எனக்க மொவளும் இன்னா போக போகிறா... என்னை விட்டு ரொம்ப தூரமா எனக்க மொவா போக போறா. இனி அவளுக்கு பணக்கார அப்பன் அம்மையிக்ககூட போகப்போறா எனக்க மொவா. நாளொரு காலம் எங்கோ ஒரு இடத்தில் எனக்கே அடையாளம் தெரியாத அளவுக்கு பெரிய ஆளா வருவா. கட்டாயம் வருவா.

வேப்பமரத்தின் அருகே அமைத்திருந்த சிமெண்ட்டால் செய்த பெஞ்ச்சு போன்ற இருக்கையில் கால்களை நீட்டியபடியே அமர்ந்திருந்தவளின் இதய வெறுமையை அங்கே யாருமே அறியவில்லை.

தனியாக இருந்தவளை உயர் ரக வாகனம் வரும் சத்தம் கலைத்தது. தலை நிமிர்த்தி பார்த்தபோது தன் மகளைத் தத்தெடுத்துப் போகக் கூடிய பெற்றோர்கள் வந்திறங்கினார்கள். இதயம் அப்படியே வலியால் பினைந்தது. அவள் தாய்மையின் வலி உடலெங்கும் பரவியது.

அவர்களின் தோற்றங்களைக் கண்டு பூவரசி மலைத்தாள். யப்பா என்னே பெரிய பணக்காரங்க... இவங்க கூட வாழ்ந்தா, என் பெண்ணு நல்லாதானே வளருவா. இவங்களெல்லாம் இறங்குனதும் என்னே ஒரு மணம் மணக்குது. இவங்களோடு வளந்தா என் மகளும் நல்லா மணப்பா.

கழிவாக கசங்கியிருந்த பூவரசியைக் கடந்து அவர்கள் சுபா மருத்துவரின் அறைக்குள் போனார்கள். அவர்கள் தன் மகளை எடுத்துக்கொண்டு போகவே போகிறார்கள் என்பது தெரிந்து வலியோடு அவர்களைப் பார்த்திருந்தாள்.

மேலேறிச் சென்றவர்கள் ஐந்து நிமிடத்தில் இறங்கி வந்தார்கள். அவர்கள் கையில் பூவரசியின் மகள் இருந்தாள். குழந்தையிக்கி அவர்கள் போட்டுவிட்ட பள பள உடுப்பைப் பார்த்தாள்.

அலுவலக உதவியாளரின் இடது கையில், தன் மகளுக்கு இவள் அணிவித்திருந்த அழுக்காடை இருப்பதைக் கண்டு அதிர்ந்த பூவரசி எழுந்தாள். ஒதுக்கி ஓரமாக அருவெருப்புபோல் பிடித்து வரும் மகளின் பழைய உடுப்பைப் பார்க்கையில் மாரியின் நினைவு வந்தது பூவரசிக்கு.

வாரா வாரம் வரும் துணிக்காரரிடமிருந்து தவணை முறையில் வாங்கிய உடுப்பு இல்லியா அது. இன்னும் அந்த உடுப்புக்க கடன் தீரேலியே... அந்த துணிக்காரனுக்கு இன்னும் இருபத்தியேழு ருபா கொடுக்க உண்டே... துடித்துப்போனாள்.

இனி என் மொவுளுக்கு அழுக்கு, அருவெருப்புண்ணு ஒண்ணுமே இவங்க கொடுக்கமாட்டுனம். எந்த ஒரு கஷ்டமும் என் மக இனி அனுபவிக்க போகிறதில்ல. அப்பிடி வளந்தா அவளுக்கு ஏழை பாழைகளின் வாழ்க்கை வலி எப்பிடி தெரியும்? மாரி கனவு கண்ட சாக்கடை கழுவும் மிசியன் எப்பிடி கண்டுப்பிடிக்க முடியும்? அவங்கவங்க வாழுற வாழ்க்கையைப் பொறுத்துதானே அவங்க பிற்கால மனசு இருக்கும். பணக்கார தம்பதிகளில், சுபா மேடத்தின் தோழி கையில் இருந்தவள் தன் மகளை அமுக்கி வைக்கப்பட்டிருக்க, அது பிடிக்காதது போல் குழந்தை அருவெருப்புடன் நெளிவதைக் கவனித்தாள் பூவரசி.

தன் உயிரை எவரோ பிடித்துத் திருக்குவது போன்றிருக்க, வேதனையில் தலைக்கவிழ்ந்தாள்.

அவர்கள் வந்திறங்கிய வாகனத்தைத் திறந்து எல்லோரும் உள்ளே ஏறினார்கள். உயிர் இருந்தும் உயிரற்றவள் போல் நின்றாள் பூவரசி. இக்காட்சிகளைக் கண்டு நின்ற ரோஸ்ஸிலியும் சங்கடம் தாளாமல் அழுதாள். காருக்கு வெளியே சுபா மேடம், கூடவே அலுவலக உதவியாளரும் நின்றுகொண்டிருந்தனர். இருள் சூழ்ந்த வாகனத்துக்குள் ஏற்றப்பட்ட குழந்தை புதியவர்களோடு ஒவ்வாமை கொள்ளாமல் வீறிட்டு அழத் துவங்கியது. இயலாமையில் விழி நிமிர்த்தினாள் பூவரசி.

அன்னா எனக்க மொவா வண்டியில ஏறியிட்டா... இனி இவங்களெல்லாம் கொண்டு போய் அவளைப் பெரிய ஆளா வளத்து வாங்க. இனிமே எனக்க மொவுளுக்குத் தேயிலை காப்பி

வெள்ளம் இல்ல, ஓலைப்பாயில கிடப்பிடம் இல்ல, பிஞ்சிக்கிழிஞ்ச துணியில்ல, அழுக்கு இல்ல, கரச்சியில்ல. அவளுக்க அம்மையைப்போல யாருமே அவளை அழுக்கியிண்ணு புறக்கணிக்கமாட்டாங்க. அப்படிண்ணா. அப்படிண்ணா என் மக எங்க போய் வாழ்க்கையை கத்துக்குவா? வாழ்க்கையிண்ணா கொஞ்சம் கொஞ்சம் வலி வேணுமே, விழுதலும், தோல்விகளும் வேணுமே. இழப்பு, அவமானம், வறுமை, துன்பமெல்லாம் என் மகளுக்குத் தெரிஞ்சாகணுமே. அப்பதானே தன்னைச்சுற்றி வாழும் மனுசங்களைப் புரிஞ்சுக்குவா. மாரியைப் போல உள்ள மனுசங்களின் வாழ்வுக்கு என்னங்கிலும் செய்ய முடியும்? சாக்கடை அள்ளுறவங்களுக்கான வாழ்க்கைக்கு என்னங்கிலும் செய்ய முடியும்? நான் பெத்த எனக்க மொவுளுக்கு அழுக்கு தெரியணும்...' நினைத்தவளின் மனதில் மாரி வந்து நின்று கசிவதுபோல் இருந்தது.

என் மொவுளுக்கு நாத்தம் தெரியணும்... அப்பதான் என்னைப் போல தூத்து வாருறவளுக்க வலிகளும், புறக்கணிப்புகளும் தெரியும். இதெல்லாம் தெரியாம வளந்தா ஒரு வேளை இவள் மனோவைப் போல ஒரு கோழையா சுயநலவாதியா, சந்தர்ப்பவாதியா போயிருவா. மாரி மாதிரியான விசால மனசு பெற, இவா எங்கூடதான் வளரணும். அப்பதான் என் மக நல்லதா வளருவா. தாமரைப் பூவுக்க வேரு குளத்து வெள்ளத்துக்க சேத்துலதானே கிடக்கு. அந்த சேத்துக்க சத்திலண்டுதானே தாமரை பூக்குது. இந்த பூவரசி ஒரு வேளை அழுக்கியா இருக்குலாம்... எங்கிட்டயிருந்து என் மக, ஒரு தாமரைப் போல ஏதோ ஒரு நாள் விரியத்தான் போகிறா. என்ன வறுமையானலும், பசியானாலும் எங்கூடவே எனக்க மக வளரட்டு – பூவரசி வாகனத்தை நோக்கி நடந்தாள்.

வீறிட்டழும் தன் மகளை நோக்கி கார் சன்னல் வழியே கையை நீட்டினாள்.

'என் பெண்ணு எனக்கு வேணும் மேடம்... நான் அவளை வளப்பேன்...' திடுப்பென கேட்ட பூவரசியின் செயலால் அனைவரும் அதிர்ந்தனர்.

'பூவரசி உனக்கு என்ன ஆச்சி? நீயா முடிவெடுத்துதானே உன் மகளைத் தத்துக்கொடுக்க முன் வந்த? இப்ப போய் ஏன் மாற்றி பேசுற...'

'மேடம். என் மகா வேணும் எனக்கு. வெறும் அழுக்குல வளந்த எனட்ட இருக்கிற வாழ்க்கை அனுபவம் பள்ளியில படிச்சி கிட்டினதில்ல. பணத்தாலும் கிட்டினதில்ல. வெறும் அழுக்குல கிடச்சது. என் அம்ம எனக்கு கொடுத்தது. எந்த அனுபவமும் பணத்தால வாங்க முடியாது. சுத்திச் சுத்திப் பாக்குறப்ப வாழ்க்கையில எதுவுமே இல்லாம இருக்கலாம். ஆனா நல்ல மனசு இருக்கணும்... குடிசையில்தான் வாழ்க்கைப் படிப்பினை இருக்குது. மாரியோட குடிசை வீட்டில எனக்க உழைப்பைப் பாத்து பாத்து என் மக எங்கூடவே வளரட்டு மேடம்...' அனைவரும் அவளை அதிர்ச்சியோடும் ஏமாற்றத்தோடும் பார்த்தார்கள்.

'எனக்க மொவா எனக்கு வேணும்... இல்லாட்டு நாஞ்செத்துருவேன் மேடம்...' குலுங்கி அழுதாள். வாகனத்துக்குள் இறுகிய அணைப்பில் இருந்த குழந்தை, காருக்கும் வெளியே நின்று அழும், தன் தாயை பார்த்து கையை நீட்டி அழுதது.

'வா... எஞ்செல்ல மோளே...' சுபா மேடம் தன் தோழியைப் பார்த்து குழந்தையைக் கொடுத்துவிட சாடைகாட்டினாள்.

மருத்துவர் முகம் மட்டுமன்றி தத்து எடுக்க வந்தவர்களின் முகமும் இருண்டு போனது. அழும் குழந்தையைத் தூக்கி பூவரசியிடம் கொடுத்தாள் சுபா மேடத்தின் தோழி. மகளை அப்படியே வாங்கி அணைத்து முத்தி முத்தி அழுதாள் பூவரசி.

தன் மகளின் உடம்பில் பொருத்தியிருந்த பளபளக்கும் ஆடையைப் பார்த்தாள். நுனியில் முள் போன்று நீண்டு நிற்கும் சுருக்குகள் குழந்தையின் உடலை நெருடிக்கொண்டிருப்பதைக் கவனித்தாள்.

இது முள்ளு போல குத்த இல்லியா செய்யும்.

'மேடம் இந்த உடுப்பு எனக்க மொவுளுக்க தேகத்துல முள்ளு போல குத்தும். இது இவளுக்கு வேண்டாம்' பூவரசி சொல்ல... எந்த ஒரு அசைவையும் வெளிப்படுத்த இயலாத சுபா மேடம் அப்படியே நின்றார்.

'இந்த உடுப்பு வேண்டாம்...' மீண்டும் சொன்னவள், மகள் உடலில் அவர்கள் போட்டுவிட்ட புது ஆடையை கழட்டி, அவர்கள் வாகனத்தின் மேல் வைத்தாள். கழற்றி எறிந்த கந்தல் உடுப்பைப் பார்த்தாள். அவளின் செயலைப் பார்த்த அனைவரும் வியந்தனர்.

தன் மகளைத் தோளில் போட்டு தாலோலித்துப் போகிறவளை ரோஸ்ஸிலி அழுகையில் பார்த்தாள்; அவள் அழுகையில் ஒருவித நிம்மதியும் கலந்திருந்தது.

வீறிட்டு அழுத குழந்தை மெது மெதுவாகத் தன் அழுகையை நிறுத்தி, தாயின் தோளில் அமைதி கண்டது.

என் வாழ்க்கையை நான் வாழுவேன். இந்த பூவு இனி கரையப்பாது. சோர்ந்து போப்பாது. வாழணும். என் மொவளை வாழ வச்சணும். அழுக்குல வளரப்போற என் மக ஒரு நாள் மாரி ஆசைப்பட்டது போல உச்சத்துல வருவா. வருவாண்ணா வருவா. அது வரைக்கும் இந்த அம்மையிக்ககூடத்தான் என் மொவா வாழணும். தூப்புக்காரியா உழைச்சி என் மகளை வளப்பா இந்த பூவரசி – உறுதியோடு நடந்தவள் இவ்வுலகை நின்று பார்த்தாள். அவள் பார்வையில் அறசீற்றம் தெரிந்தது பூவரசி நடந்தாள்... அவள் நடையில் வேகம் தெரிந்தது.

'வாவென்றால் வசந்தம் வராது
தேடி நின்றால் வசந்தம் வராது
வருந்தி சோர்ந்தால் காலம் கை வராது
வாழ்க்கை வசப்பட அழுகை ஆயுதமல்ல
போதும் அழுகை
புறப்படு
உனக்குரிய வாழ்வை மீட்டெடுக்க.'

என்றும் நட்புடன்

மலர்வதி

சொல்லகராதி

வீட்டடி	–	வீடும், வீட்டைச் சுற்றிய நிலமும்
அய்யம்	–	அசிங்கம்
எத்ர	–	எத்தனை
காலத்தே	–	காலை வேளையில
செஞ்சிட்டிருந்தா	–	செய்துகொண்டிருந்தாள்
மத்தவா	–	பெரிய ஆளு
இம்படையும்	–	இவ்வளவும்
தூமத்துணி	–	மாதவிடாய் ரத்தம் வடிக்கும் துணி
போட்டு	–	போகட்டும்
தளச்சை	–	தளர்வு
ஊக்கு	–	சேப்ட்டி பின்
வேளம் பறஞ்சா	–	பேசிக்கொண்டாள்
வெளுக்க முன்ன	–	காலை விடியும் முன்
மலிஞ்சி	–	மலிவு
ஒத்தெய்க்கி	–	தனிமையில்
பொடி வச்சி	–	மறைமுகமாக
அப்பளே	–	அப்போதே
இஞ்ச	–	இங்கே
ஒருக்கா	–	ஒருதடவை
சீனி	–	வெள்ளைச்சர்க்கரை
எப்பளே	–	எப்போதே
எப்பண்ணு	–	எப்போது என்றில்லாமல்
கெட்டியிட்டு	–	கலியாணம் பண்ணிக்கொண்டு
பறைவா	–	திட்டுவா
பிந்தி	–	காலதாமதம்
தின்னியா	–	சாப்பிட்டியா
ஆகாரம்	–	உணவு
அடிப்பாவாடை	–	சேலைக்கு கட்டும் உள் பாவாடை
பிஞ்சிக்கிழிஞ்சி	–	கிழிசல்
எங்கண்டு	–	எங்கிருந்து

ஏனம்	–	உபகரணம் (பாத்திரம்)
ஒக்கும்	–	முடியும்
மேத்திரம்	–	முக்கியமானது; உயர்ந்தது
அந்நளிச்சி	–	விசாரித்து
நோவுது	–	வலிக்குது
பெட்டக்குட்டி	–	பெண்குழந்தை
எடியேம்மா	–	தாயை அழைப்பது
கிட்ட	–	பக்கம்
ஏஞ்சது	–	ஏற்றது
நடைவாக்குல	–	வீட்டு வாசல்
அறுக்கட்டு	–	திட்டட்டு
முக்கு	–	மூலை
தானகடு	–	கெட்டவார்த்தை
செறய்ய	–	சீற்றமான பார்வை
தேயில வெள்ளம்	–	பால் கலக்காத தேநீர்
காச்சி	–	காட்சி
எள்ளுபோல	–	கொஞ்சம் போல்
சோக்கேடு	–	நோய்
அணப்புல	–	எளிதாக
மடிச்சி	–	தயங்கி
உத்தியோகம்	–	வேலை
செணம்	–	சீக்கிரம்
எகதேசம்	–	கிட்டத்தட்ட
விசர்ப்பு	–	வேர்வை
கக்கவருது	–	வாந்தி வருது
மூக்குத்துண்டு	–	மூக்குச்சளி
கெழம	–	வார கிழமை
மொதலு	–	தொகை (வரதட்சணை)
உச்சைக்கி	–	மதியம்
சரிஞ்சி கெட	–	படுத்துக்கொள்
விளியுங்க	–	அழையுங்கள்
சாயை	–	பால் கலந்த தேநீர்
அலவி	–	துணி அலசுதல்
மத்னா	–	நாளைய அடுத்த நாள்
சக்கறம்	–	பணம்
முன்ன	–	முதலில்

தூப்புக்காரி | 181

மேலு	–	உடம்பு
சோறைப்போடு	–	உணவு பரிமாறு
வெக்க	–	வெப்பம்
சீலை	–	சேலை
ஏலு	–	உடல் வலு
நோண்டியிட்டு	–	துவங்கி விட்டு
ஜீவிதம்	–	வாழ்க்கை
வெப்புராளம்	–	ஆவேசம்
களனி	–	சாப்பாடு பந்தி
ஆக்குப்பெரை	–	சமையலறை
களியேல	–	முடியவில்லை (சுகமில்லை)
கிணாட்டாம	–	பெருமை காட்டாமல்
துஷ்டனுவா	–	இரக்கமற்றவர்கள்
பறக்கு	–	பொறுக்கு
சொப்பனம்	–	கனவு
குண்டு	–	குழி
மண்ணறை	–	கல்லறை
செரளாம	–	தயங்காமல்
ஓத்திரவம்	–	தொந்தரவு
தொழி	–	சகதி
தள்ளம்	–	விலகும்
ஓர்மை	–	நினைவு
தீனம்	–	நோய்
சோக்கேடு	–	நோய்
தாளும் நேரம்	–	மாலை நேரம்
பெதப்பு	–	போர்வை
ஓங்களிப்பு	–	வாந்தி வருதல்
மருச்சினிக்கிழங்கு	–	மரவள்ளிக்கிழங்கு
பேரக்கா	–	கொய்யா
பக்கி	–	வண்ணத்துப்பூச்சி
புட்டான்	–	தும்பி
பூத்து	–	புதை
கடுவன் குட்டி	–	ஆண் குழந்தை
கடவம்	–	வல்லம் (பனை ஓலையால் செய்து பயன்படுத்துவது)
ஒணையும் மணையும்	–	சுவையாக

எம்புடு	–	எவ்வளவு
ஆலமானம்	–	அதிகமான படக்கடிப்பு
கூட்டுக்காரிகள்	–	தோழிகள்
வெளிக்கி இருக்க	–	கழிவு செய்ய போகுதல்
எத்திச்சாடி	–	எட்டிக்குதித்து
விறுத்தி	–	சுத்தம்
பேரக்கொள	–	கொய்யா இலை
பய்ய	–	மெதுவாக
பவுறு	–	பெருமை
காட்டுக்குட்டிகள்	–	அப்பா பெயர் அடையாளமில்லாமல் பிறக்கும் பிள்ளைகள்
சௌசின்னியம்	–	அனுசரணை
தூச்சமில்லை	–	தெளிவில்லை
தாமசம்	–	வசிப்பிடம்
இடையும் முறையும்	–	அவ்வப்போது
பொட்ட பெண்ணு	–	அறிவில்லா பெண்
திவராமலே	–	நிற்காமல்
குறுக்கச்சாடி	–	இடையில் போய்
கெச்சாப்பு	–	உதவியாக, நலமாக
இஞ்ச	–	இங்கே
இம்படையும்	–	இவ்வளவும்
போட்டு	–	போகட்டும்
ஸ்னேகிச்சி	–	காதல் செய்து
பறைவா	–	திட்டுவாள்
அறுத்தா	–	திட்டினாள்
சவுட்டு	–	மிதிப்பது
பிந்துச்சி	–	காலதாமதம்

நீங்கள் விரும்பும் புத்தகம் உங்கள்
வீடு தேடி வர அழையுங்கள்

Dial for Books

94459 01234

9445 97 97 97

WhatsApp No

95000 45609

www.dialforbooks.in

www.amazon.in

www.flipkart.com